INSIGHT PUBLICA®

Nadakkavu, Kozhikode, Kerala
www.insightpublica.com
e-mail: insightpublica@gmail.com
Aartek Anubhavangal
(Malayalam)
Kavitha Balakrishnan
First Edition: September 2018
This Edition: November 2021

ISBN 978-81-935607-9-2
Cover Design: KJ VJ

ആർത്തെക്ക്
അനുഭവങ്ങൾ

കവിത ബാലകൃഷ്ണൻ

INSIGHT PUBLICA®

ചിത്രകാരിയും കവിയും കലാഗവേഷകയുമാണ്. ബറോഡയിലെ എം.എസ്. യൂണിവേഴ്സിറ്റിയിൽ നിന്ന കലാചരിത്രത്തിലും സൗന്ദര്യശാസ്ത്രത്തിലും ബിരുദാനന്തര ബിരുദം. 2009ൽ മലയാള ആനുകാലികങ്ങളിലെ ചിത്രീകരണ വ്യവഹാരത്തെ കുറിച്ച് മഹാത്മാ ഗാന്ധി സർവ്വകലാശാലയുടെ സ്കൂൾ ഓഫ് ലെറ്റേഴ്സിൽ നിന്ന ഡോക്ടറേറ്റ്. പെയിന്റിങ്ങിന് പതിമൂന്നാം വയസ്സിൽ സോവിയറ്റ് ലാൻഡ് നെഹ്രു അവാർഡ്. 'ആർത്തേക് അനുഭവങ്ങൾ' എന്ന സോവിയറ്റ് സന്ദർശന അനുഭവങ്ങളുടെ യാത്രാവിവരണമാണ് ആദ്യപുസ്തകം. 'അങ്കവാലുള്ള പക്ഷി' (Rainbow Books, 2004), 'ഞാൻ ഹാജരുണ്ട്' (DC, 2007) കവിതയുടെ കവിതകൾ (താമര ബുക്സ്, 2017) എന്നീ കവിതാസമാഹാരങ്ങൾ. 2007ലെ മികച്ച കലാനിരൂപണ ഗ്രന്ഥത്തിനുള്ള കേരള ലളിതകലാ അക്കാദമി അവാർഡ് നേടിയ 'കേരളത്തിലെ ചിത്രകലയുടെ വർത്തമാനം' (Rainbow Books, 2007), 'ആധുനിക കേരളത്തിലെ ചിത്രകല' (സ്റ്റേറ്റ് ഭാഷാ ഇൻസ്റ്റിറ്റ്യൂട്ട് 2007), 'ഇന്ത്യൻ ചിത്രകാരൻ എം.എഫ്. ഹുസ്സൈനെ കുറിച്ചുള്ള അക്കാദമിക് ലേഖനങ്ങളുടെ സമാഹാരം' (മാതൃഭൂമി ബുക്സ്, 2013), 'കലയുടെ നവലോകം' (ഡി.സി. ബുക്സ്, 2017), 'പൂ എന്ന പെൺകുട്ടി' (ഇൻസൈറ്റ് പബ്ലിക്ക, 2018) എന്നീ കലാസംബന്ധമായ കൃതികൾ. Marg Magazine, Art & Deal, Art Etc, TAKE on Art തുടങ്ങിയ രാജ്യത്തെ മികച്ച കലാപ്രസിദ്ധീകരണങ്ങളിൽ ഇംഗ്ലീഷിലും കലയെക്കുറിച്ച് എഴുതുന്നു. ഇന്ത്യൻ സാക്ഷര-മാധ്യമ സമൂഹങ്ങളിൽ, പ്രത്യേകിച്ച് കേരളത്തിൽ, 'ഇലസ്ട്രേഷൻ' എന്ന വ്യവഹാരം വളർന്നതിന്റെ കലാചരിത്രം അന്താരാഷ്ട്ര ഇലസ്ട്രേഷൻ ഗവേഷകരുടെ ശ്രദ്ധയിൽ എത്തിച്ചത് ലണ്ടനിലെ Intellect പ്രസിദ്ധീകരിക്കുന്ന 'Journal of Illustration' (Vol.3, Issue.2) ൽ കവിത എഴുതിയ ദീർഘമായ പഠനമാണ്. തൃശ്ശൂർ ഗവ. കോളേജ് ഓഫ് ഫൈൻ ആർട്സിൽ കലാചരിത്രം അധ്യാപികയായി സേവനമനുഷ്ഠിക്കുന്നു.

കവിത ബാലകൃഷ്ണൻ

കൂട്ടുകാരോട്...

ആയിരത്തി തൊള്ളായിരത്തി എൺപതുകളിൽ കേരളത്തിൽ ചിത്രകലയുടെ പൂഞ്ചിറകിൽ ജീവിച്ചിരുന്ന ഒരു സ്കൂൾ വിദ്യാർത്ഥിനിയുടെ ജീവിതത്തിലെ അത്ഭുതകരമായ നാൽപതു ദിനങ്ങളുടെ അനുഭവക്കുറിപ്പാണ് ഈ പുസ്തകം. ചിത്രരചനക്ക് സോവിയറ്റ് ലാന്റ് അവാർഡ് ലഭിക്കയാൽ അതിന്റെ സമ്മാനമായി മുൻ സോവിയറ്റ് യൂണിയനിലെ ഏറ്റവും പ്രസിദ്ധമായ 'ആർത്തെക്ക്' അന്തർദ്ദേശീയ യങ് പയനിയർ ക്യാമ്പിൽ ചെലവഴിച്ചതിന്റെ അനുഭവങ്ങൾ, അവൾ പിന്നെയും മൂന്നു വർഷത്തിനു ശേഷം ഡയറിയിൽനിന്നും മറ്റു കുറിപ്പുകളിൽ നിന്നും എടുത്തും ഓർത്തും പുനഃസൃഷ്ടിച്ചതാണു ഇത്. 1993ൽ ദേശാഭിമാനി വാരിക ഖണ്ഡശഃ പ്രസിദ്ധീകരിച്ചു. ഇതെല്ലാം കഴിഞ്ഞിട്ട് ഇപ്പോൾ ഇരുപത്തെട്ട് വർഷങ്ങൾ കടന്നു പോയിരിക്കുന്നു. ആ സ്കൂൾ വിദ്യാർഥിനി, ഞാൻ, ഇന്നൊരു മുതിർന്ന സ്ത്രീയാണ്. ഇപ്പോൾ ഈ പുസ്തകരൂപത്തിൽ ഈ 'മുതിർന്നവൾ' അൽപം പോലും ഇടപെട്ടിട്ടില്ല. അന്ന് എഴുതിയത് അതേപടി എല്ലാ ആവേശങ്ങളോടെയും മുന്നോട്ടുവക്കുന്നു. പക്ഷേ അന്നത്തെ സ്കൂൾകുട്ടിക്കു പറയാൻ കഴിയാതെ പോയതും ഇപ്പോൾ എനിക്കു കാണാനാകുന്നതുമായ ഏതാനും ചില കാര്യങ്ങൾ നിങ്ങളോട് പങ്കു വെക്കാം.

ഞാൻ അനുഭവിച്ച 'ആർതെക്ക്'

ഇരുപതാം നൂറ്റാണ്ടിൽ സോവിയറ്റ് യൂണിയൻ എന്ന ഒരു രാജ്യത്തെ പ്രത്യേക സാമൂഹിക വ്യവസ്ഥയുടെ ഭാഗമായി ഏഴു ദശകങ്ങളോളം തുടർച്ചയായി വിവിധ രാജ്യങ്ങളിൽ നിന്നുള്ള കുട്ടികളുടെ പല തലമുറകൾ വന്നുചേർന്നിരുന്ന ഒരു അന്തർദ്ദേശീയ പഠന വിനോദ സുഖവാസ കേന്ദ്രമാണു ആർത്തെക്ക്. 1989ൽ ആ കേന്ദ്രത്തെ അതുപോലെ അതുവരെ നിലനിർത്തിയ സമൂഹവ്യവസ്ഥ തകരുന്നതിന്റെ ചിറകടിയൊച്ച കേട്ടിട്ടും അതൊന്നും ബാധിക്കാതെ 'ആർത്തെക്കിനെ' അനുഭവിച്ച അവസാനത്തെ കുട്ടിക്കൂട്ടങ്ങളിലായിരുന്നു ഞാൻ പെട്ടത്!

അക്കാലത്ത് കൗമാരത്തോടൊപ്പം ഉള്ളിൽ വന്നു ചേർന്ന എന്റെ സ്വപ്ന ഭാവനകൾക്ക് ഒരു തരം രാഷ്ട്രീയസ്വഭാവം കൂടിയുണ്ടായിരുന്നു. ചുറ്റുമുള്ള സമൂഹം എന്റെ ഭാവിയേയും ഞാൻ അതിന്റെ ഭാവിയേയും ഏതൊക്കെയോ വിധത്തിൽ നിർണ്ണയിക്കുന്നുവെന്നു മനസ്സിലാകാൻ തുടങ്ങി എന്നർത്ഥം. അങ്ങനെയെങ്കിൽ, കുട്ടീ നിനക്കു ചുറ്റും ഉണ്ടാവേണ്ട സ്വപ്ന സുരഭില വ്യവസ്ഥ ഏതാണു എന്നു ചോദിച്ചാൽ 'അതൊരു സോവിയറ്റ് യൂണിയൻ ആകണം' എന്ന അബോധം എന്നിലുണ്ടായിരുന്നു!

പക്ഷേ ആർത്തെക്ക് എന്ന യഥാർഥഅനുഭവം, അതുവരെയില്ലാതിരുന്ന മറ്റു പലതും കൂടി ഉണർത്തിവിട്ടു. ഒന്നാമത് ഒരു രാഷ്ട്രം അതിന്റെ കലയിലും ഉത്സവങ്ങളിലും സാംസ്കാരികാവിഷ്കാരങ്ങളിലും എങ്ങനെ ജീവിക്കുന്നുവെന്നും അതെങ്ങനെ ഒരൊറ്റക്കടലാസിൽ ചിത്രമാക്കാമെന്നും ചെറിയ തോതിലൊരു ഗവേഷണബുദ്ധ്യാ ആദ്യമായി അന്വേഷിച്ചത് ഈ അവാർഡിനു വേണ്ടിയുള്ള ചിത്രം വരച്ചപ്പോഴാണ്. അതുവരെ പ്രകൃതിയെയും ആളുകളെയും നേർക്കുനേർ നോക്കി ഒറ്റക്കൊറ്റക്ക്പൂർണ്ണമായി വരക്കാൻ ശ്രമിച്ചു നടന്നവളായിരുന്നു. അപ്പോൾ ആദ്യമായി പലതരം ചിത്രങ്ങളിലൂടെയും ഫോട്ടോഗ്രാഫിലൂടെയും അച്ചടിച്ചിത്രങ്ങളിലൂടെയും ഒരു കൊളാഷ് ആയി ലോകത്തെ നോക്കാൻ തുടങ്ങി. മുറിഞ്ഞു മുറിഞ്ഞ പല കാര്യങ്ങൾ ചേർത്ത് ഒരൊറ്റക്കടലാസ്സിൽ ചിത്രം വരക്കാനുള്ള ശ്രമമായി അത്. അതുപോലെത്തന്നെ വളരെ മുറിഞ്ഞ പല തരം ഭാഷകൾ കൊണ്ട് അപ്പപ്പോൾ വേണ്ടത് എല്ലാം പറയാമെന്ന് ഒരു മലയാളം മീഡിയംകാരി അറിഞ്ഞു. പ്രകൃതിയിലേക്ക് ഒറ്റപ്പെട്ട് ചെന്ന് ഇറങ്ങാനോ കടലിൽ കുളിക്കാനോ ആൺകുട്ടിയെ തൊടാനോ അവനോടൊത്ത് നൃത്തം വെക്കാനോ കൂട്ടുകാരിയെ വരക്കാനോ മനുഷ്യരെ നിരീക്ഷിക്കാനോ സ്വന്തം ഉള്ളുണർവിന്റെയല്ലാതെ ആരുടെയും അനുവാദം വേണ്ടെന്ന് മനസ്സിലായി. വിവിധ ഭാഷാ ദേശ സംസ്കാരങ്ങളിൽനിന്നുംവരുന്ന അപരിചിതരുടെ ഒരു കൂട്ടത്തിനു പോലും അവർ വേണമെന്നുവച്ചാൽ ചിത്രരചന കൊണ്ടും സംഗീതം കൊണ്ടും അഗാധമായ സ്നേഹവും ഐക്യവും ഭാവനയാൽ മെനഞ്ഞെടുക്കാമെന്നുറപ്പായി. ഒരു രസം കൂടി ഉണ്ടായി കേട്ടോ, എന്നെയന്ന് യന്ത്രപ്പക്ഷിയിൽ കയറ്റിവിട്ട ശേഷം, ആകെയുള്ള ഒരു മകളെ ഏതോ സ്വപ്നം പോലെ തോന്നിച്ച ഒരനുഭവത്തിലേക്കു ഒന്നും ആലോചിക്കാതെ നഷ്ടപ്പെടുത്തിയതോർത്ത് ഒരിട ഉള്ളുലഞ്ഞ ഒരു അച്ഛനുമമ്മയും 'പെൺകുട്ടിയുടെ സുരക്ഷിതത്വത്തിന്റെ' അതിർത്തി രേഖകളോർത്ത് പിന്നീട് കാര്യമായൊന്നും വ്യാകുലപ്പെടാതായി !

ഇതൊക്കെയാണെങ്കിലും ആ സ്വപ്നഭൂമിയുടെ തകർച്ചയാണ് രണ്ടു വർഷത്തിനുള്ളിൽ കണ്ടത്. ആ രാഷ്ട്രവും അതിന്റെ ആദർശവും പയനിയർ സംഘടന തന്നെയും തരിപ്പണമായി. മാറ്റങ്ങളെ കൊടുങ്കാറ്റിന്റെ വേഗതയിൽ സ്വീകരിച്ച ഒരു ജനത!

ഇങ്ങനെയും ? അപ്പോൾ അന്നവിടെ പ്രശാന്തമായി തെളിഞ്ഞു നിന്ന സൂര്യനും, കരടിമലയും കരിങ്കടലും എല്ലാമെല്ലാം വെറും ഭ്രമങ്ങളായിരുന്നോ! ഞാൻ കയറിയിറങ്ങിയത് ഒരു മാന്ത്രികക്കുടത്തിലായിരുന്നോ!

എന്തായാലും പതിവു പോലെ സ്കൂളിലേക്ക് പ്രീഡിഗ്രിയിലേക്ക് വച്ചുപിടിച്ചു. കുറേ സന്ദേഹങ്ങളുടെ തിരമാലയിൽ മിണ്ടാതെ തുടർന്നുവന്നു.

'ആർത്തെക്ക് അനുഭവങ്ങൾ' ആദ്യമായി പ്രസിദ്ധീകരിച്ചപ്പോൾ

എന്റെ കൊച്ചു യുട്ടോപ്പിയകളെ തകർത്തുകളഞ്ഞ പൊതുലോകത്തിന്റെ വാർത്താക്കുറിപ്പുകൾ ആദ്യമൊന്നും അത്ര ഏശിയില്ല. കാരണം, റഷ്യൻ കൂട്ടുകാർ എനിക്ക് മുടങ്ങാതെ കത്തുകളയച്ചുകൊണ്ടിരുന്നു. ഞാൻ അവർക്കും. പരസ്പരം ഭാഷ പഠിപ്പിച്ചും കുങ്കുമം പൊതിഞ്ഞു വച്ചും ഫോട്ടോകൾ കൈപ്പറ്റിയും ധാരാളം കത്തുകൾ റഷ്യൻ അഡ്രസ്സുകളിൽ പാഞ്ഞു പോയിക്കൊണ്ടിരുന്നു. കുറേയെണ്ണം നടവരമ്പു ഗ്രാമത്തിലെ എന്റെ വീട്ടിലേക്കും പാഞ്ഞെത്തി. അങ്ങനെ ആ പ്രീഡിഗ്രിക്കാലത്ത് ഞാൻ 'ആർത്തെക്ക് അനുഭവങ്ങൾ' എഴുതി. മനസ്സിൽ തിരയടിച്ച സന്ദേഹങ്ങളുടെ ഭാണ്ഡങ്ങളൊന്നും അതിൽ കാര്യമായി തുറക്കിയില്ല. അത് മനഃപ്പൂർവം തന്നെയെന്ന് പറയാം. കാരണം, അപ്പോഴും പ്രതീക്ഷകളുടെ തിരകൾ എഴുത്തുകളുടെ രൂപത്തിൽ വന്നുകൊണ്ടിരുന്നല്ലോ. പക്ഷേ കുറെ നാൾ ചെന്നപ്പോൾ പതുക്കെ തിരകൾ ഒടുങ്ങി വന്നു. കത്തുകൾ കുറഞ്ഞു വന്നു. അവയിലെ സ്വസ്ഥതയുടെ പ്രഭാവവും കുറഞ്ഞു വന്നു. സങ്കടം കൊണ്ട് ഞാൻ ആർത്തെക്കിനെ കുറേശ്ശെയായി ഒഴിവാക്കാൻ തുടങ്ങി. പക്ഷേ അതു വ്യഥാവ്യായാമമായിരുന്നു. ആർത്തെക്ക് മറ്റു ചില രൂപത്തിൽ കൂടെ നിന്നു. തൊണ്ണൂറുകളിൽ റഷ്യ മാത്രമല്ല മാറിയത്. ആ കൂട്ടുകാരുടേതുപോലെത്തന്നെ എന്റെ ജീവിതവും മാറുകയായിരുന്നു. മനുഷ്യരുടെ വംശീയവും വർഗ്ഗീയവും ജാതീയവുമായ വലിയ വലിയ യുട്ടോപ്പിയകൾ തകർന്നും, അക്രമോത്സുകമായ പുതിയവ പലതും ഉണർന്നും വന്നു, ഈ ഇന്ത്യയിലും ! ഇവിടെ എല്ലാത്തിനും ഒരു സാവകാശം ഉണ്ടെന്നു മാത്രം തോന്നിയിരുന്നു അന്നൊക്കെ. ആഢംബരങ്ങളുടെയും വികസനത്തിന്റെയും അപചയത്തിന്റെയും

പുതിയ ക്രമങ്ങളിലേക്കാണ ഇന്ത്യയും കടന്നചെല്ലുന്നുണ്ടായിരുന്നത്. അതുകൊണ്ടുതന്നെ ആർത്തെക്ക് അനുഭവം വളരെപ്പെട്ടെന്നു തന്നെ വെറും ഗൃഹാതുരതയല്ലാതായി.

ഒരു കാര്യം മനസ്സിലായി. അന്ന് ഞങ്ങൾ അവിടെ ചെയ്തതൊക്കെ പ്രതീകാത്മകമായ പ്രവൃത്തികളായിരുന്നു. കുപ്പിയിൽ കത്തുകൾ അടക്കം ചെയ്ത് തിരമാലയിൽ പോസ്റ്റ് ചെയ്യുക, ലോകത്തെ അതിന്റെ സർവ സമഗ്രതയോടെയുമെന്നവണ്ണം കണ്ട് ഉറക്കെ മുദ്രാവാക്യം വിളിക്കുക, ഒരു മൃഗത്തിന്റെ പുറത്തെന്നവണ്ണം മല കയറുക, സ്വപ്നം എഴുതി നിറച്ച് പത്രം ഉണ്ടാക്കുക, ചില്ലുചുവരിൽ ചിത്രം വരക്കുക, ഇതൊക്കെയായിരുന്നല്ലോ അവിടെ രസങ്ങൾ. ഒരു ആദർശലോകത്തിന്റെ രാഷ്ട്രീയ ഭാണ്ഡം ഇറങ്ങിപ്പോകുമ്പോൾ, ബാക്കി നിന്നത് ആദർശാത്മകമായ ഇങ്ങനെയുള്ള ചില പ്രവൃത്തികളാണ്. പലതും നിസ്സാരമെന്നും സാധാരണമെന്നും തോന്നാവുന്ന ചില മനുഷ്യാനുഭവങ്ങളാണ്. അവ ഫലത്തിൽ ജീവിതത്തിനു ഒരൽപ്പം തെളിച്ചം നൽകിയെന്നതാണു സത്യം. അവ 'ആർത്തെക്ക് അനുഭവ'ത്തിനപ്പുറം ജീവിതത്തെ തുടർന്നും ചലിപ്പിച്ചുകൊണ്ടിരുന്നു.

2003 ൽ കരുവന്നൂരുള്ള വിശ്വദർശൻ പബ്ലിഷേഴ്സ് എന്ന പ്രസാധന സംരംഭം 'ആർത്തെക്ക് അനുഭവ'ത്തെ ആദ്യം പുസ്തകമാക്കി, കുറെ എഡിറ്റ് ചെയ്തിട്ടാണത് പ്രസിദ്ധീകരിച്ചത്. അതിനു എസ്.ബി.ടി സാഹിത്യ പുരസ്കാരം ലഭിച്ചു.

ഇങ്ങനെ പല രൂപത്തിൽ ഈ പുസ്തകവും അതിന്റെ അനുഭവവും എന്നെ വിടാതെ പിൻതുടരുന്നു. ഇപ്പോൾ ഇൻസൈറ്റ് പബ്ലിക്ക ഈ പുസ്തകത്തെ അതിന്റെ മുഴുവൻ രൂപത്തിൽ പ്രസിദ്ധീകരിക്കുമ്പോൾ കുറച്ചു നാളായി 'ആർത്തെക്ക്' വീണ്ടും കൂടെക്കൂട്ടുക തന്നെ ചെയ്യുന്നു. ആ കൂട്ടുകാരൊക്കെ ഇപ്പോൾ എവിടെയായിരിക്കും എന്തെടുക്കുകയായിരിക്കും! സാസനോവ നീന എന്ന 'നീന മാഡം', നൊവോസ്തി പ്രസ്സ് ഏജൻസിയുടെ ഉദ്യോഗസ്ഥ, ഇന്നെവിടെയാണ്? മെദേമീനോവ ജമീല ഒരു സാഹിത്യാധ്യാപികയായോ ആവോ. പുതിയ ലോകത്തിനാവശ്യമുള്ള തരം തൊഴിലാളിയാകാൻ അവളും തുനിഞ്ഞിറങ്ങിയോ? വലിയ പ്രകൃത്യാസ്വാദകയായ വിനിയേറയോ? നിത്യജീവിതയന്ത്രത്തിൽ നിന്നും ചില ഇടവേളകളിൽ രക്ഷനേടിപ്പോയി പണം കൊടുത്ത് വിനോദം വാങ്ങിയിട്ടാണൊ അവൾ ഇന്ന് പ്രകൃതിയിൽ അലിയുന്നതും ധ്യാനിക്കുന്നതും? ഹേയ്, അവളൊരു പക്ഷിശാസ്ത്രജ്ഞയായിക്കാണും. അന്ന് സ്വപ്നം കണ്ടതിനെക്കാൾ മികച്ച ജീവിതാവസ്ഥയിലാണോ അവർ? അതോ അപചയത്തിന്റെ പടുകുഴിയിൽ? എന്തായാലും എന്റെ രാജ്യം ഇന്ത്യ, ഇന്ന് ഒരു 'മൂന്നാം

ലോക'മല്ല. റേറ്റിങ്ങുകൾ ആകെ കുഴഞ്ഞു മറിയുന്നു. പക്ഷേ സൂക്ഷിച്ചു വച്ച കത്തുകൾ, എവിടെയൊക്കെയോ വച്ച് നൈരന്തര്യം നഷ്ടപ്പെട്ടവ, ഇന്നും എന്നോട് മാനുഷികമായ ചിലതു തന്നെ പറഞ്ഞുകൊണ്ടിരിക്കുന്നു. എല്ലാ കാലത്തും എല്ലാ കുട്ടികളും പരസ്പരം പറയാവുന്നവ! അതിലധികമോ അതിൽക്കുറവോ വരില്ല ഈ കത്തുകളിലെ കാര്യങ്ങൾ ! ഇടക്കൊരു കാര്യവും കൂടി സംഭവിച്ചു. അന്ന് ഞാൻ എടുത്ത ഫോട്ടോകളുടെ നെഗറ്റീവ് സ്ക്രോളുകൾ വീണ്ടും ഒരു ഡെവലപ്പിങ് പരീക്ഷണത്തിലൂടെ കടന്നു പോയി. പൂപ്പൽ ബാധിതമെന്നു കണ്ട് ഏതാണ്ട് ഉപേക്ഷിക്കപ്പെട്ടതു പോലെ കിടന്നതായിരുന്നു. നഷ്ടപ്പെട്ടെന്നു കരുതിയ ആ ഫോട്ടോകൾ വർണ്ണം മാറിയും തെളിച്ചം മാറിയും മറ്റൊരു പുതിയ മെറ്റീരിയൽ ആയി ഈ പുസ്തകത്തിലേക്കു വേണ്ടി എന്റെ കമ്പ്യൂട്ടറിലുമായി. എന്തൊരാഹ്ലാദമായി!

ഇന്നത്തെ ആർത്തെക്ക്

ഇന്ന് ആർത്തെക്ക്, ഒരു പയനിയർ ക്യാമ്പ് അല്ല. 'ഇന്റർനാഷണൽ ചിൽഡ്രൻസ് സെന്റർ' ആണത്. മുമ്പ് സോവിയറ്റ് റിപ്പബ്ലിക്കുകളിലൊന്നും, ഇന്ന് സ്വതന്ത്രരാജ്യവുമായ ഉക്രെയ്നിലാണു ആർത്തെക്ക് സ്ഥിതി ചെയ്യുന്നത്. ഭരണകൂടത്തിന്റെ മേൽനോട്ടത്തിൽ തന്നെയാണെങ്കിലും ഉയർന്ന ഫീസു കൊടുക്കാൻ ശേഷിയുള്ള അച്ഛനമ്മമാരുടെ മക്കൾക്കേ ഇന്നവിടെ ഇടമുള്ളൂ. സമൂഹത്തിലെ താരതമ്യേന അശക്തരുടെ മക്കൾക്ക്, പ്രതിഭാധനരായ വികലാംഗർക്ക്, അനാഥർക്ക് ഒക്കെ ചില ഫീസിളവുകൾ ലഭ്യമാകുന്നു. ഒരു വിദ്യാഭ്യാസപരമായ ഇടം എന്ന ആർത്തെക്കിന്റെ പദവി ഇന്നും നിലവിലുണ്ട്. വിശാലമായ സുഖവാസ സൗകര്യങ്ങൾ എക്കാലത്തേതിലും കൂടുതലായി ആർത്തെക്കിനുണ്ടെന്നറിയുന്നു. ഒപ്പം തന്നെ ഈ സെന്ററിന്റെ കടങ്ങൾ എഴുതിത്തള്ളി അതിനെ പാപ്പരത്തത്തിൽ നിന്നും രക്ഷിക്കാൻ ഭരണകൂടം ഇടപെടേണ്ടിവന്നെന്നും ന്യൂസുണ്ട്. കുട്ടികളുടെ സുഖവാസത്തിനു വേണ്ടുന്ന എല്ലാ സൗകര്യങ്ങളുമുള്ള ഈ പാപ്പർ ഭൂമി, ഭൂമിപണിക്കാരും നിരന്തരം നോട്ടമിടുന്നവത്രേ. ചുളുവിലക്ക് ഭൂമി തട്ടിയെടുക്കാൻ നോക്കുന്ന പ്രവണതയെപ്പറ്റി ഉക്രേനിയൻ പ്രസിഡന്റ് യുഷ്ചെങ്കോ, ഉക്രേനിയൻ പ്രധാന മന്ത്രി യൂലിയ തിമൊഷെങ്കോക്ക് കലശലായ തന്റെ ആകാംക്ഷകൾ എഴുതിയറിയിച്ചെന്ന് വെബ് സൈറ്റുകൾ പറയുന്നു. 2008 ൽ കുട്ടികൾക്കെതിരേ ആർത്തെക്കിൽ നടന്നതായിപ്പറയുന്ന ലൈംഗികാതിക്രമക്കേസും ഉക്രേനിയൻ പാർലമെന്റിനെ ബഹളമയമാക്കിയത്രേ.

ചുരുക്കിപ്പറഞ്ഞാൽ, ആർത്തെക്ക് ഉക്രേനിയൻ ജനതയെ സംബന്ധിച്ച് ഇന്ന് ആരോപണ പ്രത്യാരോപണങ്ങളുടെ ഒരു തൽസമയ

രാഷ്ട്രീയ കേന്ദ്രമാണ്. ഇത്തരം ഭരണകൂടങ്ങളെ നമുക്കും അടുത്തറിയാവുന്നതു തന്നെ. ആർത്തെക്ക് മുമ്പു സോവിയറ്റ് യൂണിയനിലായിരുന്നപ്പോൾ ആ ഭരണകൂടത്തിന്റെ രാഷ്ട്രീയ വിശ്വാസങ്ങളുടെ വാഹനം തന്നെയായിരുന്നു. പക്ഷേ ആദർശപരതയുടെ എന്തോ ഒരു തരം ധാർമ്മികത നേർമ്മയോടെ അതിലെല്ലാം തളം കെട്ടിക്കിടന്നിരുന്ന എന്നു തോന്നുന്നു, അത് ഞങ്ങൾ കുട്ടികൾക്ക് സുരക്ഷിതത്വത്തിന്റെ ഒരു നല്ല പടലത്തിലൂടെ എന്തിനെയും നോക്കാനുള്ള ശേഷി തന്നു. എന്നു വച്ച് അതൊരു വ്യവസ്ഥയുടെയോ രാഷ്ട്രത്തിന്റെയോ പൊതു സ്വഭാവമാകണമെന്നില്ലെന്ന് പിന്നീട് കാലം തെളിയിച്ചു.

ഇന്ന് എന്റെ പതിനഞ്ചു വയസ്സുള്ള മകൻ ഈ വിവരണങ്ങൾ വായിച്ച് കൗതുകം പൂണ്ടിരിക്കുന്നു. അവനു മുന്നിൽ ചരിത്രം വേറെ അവതാരങ്ങളിലാണിന്ന്. പക്ഷേ തൽക്കാലം പല ഭാഷകളിൽ പരസ്പരം 'ഹലോ' അല്ലെങ്കിൽ 'സുപ്രഭാതം' പറയുന്നതെങ്ങനെ തുടങ്ങിയ കാര്യങ്ങളിൽ രസം കാണുന്ന അവസ്ഥയിലാണു അവനും സുഹൃത്തുക്കളും. ഇരുപതു വർഷം മുമ്പ് ഞാൻ ചെയ്തതും ഇതൊക്കെ തന്നെ. അങ്ങനെയെങ്കിൽ ഇയാളുടെ കൊച്ചു യുട്ടോപ്പിയകൾക്കെന്തു പറ്റുന്നുവെന്ന് ഞാനും സൂക്ഷിച്ചു നോക്കുന്നു. നമുക്ക് ഒരേ പോലെയാണോ പറ്റുന്നത്, അതോ വേറെ വിധത്തിലാണോ?

വ്യാപകമായി എഴുതപ്പെടുന്നതും ചർച്ച ചെയ്യപ്പെടുന്നതുമായ ലോകബോധത്തെ മറി കടന്ന്, സ്വയം തിരഞ്ഞെടുക്കുന്ന വിവിധ പ്രവൃത്തികളുടെ അനുഭൂതികളിൽ മുഴുകിക്കൊണ്ട് ഭാവിയിലേക്കുള്ള സ്വപ്നങ്ങളുടെ ഏത് തകർച്ചയും നേരിടുന്ന ബാല്യകൗമാര കാലം' എന്നൊന്നുണ്ടായിരിക്കുമോ എക്കാലത്തും?

പുതിയ വായനക്കാരേ, നിങ്ങളുടെ മുന്നിൽ 'ആർത്തെക്ക് അനുഭവങ്ങൾ' നീട്ടിവച്ച് ഞാൻ തിരയുന്നതും ഇതൊക്കെയാണ്. ഇത് പ്രസിദ്ധീകരിച്ച് പുതിയൊരു കുട്ടിക്കാലത്തിലേക്ക് എത്തിച്ച ഇൻസൈറ്റ് പബ്ലിക്കക്ക് നന്ദി.

കവിത ബാലകൃഷ്ണൻ

ഒന്ന്

അയ്യൂ ഡാഗിന്റെ കഥ

കരടിമലയുടെ പിറകിലുണ്ടൊരു കഥ. എല്ലാ മലകൾക്കും ഉള്ളതിനേക്കാൾ വിചിത്രസുന്ദരമായ കഥ. ആയിരക്കണക്കിനു കുട്ടികൾ വർഷം തോറും കേട്ടു രസിക്കുന്ന കഥ. അതിസുന്ദരിയായൊരു പെൺകുട്ടിയാണ് നായിക. കൊടുംകാട്ടിനുള്ളിൽ ജനിച്ചു വീണ അവളെ കാടിന്റെ സന്തതികൾ അരുമയോടെ വളർത്തി. മാനും മയിലും കരടിയും കാട്ടുപോത്തുമെല്ലാം അവളുടെ കളിക്കൂട്ടുകാരായിരുന്നു. കാടിന്റെ ഹരമായി കാട്ടുപ്രകൃതിയുടെ ആഹ്ലാദമായി അവൾ വിഹരിച്ചു.

ഒരു കൂട്ടം കരടികൾക്ക് അവളോടുണ്ടായിരുന്ന സ്നേഹത്തിന് അളവില്ല. ഒരു നിമിഷം പോലും അവർക്കവളെ വിട്ടു പിരിയാൻ വയ്യാത്ത നിലയായി. നിഴലെന്ന പോലെ അവരവളെ അനുഗമിച്ചു. കാട്ടുതേൻ കുടിച്ച് വനപുഷ്പങ്ങളുടെ സൗരഭ്യം നുകർന്ന് കാനനഭംഗിയുടെ അനന്തവിസ്മയങ്ങളിൽ അത്ഭുതം കൂറിയ മനസ്സുമായി അവൾ വളർന്നു വരികയാണ്. അങ്ങനെയിരിക്കേ, ഒരു നാൾ കരടിക്കൂട്ടന്മാർ ഇര തേടിപ്പോയ സമയത്ത് അത്യുത്ഭുതകരമായ ഒരു കാഴ്ച അവൾ കണ്ടു. കാട്ടുപൊന്തകളിലെ അനക്കം കേട്ടുകൊണ്ടാണ് അവളുടെ ശ്രദ്ധ അങ്ങോട്ടു തിരിഞ്ഞത്. അതാ ഒരു ചെറുപ്പക്കാരൻ തന്റെ വർഗ്ഗത്തിൽപ്പെട്ട ഒരു ജന്തുവിനെ കാണുകയായിരുന്നു അവൾ. നൈസർഗ്ഗികമായ ഏതോ വാസനക്കടിപ്പെട്ട് അവളുടെ മനമൊന്നു പിടഞ്ഞു. ചെറുപ്പക്കാരനിൽനിന്ന് ദൃഷ്ടി പിന്തിരിക്കാനാവുന്നില്ല. പ്രഥമ ദർശനത്തിൽത്തന്നെ ഉയിരെടുത്ത പ്രണയം. നിമിഷങ്ങൾക്കകമത് പടർന്ന് പന്തലിക്കുകയായി. അവൾ സർവ്വവും മറന്നു. കാടിനെയും കരടിക്കൂട്ടന്മാരെയുമെല്ലാം. പച്ചച്ചാർത്തണിഞ്ഞ താഴ്വരകളിലും പവിഴക്കല്ലുകൾ ചിതറിക്കിടക്കുന്ന തീരപ്രദേശങ്ങളിലും അവർ മതിമറന്നുല്ലസിച്ചു നടന്നു. കാട്ടുവള്ളികളിൽ ഊഞ്ഞാലാടിയും ഇളംവെയിലിൽക്കുളിച്ചും കാട്ടരുവികളിൽ മുങ്ങിത്തുടിച്ചും കാട്ടുമരങ്ങളോട് കിന്നാരം പറഞ്ഞും സമയം പോയതറിയാതെ

അവസാനമവർ കടൽത്തീരമണഞ്ഞു. ഉണങ്ങിയ ഒരു മരത്തടിയെടുത്ത് തോണിയാക്കി. അലമാലകളെ സ്വർണ്ണം ചാർത്തുന്ന സൂര്യഗോളത്തെ ലക്ഷ്യമാക്കി കടലിന്റെ വിരിമാറിലൂടെ അവർ നീങ്ങി. വൈകുന്നേരം തിരിച്ചെത്തിയ കരടിക്കുട്ടന്മാർ കളിക്കൂട്ടുകാരിയെ കാണാതെ കഠിനമായ നിരാശയിലായി. ഏറിയ ദുഃഖത്തോടെ കാട്ടു മുഴുവൻ അവരവളെ തിരഞ്ഞുകൊണ്ട് പരതി നടന്നു. നിമിഷങ്ങൾ നീങ്ങുന്തോറും അവരുടെ മനസ്സിലും കാട്ടിലും ഇരുട്ട് കനം വെച്ച് പടരുകയായിരുന്നു. അന്നു രാത്രി അവരുറങ്ങിയില്ല. മറ്റു മൃഗങ്ങളും പക്ഷികളും ഉറങ്ങിയില്ല. കാട്ടുമുറങ്ങിയില്ല. കരടിക്കുട്ടന്മാർ ദിവസങ്ങളോളം അവരുടെ തിരച്ചിൽ തുടർന്നു. അവരവളെ തേടിയെത്താത്ത ഒരിഞ്ചു സ്ഥലം പോലും കാട്ടിലില്ലെന്ന നില വന്നു. സമുദ്രതീരമണഞ്ഞ ഒരു വലിയ കരടിക്കുട്ടൻ കരിങ്കടലിന്റെ നീലിച്ച തിരമാലക്കൈകളിൽ കാണാനിടയായ തോണിയെ തിരിച്ചറിഞ്ഞു. തങ്ങളുടെ കൂട്ടുകാരി ആ തോണിയിലുണ്ട്. അവന്റെ മനസ്സു പിടഞ്ഞു. എങ്ങനെയാണവളെ വീണ്ടെടുക്കുക! അവന്റെ നിസ്സഹായസ്വരം കടലിന്റെ നീലക്കൈകളിൽ ഉടഞ്ഞു മുറിഞ്ഞു. സകല ശക്തിയും സമാഹരിച്ചപ്പോൾ അവനിൽ ആവേശം ആളിക്കത്തി. ഒറ്റക്കുതിപ്പുകൊണ്ട് അങ്ങെത്തിച്ചേരാറായെങ്കിൽ! അതൊരു വ്യാമോഹം മാത്രമാണെന്ന് അവനറിഞ്ഞു. ഒരു നിമിഷാർദ്ധം. അവന്റെ തലച്ചോറിൽ ഒരു പുതിയ മിന്നൽപ്പിണർ. വലിയൊരദ്ധ്വാനത്തിന്റെ പ്രതിദ്ധ്വനി. എത്ര വലിയ ത്യാഗം സഹിച്ചായാലും കൂട്ടുകാരിയെ വീണ്ടെടുക്കുമെന്ന ദൃഢനിശ്ചയത്തോടെ അവനവിടെ ആ കടൽക്കരയിൽ ഒറ്റ ഇരുപ്പിരുന്നു. ഇളകാത്ത ഇരുപ്പ്. ആ കടൽ മുഴുവൻ കുടിച്ചു വറ്റിക്കാതെ അവിടെനിന്ന് ഇളകുകയില്ല. വെള്ളം മുഴുവനും കുടിച്ച് വറ്റിക്കാനാകും. അവസാനം വഞ്ചി മണൽപ്പരപ്പിലുറക്കും. ഓടിച്ചെന്ന് അവളെ കൊണ്ടു വരാം.

"കരടിക്കുട്ടൻ വെള്ളം കുടിച്ചു വറ്റിച്ചുകൊണ്ടിരിക്കുകയാണിപ്പോഴും."

സിര്യോഷ പറഞ്ഞു.

"ഹായ്!" ഞങ്ങൾ എല്ലാവരും ഉറക്കെ ശബ്ദിച്ചു. സർവ്വർക്കും ആഹ്ലാദം.

"കണ്ടാൽ തനി കരടി തന്നെ."

അയ്യൂ ഡാഗിനെ ചൂണ്ടിക്കൊണ്ട് കുട്ടികൾ വിളിച്ചു പറഞ്ഞു.

കരടിമലയെക്കുറിച്ചുള്ള ഈ കഥ ഞങ്ങളുടെ പയനിയർ ലീഡറായ വർഷം തോറും ആയിരക്കണക്കിനു കുട്ടികളോടു പറഞ്ഞു കൊണ്ടിരിക്കുകയായിരുന്നു. സത്യമല്ലെന്നുറപ്പുള്ള ഇക്കഥയിലെ

'സത്യം' നിഷേധിക്കാനാവാതെ ലോകത്തിന്റെ വിവിധഭാഗങ്ങളിൽ നിന്നെത്തുന്ന കുട്ടികൾ അയൂ ഡാഗിന്റെ മടിയിൽ സ്വർഗ്ഗത്തിന്റെ കവാടം തുറക്കാറുണ്ട്.

കുട്ടികളുടെ സ്വർഗ്ഗഭൂമിയായിരുന്ന ആർത്തെക്ക്. കരിങ്കടലിന്റെ മനോഹരമായ ക്രിമിയൻ തീരം. സമുദ്രത്തിലേക്കിറങ്ങി നില്ക്കുന്ന അയൂ ഡാഗ് പർവ്വതം. ആകാശത്തുനിന്നു നോക്കിയാൽ ഒരു കുറ്റൻ കരടി വെള്ളം കുടിക്കുകയാണെന്നേ തോന്നൂ. അതുകൊണ്ടു തന്നെയാണ് അയൂ-ഡാഗിന് കരടിമല എന്ന പേർ കിട്ടിയത്. കാടും കടലും കിന്നാരം പറയുന്ന കുട്ടികളുടെ ഈ മനോഹരതീരത്ത് എന്നെങ്കിലും എത്തിച്ചേരാനാവുമെന്ന് ഞാൻ കരുതിയിരുന്നതല്ല. സോവിയറ്റ് യൂണിയനെക്കുറിച്ച് വായിച്ചപ്പോഴെല്ലാം ആർത്തെക്ക് എന്റെ മനസ്സിൽ ഒരു സ്വപ്നമായി നിന്നിരുന്നു.

ആയിരത്തിത്തൊള്ളായിരത്തി എൺപത്തൊമ്പത് മെയ് ഇരുപത്തൊന്ന്. അന്നാണ് ആ സുന്ദരസ്വപ്നം യാഥാർത്ഥ്യമായിത്തീർന്നത്.

ആർത്തെക്ക് ഒരത്ഭുതലോകം തന്നെ. മാനം മുട്ടെ ഉയർന്നു നിൽക്കുന്ന കരടിമല. നോക്കുന്നിടത്തെല്ലാം കേരളത്തെ അതിശയിപ്പിക്കുന്ന പച്ചപ്പ്. തെങ്ങിനേക്കാളും ഉയരത്തിൽ കുട വിരിച്ചു നിൽക്കുന്ന വൻ കാറ്റാടിമരങ്ങൾ. ചുറ്റും മലയിടുക്കുകൾ. സോഷ്യലിസത്തിന്റെ സംഗീതമുതിർക്കുന്ന ഇന്ദ്രനീലത്തിരമാലകൾ ഉമ്മ വെച്ച് വിടുന്ന കടൽക്കാറ്റ്. ഉരുണ്ടും നീണ്ടും, മിനുസപ്പെട്ട് വെയിലത്ത് പവിഴപ്രഭ ചൊരിഞ്ഞുകൊണ്ട് തിളങ്ങുന്ന വെള്ളാരംകല്ലുകൾ നിറഞ്ഞ കരിങ്കടൽത്തീരം.

അതെ, എന്റെ സ്വപ്നങ്ങളിൽ നിറഞ്ഞു നിന്ന സ്വർഗ്ഗഭൂമി തന്നെ ഇത്. ഭൂമിയിലെ സ്വർഗ്ഗം. ആർത്തെക്ക് നീണാൾ വാഴട്ടെ എന്ന ആശംസകളോടെ ആ സ്വർഗ്ഗഭൂമിയോടും അവിടത്തെ കൊച്ചു മാലാഖമാരോടും കണ്ണീരോടെ 'ദസ്‌വിദാനിയ' (നമസ്ക്കാരം) പറഞ്ഞിട്ട് നാളുകളനവധി കഴിഞ്ഞു. ഇന്നും അവിടത്തെ അനുഭവങ്ങൾ മനസ്സിൽ പച്ച പിടിച്ചു നിൽക്കുന്നു.

ആർത്തെക്ക് സമാധാനത്തിന്റെയും ശാന്തിയുടെയും നാടാണ്. മുമ്പത്തെ സോവിയറ്റ് യൂണിയനിലെ പതിനഞ്ചു റിപ്പബ്ലിക്കുകളിലൊന്നായ ഉക്രയിനിലാണ് അത് സ്ഥിതി ചെയ്യുന്നത്.കുട്ടികളുടെ സുഖവാസം ലക്ഷ്യമാക്കി സംവിധാനം ചെയ്തിരിക്കുന്ന ലോകത്തിലെ ഏറ്റവുംവലിയ സങ്കേതമാണതെന്നു പറയാം. കുട്ടികൾക്ക് കളിക്കാനും വിശ്രമിക്കാനും പഠിക്കാനും ഇഷ്ടപ്പെട്ടവിനോദങ്ങളിലേർപ്പെടാനും ഒക്കെയായി അറുപതിനായിരത്തിലധികം ക്യാമ്പുകൾ സോവിയറ്റ്‌യൂണിയനിലുണ്ടായിരുന്നു. ഏറ്റവും വലുതും ഏറ്റവും പ്രസിദ്ധവുമാണ് ഇത്. പത്തിനും പതിനഞ്ചിനും ഇടക്ക് പ്രായമുള്ള കുട്ടികളുടെ സംഘടനയായ യങ്ങ് പയനിയർ ഓർഗനൈസേഷനാണ് ക്യാമ്പിന് നേതൃത്വം നല്കിയത്. അവിടത്തെ എല്ലാ വിദ്യാലയങ്ങളിലും ഈ സംഘടനയുടെ യൂണിറ്റുകളുണ്ടായിരുന്നു. കേവലം വിനോദം മാത്രമല്ല, ആർത്തെക്കിലെ യുവ പയനിയർ ക്യാമ്പിൽ ഉദ്ദേശിക്കപ്പെടുന്നത്. ലോകമെമ്പാടുമുള്ള പ്രദേശങ്ങളുടെ ചരിത്രവും ഭൂമിശാസ്ത്രവും സാഹിത്യവും കലയുമെല്ലാം ആർത്തെക്കിൽ സമ്മേളിക്കപ്പെടുന്നു. "സമാധാനത്തിന്റെ മുന്നണിപ്പോരാളികളായി, എന്റെ പ്രിയപ്പെട്ട കൂട്ടുകാരേ, നമുക്ക് ഉണർന്നെണീക്കാം." ക്യാമ്പിന്റെ ഉദ്ഘാടനച്ചടങ്ങിൽ മെയ് 26ന് ഇന്ത്യൻ പ്രതിനിധിയായി ഞാൻ ഇപ്രകാരം പ്രസംഗിച്ചപ്പോൾ റഷ്യൻ കൂട്ടുകാരുടെ അത്ഭുതം വിടരുന്ന ഒരായിരം നീലക്കണ്ണുകൾ പളുങ്കുമണികൾ പോലെ മിന്നി. അവർ കൈയടിച്ചു. "നിങ്ങളുടെ താഷ്ക്കെന്റ് ഞങ്ങളുടെ രാമായണത്തിലെ പ്രസിദ്ധമായ കേകയരാജ്യമാണെന്ന് ഞാൻ കേട്ടിട്ടുണ്ട്. ആ

കേകയരാജപുത്രിയുടെ പുത്രൻ ഭരതൻ-ഞങ്ങളുടെ ഇതിഹാസഗ്രന്ഥമായ രാമായണത്തിലെ കഥാപാത്രം-മുഖ്യ പ്രതിഷ്ഠയായി ആരാധിക്കപ്പെടുന്ന ഇരിങ്ങാലക്കുടയിൽനിന്നാണ് ഞാൻ വരുന്നത്."എന്റെ ഇംഗ്ലീഷിലുള്ള വാക്കുകൾ ഞങ്ങളുടെ ഗൈഡും ദ്വിഭാഷിയുമായിരുന്ന നീനാ മാഡം റഷ്യനിൽ ചെയ്തതും, റഷ്യൻ കുട്ടികൾ ഹർഷാരവം മുഴക്കി. പിന്നെ അവർക്ക് രാമായണത്തെക്കുറിച്ചറിയണം. കഥ മുഴുവൻ വിസ്തരിക്കാനുള്ളത്രയും വൈഭവം ഇംഗ്ലീഷിലെനിക്കില്ല. എങ്കിലും ഞാനൊന്നു ശ്രമിച്ചു. ചുരുക്കിപ്പറയുകയും ചെയ്തു. അങ്ങനെ ഞാനവരുടെ സ്റ്റോറി ടെല്ലറായിത്തീർന്നു. അത്തവണ ആർത്തെക്കിൽ ആദ്യം എത്തിയ വിദേശപ്രതിനിധികൾ ഇന്ത്യാക്കാരായ ഞങ്ങളായിരുന്നു.

ഞങ്ങളഞ്ചുപേർ. ഡൽഹിയിൽനിന്ന് മയങ്ക് ചൗളയും, നിഷിത ജെയിനും, അഹമ്മദാബാദിൽനിന്ന ഗാമി ലാറിസസുരേന്ദ്രയും, ഹൈദ്രബാദിൽനിന്ന് ശൈലേഷ് കരണും പിന്നെ ഞാനും. അതിവിപുലമായ ഒരുക്കങ്ങളോടെയാണ് ആതിഥേയർ ഞങ്ങളെ സ്വീകരിച്ചത്. ആർത്തെക് ക്യാമ്പിന്റെ ഡയറക്ടർ വാസ്ല്യേവ് ഞങ്ങൾക്ക് ധാരാളം പനിനീർപ്പൂക്കൾ തന്നു. പരമ്പരാഗത റഷ്യൻ രീതിയിൽ റൊട്ടിയും നടുവിൽ ഉപ്പും വെച്ച് അവർ ഞങ്ങളെ സ്വീകരിച്ചു. റഷ്യൻ രീതിയിലുള്ള ആടയാഭരണങ്ങൾ ധരിപ്പിച്ചു. പിന്നെ അവർ പാട്ടു പാടിയും നൃത്തം വച്ചും സന്തോഷം പ്രകടിപ്പിച്ചു. എന്നെന്നും ഓർമ്മിക്കാൻ എത്രയെത്ര അനുഭവങ്ങളാണ് ആർത്തെക്ക് നല്കിയത്! ഞാൻ ആ സ്വർഗ്ഗത്തിൽ എത്തിപ്പെടാൻ ഇടയായ സംഭവം വിവരിക്കാം.

●

രണ്ട്

സോവിയറ്റ് ലാന്റ് നെഹ്റു അവാർഡ്

നമ്മുടെ രാഷ്ട്രശില്പിയായ പണ്ഡിറ്റ് ജവഹർലാൽ നെഹ്റുവിന്റെ നിര്യാണത്തെത്തുടർന്ന് ആയിരത്തിതൊള്ളായിരത്തി അറുപത്തിനാലിൽ 'മഹത്തരമായ ഭാരത സോവിയറ്റ് മൈത്രിക്കു വേണ്ടിയുള്ള ഫണ്ട്'' എന്ന പേരിൽ ഒരു നിധി ഏർപ്പെടുത്തപ്പെട്ടു. വിശ്വസമാധാനത്തിനും രാഷ്ട്രങ്ങൾ തമ്മിലുള്ള സ്നേഹബന്ധത്തിനും വേണ്ടി പൊരുതിയ മഹാനായ ഒരു യോദ്ധാവെന്ന നിലക്ക് പണ്ഡിറ്റ് ജവഹർലാൽ നെഹ്റുവിന്റെ സ്മരണ സോവിയറ്റ് ജനതക്കും ഇന്ത്യൻ ജനതക്കും ഒരു പോലെ പ്രിയങ്കരമാണ്. ആ സ്മരണയെ മാനിക്കുന്നതിന് 'സോവിയറ്റ് നാട്'' പത്രിക പ്രസ്തുത നിധിയേർപ്പെടുത്തുവാനും 'സോവിയറ്റ് നാട് നെഹ്റു പുരസ്ക്കാരങ്ങൾ' എന്ന പേരിൽ സമ്മാനങ്ങൾ നല്കുവാനും തീരുമാനിച്ചു. ഏറ്റവും നല്ല സാഹിത്യകൃതികൾക്കും പത്രലേഖനങ്ങളുടെ സമാഹാരങ്ങൾക്കും, റഷ്യൻ ക്ലാസ്സിക്കുകളുടെയും, സോവിയറ്റ് ഗ്രന്ഥങ്ങളുടെയും ഇന്ത്യൻ ഭാഷയിലുള്ള വിവർത്തനങ്ങൾക്കും കൂടാതെ ജവഹർലാൽ നെഹ്റു പ്രിയങ്കരമായി കരുതിയിരുന്ന ലക്ഷ്യത്തെ പ്രോത്സാഹിപ്പിക്കുവാൻ ഉദ്ദേശിച്ചു കൊണ്ട് സൃഷ്ടിപരവും സാംസ്ക്കാരികവുമായ രംഗങ്ങളിൽ നിർവ്വഹിക്കപ്പെട്ട സ്തുത്യർഹമായ പ്രവർത്തനങ്ങൾക്കും കൂടി നല്കുന്നതാണ് ഈ സമ്മാനങ്ങൾ. കുഞ്ഞുങ്ങളെ ജീവനു തുല്യം സ്നേഹിച്ചിരുന്ന ചാച്ചാ നെഹ്റുവിന്റെ പേരിലുള്ള ഈ പുരസ്ക്കാരങ്ങൾ വർഷം തോറും ചിത്രരചനാ മത്സരത്തിൽ വിജയികളാകുന്ന അഞ്ചു പേരെ തേടിയെത്തിക്കൊണ്ടിരുന്നു. വർണ്ണങ്ങളോട് ജന്മനാ എനിക്കുള്ള കൗതുകവും ചിത്രരചനയിൽ ആനന്ദം കണ്ടെത്തുന്ന പ്രകൃതവും എന്നെയും മത്സരരംഗത്തേക്ക് എത്തിച്ചു.

'ഭാരത-സോവിയറ്റ് സാസ്ക്കാരികോത്സവങ്ങൾ' എന്നതായിരുന്നു 1988ലെ വിഷയം. മുൻ വർഷം' നമ്മുടെതായ ഈ ലോകം എത്ര മനോഹരമാണ്'' എന്ന വിഷയത്തെക്കുറിച്ച് രചിക്കപ്പെട്ട ചിത്രങ്ങളിൽ സമ്മാനാർഹമായ അഞ്ചെണ്ണവും 'സോവിയറ്റ് നാട്''

പത്രികയിലൂടെ ഞാൻ കണ്ടിരുന്നു. എത്ര മനോഹരമായിട്ടാണ് കുട്ടികൾ അവ വരച്ചിരിക്കുന്നത്! അവ നോക്കി ഞാൻ അതിശയിച്ചിരുന്നു പോയിട്ടുണ്ട്.

നമ്മുടെ നാട്ടിൽ നടക്കുന്ന പല ചിത്രരചനാമത്സരങ്ങളും ഞാൻ കണ്ടിട്ടുണ്ട്. പലതിലും പങ്കെടുക്കുകയും സമ്മാനങ്ങൾ നേടുകയും ചെയ്തിട്ടുണ്ട്. എന്നാൽ ഇത്രയും വലിയൊരു സമ്മാനത്തെക്കുറിച്ച് ആദ്യമായി കേൾക്കുകയായിരുന്നു. ലോകത്തിലെ ഏറ്റവും വലിയ, കുട്ടികളുടെ സുഖവാസകേന്ദ്രത്തിൽ ഒരു മാസം താമസിക്കാനാവുക! അത്രയും വലിയ സൗഭാഗ്യം സമ്മാനമായി ലഭിക്കുന്ന ഏതു മത്സരമാണ് വേറെയുള്ളത്?

കോഴിക്കോട് യൂണിവേഴ്സൽ ആർട്ട്സിന്റെ ബാലചിത്രമേളയാണ് ഞാൻ പങ്കെടുത്തിട്ടുള്ള ഏറ്റവും വലിയ ചിത്രരചനാമത്സരം. പതിനായിരത്തോളം കുട്ടികൾ മാനാഞ്ചിറ മൈതാനത്ത് ഒത്തുകൂടുന്നു. വർണ്ണത്തൊങ്ങലുകൊണ്ടലങ്കരിച്ച കൂടാരത്തിൽ തറയിലിരുന്നും കിടന്നും മധുരനാരങ്ങയും മിഠായിയും നുണഞ്ഞുകൊണ്ട് ലോഭമില്ലാതെ ലഭിക്കുന്ന വർണ്ണങ്ങൾക്കൊണ്ട് കുട്ടികൾ ഇഷ്ടമുള്ള ചിത്രങ്ങൾ രചിക്കുകയാണ്. യാതൊരു വിലക്കുകളുമില്ലാത്ത ലോകത്തിൽ സൃഷ്ടിയുടെ ആഹ്ലാദം പങ്കു വെക്കാൻ കഴിയുന്നു.

മികച്ച മൂന്ന് ചിത്രങ്ങൾക്ക് സ്വർണ്ണമെഡലുകളും ആയിരത്തിലധികം സമ്മാനങ്ങളുമാണിവിടെ ലഭിക്കുന്നത്. കോഴിക്കോട്ടങ്ങാടിയിൽ തലേ ദിവസം കണ്ട ഒരു തെരുവുദൃശ്യം ആവിഷ്ക്കരിക്കപ്പെട്ട 'യുദ്ധം വയറിനോട്' എന്ന എന്റെ ജലച്ചായചിത്രത്തിന് 1987ലെ മാതൃഭൂമി സ്വർണ്ണമെഡൽ ലഭിച്ചു. ആ സമ്മാനം എനിക്കു നല്കിയ പ്രോത്സാഹനത്തിന്റെ ശക്തിയും ആത്മവിശ്വാസത്തിന്റെ കരുത്തും എത്രമേൽ ശക്തമാണ്!

കേരളത്തിൽ നടക്കുന്ന ഒട്ടെല്ലാ ബാലചിത്രരചനാമേളകളിലും ഞാൻ സംബന്ധിച്ചിട്ടുണ്ട്. സമ്മാനങ്ങളും ലഭിച്ചിട്ടുണ്ട്. സോവിയറ്റ് ലാന്റ് നെഹ്രു അവാർഡ് ചിത്രരചനാമത്സരത്തിൽ പങ്കെടുക്കുവാനുള്ള ആത്മവീര്യമുണർന്നത് അങ്ങനെയാണ്.

'ഭാരത-സോവിയറ്റ് സാംസ്ക്കാരികോത്സവങ്ങൾ' എന്ന വിഷയം വളരെ ആകർഷകമായിത്തോന്നി. സ്വതവേ ഉത്സവങ്ങൾ എനിക്കൊരു ഹരമാണ്. കേരളത്തിലെ ഉത്സവക്കാഴ്ചകൾ പലതും ഞാൻ ചായത്തിൽ പകർത്തിയിരുന്നു. സോവിയറ്റ് ഉത്സവങ്ങൾ നേരിട്ടനുഭവിക്കാൻ സംഗതിയുണ്ടായിട്ടില്ലല്ലോ. ആവിഷ്ക്കരണോപാധികൾ കണ്ടു കിട്ടാനുള്ള ശ്രമം തുടങ്ങി. കൽക്കട്ടയിലും ബാംഗ്ലൂരിലും തിരുവനന്തപുരത്തും സോവിയറ്റ് ഉത്സവങ്ങൾ നടക്കുന്നതായി പത്രങ്ങളിൽനിന്ന് മനസ്സിലായി. സോവിയറ്റ് നാട്

എന്ന പ്രസിദ്ധീകരണത്തിന്റെ പല നാളത്തെയും കോപ്പികൾ സമ്പാദിച്ചു. ഒപ്പം മലയാളത്തിൽ കിട്ടിയിരുന്ന പല സോവിയറ്റ് ആനുകാലികങ്ങളും പുസ്തകങ്ങളും കണ്ടു. ടെലിവിഷൻ പരിപാടികളും വിടാതെ ശ്രദ്ധിക്കാൻ തുടങ്ങി. മനസ്സിൽ വിഷയത്തിന് തെളിച്ചം വന്നുതുടങ്ങി. പിന്നെ കടലാസ്സിൽ പകർത്താനുള്ള പരിശ്രമമായി. വൈവിധ്യപൂർണ്ണങ്ങളായ ദൃശ്യാനുഭവങ്ങൾക്കായി എന്റെ ചായക്കൂട്ടുകളും ബ്രഷും ചലിക്കുവാൻ തുടങ്ങി. ചിരപരിചിതങ്ങളായ സ്വന്തം നാടിന്റെ ഉത്സവഭംഗികൾ ആദ്യം ആവിഷ്ക്കരിച്ചു. നെറ്റിപ്പട്ടം കെട്ടിയ ആനകളും മുത്തുക്കുടകളും വള്ളംകളിയും തെയ്യവും തിറയും പൂതനും കഥകളിയുമെല്ലാം വരച്ചു. റഷ്യൻ ഖസാക്ക് നൃത്തവും ജിംനാസ്റ്റിക്സും, ഉക്രേനിയൻ ജനകീയ നൃത്തങ്ങളും, പാവക്കളിയും എല്ലാമെല്ലാം എന്റെ കടലാസ്സിൽ മെല്ലെ മെല്ലെ തെളിഞ്ഞു വന്നു.

ദിവസങ്ങൾ പറക്കുകയായിരുന്നു. പല രാവുകളും എന്നെ സംബന്ധിച്ചിടത്തോളം പകലുകളായി മാറിക്കഴിഞ്ഞു. വരച്ച തള്ളിയ ചിത്രങ്ങളെക്കൊണ്ട് മുറി നിറഞ്ഞു. വരക്കുംതോറും അതൃപ്തിയും വളർന്നു വളർന്നു വന്നു. 'ഫെയർ' എന്നു കരുതിയ പല പടങ്ങളും 'റഫ്' ആയി മാറി. പടം വരച്ച് തൃപ്തി വരാത്ത വേദന അനുഭവിക്കുകയായിരുന്നു.

മുൻവർഷങ്ങളിൽ സമ്മാനം നേടിയ ചിത്രങ്ങളെല്ലാം നല്ല വലുപ്പമുള്ളവയായിരുന്നുവെന്ന് അവയുടെ ഫോട്ടോഗ്രാഫുകളിൽനിന്ന് മനസ്സിലായി. അത്ര വലിയ ചിത്രങ്ങൾ വരക്കാനുള്ള വശതയും അനുഭവപരിജ്ഞാനവും എനിക്കില്ല. വരച്ചു കഴിഞ്ഞാൽ അത്രയും വലിയ കടലാസ്സ് കേട്ടു കൂടാതെ ന്യൂ ഡൽഹിയിലെ സോവിയറ്റ്

ഇൻഫർമേഷൻ ഡിപ്പാർട്ട്മെന്റിൽ എത്തിക്കുന്നതെങ്ങനെ? കിട്ടാവുന്നത്രയും വലിയ ഒറ്റക്കടലാസ്സിനു വേണ്ടിയായി പിന്നത്തെ ശ്രമം മുഴുവനും. വർത്തമാനപത്രത്തിന്റെ വലുപ്പത്തിലുള്ള കടലാസ്സു കിട്ടി. ഡബ്ബിൾ ഡമ്മി. അതിൽ രചനയും തുടങ്ങി. അതു വരെ പല ദിവസങ്ങളിലായി വരച്ച പല ചിത്രങ്ങളെയും കൂട്ടിയിണക്കി ഒരൊറ്റച്ചിത്രമാക്കാനായിരുന്നു മനസ്സിലെ പ്ലാൻ. കുറച്ചു നേരം വെറുതെ കണ്ണടച്ച് എല്ലാം മറന്നിരുന്നാൽ ചിലത് തെളിഞ്ഞു വരും മനസ്സിൽ. അത് ആദ്യം വരക്കും. പിന്നെ അതിനോട് ചേർന്നതെന്ന് ഉറപ്പു തോന്നുന്നത് ചേർക്കും. അങ്ങനെ പോയി രചന.

ചിത്രം അയച്ചു കൊടുക്കേണ്ട അവസാന ദിവസം അടുത്തു വന്നു. വരച്ച് വരച്ച് ഞാൻ തളർന്നു തുടങ്ങി. പിന്നെ അവസാന മിനുക്കുപണികളും തീർത്ത് ഒരു വിധം അവസാനിപ്പിച്ചപ്പോൾ നല്ല തൃപ്തി തോന്നി. ആകപ്പാടെ നല്ല ഭംഗിയുണ്ട് ചിത്രത്തിന്. ഒറ്റ പെയിന്റിങ്ങല്ല. പലതിന്റെയും ഒരു ചേരുവയാണ്. സമ്മാനം കിട്ടുമോ ഇല്ലയോ എന്നുള്ളതൊന്നുമല്ല ഞാൻ ചിന്തിച്ചത്. എന്തായാലും ഒരു നല്ല വലിയ ചിത്രം പൂർത്തിയാക്കിയല്ലോ! ആ ആശ്വാസം എന്നിൽ ഒരു നവോന്മേഷം തന്നെ വളർത്തി.

നവംബർ അഞ്ചാം തീയതിയിലെ പത്രങ്ങളിൽ വാർത്ത വന്നു. ചിത്രരചനക്കുള്ള സോവിയറ്റ് ലാന്റ് നെഹ്രു അവാർഡ് എനിക്ക്. കേരളത്തിൽനിന്ന് ഈ സമ്മാനത്തിന് തെരഞ്ഞെടുക്കപ്പെടുന്ന ആദ്യത്തെ കുട്ടിയാണ് ഞാൻ. സ്വപ്നത്തിൽ എന്നെ മാടി വിളിക്കുമായിരുന്ന ആർത്തെക്കിന്റെ രൂപം ഒരു യാഥാർത്ഥ്യമായി എനിക്കു കാണാനാകുന്നു!

ആയിരത്തിലധികം പെയിന്റിങ്ങുകളാണ് പ്രസ്തുത വർഷം ഡൽഹിയിൽ അയച്ചു ലഭിച്ചതത്രേ. ഭാരത സോവിയറ്റ് സാംസ്ക്കാരികോത്സവങ്ങളിൽ ഇന്ത്യയിലെ കുട്ടികൾ ആഴത്തിൽ മുഴുകിയിരിക്കുന്നെന്ന് ചിത്രങ്ങളത്രയും വെളിവാക്കുന്നു. ഇരു രാജ്യങ്ങളുടെയും മുക്കും മൂലയും സമഗ്രമായി സ്പർശിക്കപ്പെട്ട പ്രസ്തുത ഉത്സവങ്ങളിൽ അവർ അത്രയധികം ആകൃഷ്ടരായിരിക്കുന്നു. അത്ഭുതപൂർവ്വമായ ഈ ഉത്സവങ്ങളുടെ നിറവും ഭാവവും ആവേശവുമെല്ലാം അവരുടെ ഭാവനയെ വശീകരിച്ചിട്ടുണ്ട്. ഇപ്രകാരമെല്ലാം അവാർഡു കമ്മിറ്റി വിലയിരുത്തിയതായി പത്രങ്ങളിൽ വായിച്ചു.

സമ്മാനലബ്ധി എന്റെ സ്ക്കൂളിനും അഭിമാനകരമായ സൽപ്പേരുണ്ടാക്കി. മാർച്ച്ഒന്നാം തീയതി ഇരിങ്ങാലക്കുട ലിറ്റിൽ ഫ്ളവർ കോൺവെന്റ് ഹൈസ്ക്കൂളിൽ സംഘടിപ്പിക്കപ്പെട്ട വർണ്ണശബളമായ പൊതു ചടങ്ങിൽ വെച്ച് മെഡലും പ്രശസ്തിപത്രവും സമ്മാനിച്ചു കൊണ്ട് മദ്രാസിലെ സോവിയറ്റ് ഇൻഫർമേഷൻ വകുപ്പ് തലവനും കോൺസലറുമായ മി. ഖോദ്ചേവ് പ്രസ്താവിച്ചു:

“ഈ പുരസ്ക്കാരത്തിന് അർഹത നേടിയ കേരളത്തിലെ ആദ്യത്തെ വിദ്യാലയമാണിത്.”

ആർത്തെക്ക് വീണ്ടും വീണ്ടും എന്നെ മാടി വിളിക്കുകയാണ്. അവിടെ വിവിധ സോവിയറ്റ് റിപ്പബ്ലിക്കുകളിലെ കൂട്ടുകാർ കാത്തിരിക്കുന്നു. വിവിധ ലോകരാജ്യങ്ങളിൽനിന്നുള്ള കുട്ടികൾ സ്വാഗതം ചെയ്യുകയാണ്. എങ്ങനെയെങ്കിലും മെയ് 20 ആയെങ്കിൽ! ആർത്തിയോടെ ഞാൻ ആ സുദിനത്തിനായി കാത്തിരുന്നു.

●

മൂന്ന്

അഞ്ച് ഇളം കുമ്പുകൾ

കേരളമുടനീളം സഞ്ചരിക്കാനുള്ള അവസരം ചിത്രരചനയിലുള്ള എന്റെ കൗതുകത്തിന്റെ ഭാഗമായി എനിക്ക് ലഭിച്ചിട്ടുണ്ട്. കാടും പുഴകളും കായലോരങ്ങളും ഇടവഴികളും നഗരദൃശ്യങ്ങളും എല്ലാം ആവും വിധം വരച്ചിട്ടുമുണ്ട്. ഒരിക്കലും തൃപ്തി വരാത്ത അനുഭവമാണ് എപ്പോഴും തോന്നുക. മനസ്സിൽ നിറഞ്ഞത് മനസ്സിനു തോന്നുന്നതു പോലെ ആവിഷ്ക്കരിക്കാൻ പറ്റാത്തതിലെ ഒരു തരം വേദന നിറയുകയും ചെയ്യും.

സമ്മാനലബ്ധിയറിഞ്ഞ് തിരുവനന്തപുരം 'കേരൾസ്ക്ക' യുടെ പ്രവർത്തകർ അവരോടൊപ്പം കന്യാകുമാരിയിലേക്കുള്ള വിനോദയാത്രക്ക് ക്ഷണിച്ചു. വന്ദ്യ വയോധികനായ ശർമ്മാജിയാണ് ക്ഷണം അറിയിച്ചത്. അദ്ദേഹം ആർത്തെക്കിനെക്കുറിച്ച് വളരെയേറെ കാര്യങ്ങൾ എന്നോട് പറയുകയും ചെയ്തു. നിരവധി തവണ ആർത്തെക്ക് സന്ദർശിച്ചിട്ടുള്ള വ്യക്തിയാണദ്ദേഹം. ആർത്തെക്ക് ക്യാമ്പിലെ ചില അനുഭവങ്ങളുടെ ഒരു മിനി റിഹേഴ്സൽ തന്നെയായിരുന്നു തിരുവനന്തപുരത്ത് റഷ്യൻ ഭാഷയും സംസ്ക്കാരവും പഠിക്കുന്ന 'കേരൾസ്ക്ക'യുടെ കൂട്ടുകാരോടൊപ്പം നടത്തിയ വിനോദയാത്ര. തിരുവനന്തപുരം കാഴ്ചബംഗ്ലാവിന്റെ പുൽത്തകിടിയിൽ കൂട്ടുകാർ വട്ടമിട്ടിരുന്നു. റഷ്യൻ സമ്പ്രദായത്തിലുള്ള തോരണങ്ങൾകൊണ്ട് അലങ്കരിച്ചിരുന്നു. റഷ്യൻ ഭാഷാ പഠനകേന്ദ്രത്തിൽ അധ്യാപികയായി സേവനമനുഷ്ഠിച്ചിരുന്ന ബുദാർഗിന വലേറിയ എന്ന മഹതി വിലപ്പെട്ട കുറേ റഷ്യൻ പുസ്തകങ്ങൾ എനിക്കു സമ്മാനിച്ചു. അനുമോദനത്തിന്റെ ഭാഗമായി അസർബൈജാൻ മാതൃകയിലുള്ള ചുകന്ന ഒരു സ്ക്കാർഫ് ശർമ്മാജി എന്നെ അണിയിച്ചു.

നാഗർകോവിൽ, ശുചീന്ദ്രം തുടങ്ങിയ വിവിധ കേന്ദ്രങ്ങളിലുള്ള വിദ്യാലയങ്ങളിൽ സ്വീകരണങ്ങൾ ഏറ്റു വാങ്ങിക്കൊണ്ടായിരുന്നു വിനോദയാത്രാ സംഘത്തിന്റെ സഞ്ചാരം. ഞങ്ങളുടെയെല്ലാം ഹരമായി മാഷ എന്ന റഷ്യൻ കൂട്ടുകാരിയും സംഘത്തിലുണ്ടായിരുന്നു.

BUDDING ARTISTS: The winners of the Soviet Land Nehru Award painting competition who are leaving for the [illegible] Young Pioneers Camp in the Soviet Union on Saturday. On the front row (from left) are [illegible] Karan and Kavitha Balakrishnan. On the back row (from left) are Mayank Chawla, [illegible]

ഞങ്ങൾ പാട്ടും നൃത്തവും നാടകവുമെല്ലാം അവതരിപ്പിച്ചു. സമ്മേളനസ്ഥലങ്ങളിലെ തമിഴ്നാട്ടുകാരായ കുട്ടികൾ അവരുടെ കലാപരിപാടികളും പ്രദർശിപ്പിച്ചിരുന്നു. യാത്രയുടെയും സൗഹൃദസംഗമങ്ങളുടെയും സ്മരണക്കായി പല കേന്ദ്രങ്ങളിലും വൃക്ഷത്തൈകൾ നട്ടുപിടിപ്പിച്ചു.

"ഉലക സമാതാനം നീടൂളി വാഴ്കൈ, ഇനിയൊരു യുത്തം വേണ്ടേ വേണ്ട." കുട്ടികളുടെ കൂടെക്കൂടിക്കൊണ്ട് തികഞ്ഞ പ്രസരിപ്പോടെ ശർമ്മാജി ആവേശത്തോടെ മുദ്രാവാക്യം വിളിച്ചു. കുട്ടികളെല്ലാം അതേറ്റു പറഞ്ഞു.

രാവിലെ പാളയം രക്തസാക്ഷി മണ്ഡപത്തിൽ നിയമസഭാ സ്പീക്കർ ശ്രീ വർക്കല രാധാകൃഷ്ണൻ,പ്രതിപക്ഷ നേതാവ് ശ്രീ. കെ. കരുണാകരൻ, കൃഷി വകുപ്പ് മന്ത്രി ശ്രീ. വി. വി. രാഘവൻ തുടങ്ങിയ പ്രശസ്ത വ്യക്തികളുടെ സാന്നിദ്ധ്യത്തിൽ സമാധാനപ്രാവുകളെ പറപ്പിച്ചുകൊണ്ട് തുടങ്ങിയ വിനോദയാത്ര കന്യാകുമാരിയിലെത്തിയപ്പോൾ സമയം സന്ധ്യയോടടുത്തുകഴിഞ്ഞിരുന്നു. പ്രത്യേകം തയ്യാറാക്കിയ ലോകസമാധാനസന്ദേശങ്ങൾ അടക്കം ചെയ്ത കുപ്പികൾ ഞങ്ങളവിടെ കടലിന്റെ തിരമാലക്കൈകളിൽ ഏൽപ്പിച്ചു കൊടുത്തു.

അന്ന് ശർമ്മാജി എന്നോടു പറഞ്ഞു: "കവിതാ, നീയിത് ആർത്തെക്കിൽ അനുഭവിക്കാൻ പോവുകയാണ്; ഇതിന്റെ നൂറിരട്ടി ആഹ്ലാദത്തോടെ."

ആർത്തെക്കിലേക്കുള്ള യാത്രക്ക് ഒരുക്കം കൂട്ടുമ്പോഴൊക്കെ ഈ വാക്കുകൾ എന്റെ മനസ്സിൽ ആവേശം ഇരട്ടിപ്പിക്കുകയായിരുന്നു.

എന്തൊക്കെയാണ് ഞാനെന്റെ അജ്ഞാതരായ റഷ്യൻ കൂട്ടുകാർക്ക് സമ്മാനിക്കുവാൻ കൊണ്ടു പോകേണ്ടത്?

"നിനക്കാകും വിധം നിന്റെ രാജ്യത്തെ അവർക്ക് പരിചയപ്പെടുത്തിക്കൊടുക്കാൻ ഉതകുന്നതെല്ലാം കൊണ്ടു പോവുക."

പിന്നെ അതിനായി യത്നം. തിരുവനന്തപുരത്തെ റഷ്യൻ പഠനകേന്ദ്രത്തിലെ എന്റെ കൂട്ടുകാർ കുറേ റഷ്യൻ വാക്കുകൾ എനിക്ക് സമ്മാനിച്ചു. അത് ഞാൻ നിധി പോലെ ഹൃദയത്തിൽ സൂക്ഷിക്കുകയും ചെയ്തു. എനിക്കു മുമ്പ് ആർത്തെക്ക് സന്ദർശിച്ച വേറെയും കുട്ടികൾ കേരളത്തിലുണ്ട്. അവരിലാരെയെങ്കിലും നേരിട്ടു കാണുവാനുള്ള ശക്തിയായ താൽപര്യം ജനിച്ചു. അങ്ങനെയാണ് അജിതയെ കണ്ടു മുട്ടുന്നത്. തൃശ്ശൂരിലെ തൊഴിലാളി പ്രവർത്തകനും കമ്മ്യൂണിസ്റ്റു പാർട്ടി ഓഫ് ഇന്ത്യയുടെ നേതാവുമായ സഖാവ്. പി.

കെ. കൃഷ്ണന്റെ മകളാണ് അജിത. ഞാൻ അജിതയുടെ വീട്ടിലെത്തി. അജിത ആർത്തെക്കിൽനിന്ന് തിരിച്ചെത്തിയിട്ട് ഒരു വർഷമേ ആയിട്ടുള്ളൂ. എന്തൊരാവേശത്തോടെയാണ് ആ കുട്ടി ആർത്തെക്ക് സ്മരണകൾ അയവിറക്കിയത്! പറഞ്ഞിട്ടും പറഞ്ഞിട്ടും തീരാത്ത അനുഭവങ്ങൾ. റഷ്യൻ കൂട്ടുകാരികൾ സമ്മാനിച്ച നൂറു നൂറ് വസ്തുക്കൾ അവളെനിക്ക് കാണിച്ചു തന്നു. ഓൾ ഇന്ത്യ യൂത്ത് ഫെഡറേഷന്റെ ആഭിമുഖ്യത്തിലുള്ള അവസരം ഉപയോഗിച്ചാണ് അവൾ കുട്ടികളുടെ ആ മനോഹര തീരം സന്ദർശിച്ചത്.

അജിതയുടെ അനുഭവങ്ങൾ എന്റെ ഹൃദയത്തിൽ എന്തെന്നില്ലാത്ത ആവേശവും ആഹ്ലാദവും നിറച്ചു. ആകാവുന്ന എല്ലാ വിവരങ്ങളും ഞാനവളോട് ചോദിച്ചറിഞ്ഞു. പിന്നീടുള്ള ദിവസങ്ങൾ മുഴുവനും കുട്ടികളുടെ പറുദീസയിൽ കണ്ടെത്താനിരിക്കുന്ന കൂട്ടുകാർക്ക് വേണ്ടി സമ്മാനങ്ങൾ സമാഹരിക്കുന്ന യത്നത്തിലായിരുന്നു ഞാൻ.

അതിനിടെ മറ്റൊരു ഭാഗ്യാനുഭവവും എന്നെത്തേടിയെത്തി. തിരുവനന്തപുരം ദൂരദർശൻകേന്ദ്രത്തിൽ ഒരഭിമുഖത്തിനുള്ള ക്ഷണം. എന്റെ കുറേ ചിത്രങ്ങളും അഭിമുഖത്തോടൊപ്പം അവർ സംപ്രേഷണം ചെയ്തു. അത് വലിയൊരനുഭവം തന്നെ.

വരക്കുന്ന ചിത്രങ്ങൾ മറ്റുള്ളവർ കാണുകയും ആസ്വദിക്കുകയും ചെയ്യുമ്പോഴുള്ള ആഹ്ലാദം ഒന്നു വേറെത്തന്നെയാണ്. പാട്ടും നൃത്തവും അഭിനയവും അവതരിപ്പിക്കുന്ന കുട്ടികൾ താരതമ്യേന കൂടുതൽ ഭാഗ്യവാന്മാരാണ്. അവർക്ക് അവതരണവേളയിൽത്തന്നെ ധാരാളം ആസ്വാദകരെ ലഭിക്കുന്നു. ചിത്രങ്ങൾ അത്ര എളുപ്പത്തിൽ ആസ്വാദകരുടെ മുമ്പിലെത്തുന്നില്ല. കുട്ടികൾക്ക് മാത്രമായി നമ്മുടെ നാട്ടിൽ എത്രയോ ചിത്രരചനാ മത്സരങ്ങൾ നടക്കുന്നു. ആയിരക്കണക്കിന് രചനകളാണവിടെ രൂപം കൊള്ളുന്നത്. കൂടുതൽ താൽപര്യമുള്ളവർ വരച്ചു കൂട്ടി സമാഹരിക്കുന്നവ വേറെയുമുണ്ട്. ഇവയെല്ലാം കൂടുതൽ ആളുകൾക്ക് കാണുവാനാകുംവിധം പ്രദർശിപ്പിക്കുന്ന സമാരംഭങ്ങൾ എത്രയോ കുറവ്! സ്കൂൾ യുവജനോത്സവങ്ങളിൽ മറ്റെല്ലാ ഇനങ്ങളും നേരിട്ട് ആസ്വാദകന്റെ മുന്നിൽ അവതരിപ്പിക്കപ്പെട്ടപ്പോൾ ചിത്രങ്ങൾ മാത്രം ആരും കാണാതെ ഇരുട്ടിൽ കെട്ടിക്കിടക്കുന്നു. വലിയൊരു ദുഃഖം തന്നെയാണിത്. ഈ പശ്ചാത്തലത്തിലാണ് ദൂരദർശനിലൂടെ എന്റെ കുറേ ചിത്രങ്ങൾ-ഞാൻ നേരിട്ട് കണ്ട് വരകളിലും വർണ്ണങ്ങളിലും പകർത്തിയ അനുഭവങ്ങളാണവ-സാമാന്യ ജനങ്ങൾക്കു മുന്നിൽ എത്തിയത് വലിയ ഭാഗ്യമല്ലെങ്കിൽ പിന്നെ എന്താണ്!

കേരളത്തിന്റെ പ്രകൃതി ദൃശ്യങ്ങളും ജനജീവിതവും വിഷയമാക്കി

സൃഷ്ടിച്ചെടുത്ത പെയിന്റിങ്ങുകളാണ് പ്രധാനമായും ഞാനെന്റെ കൂട്ടു കാർക്കായി കരുതി വെച്ചത്. കൂടാതെ നിരവധി ഫോട്ടോഗ്രാഫുകളും പാവക്കുട്ടികളും, വിശേഷപ്പെട്ട ആഭരണങ്ങളും നാടൻ കളിക്കോപ്പുക ളും, കുങ്കുമവും ചാന്തും, കൃത്രിമപ്പൊട്ടുകളും മയിൽപ്പീലിയും, പൾപ്പിലും മണ്ണിലും മരത്തിലും നിർമ്മിച്ച കരകൗശലവസ്തുക്കളും പത്രമാസിക കളും ഞാൻ ശേഖരിച്ചു.

1989 മെയ് 15. എന്റെ ആദ്യത്തെ ഡൽഹി യാത്ര അന്നായിരുന്നു. ഉച്ചക്ക് രണ്ട് മുപ്പതിന് എത്തേണ്ട തീവണ്ടി രാത്രി ഒരു മണിക്കാണ് സ്റ്റേഷനിൽ എത്തിച്ചേർന്നത്. മണിക്കൂറുകളോളം നീണ്ടു നിന്ന ആ കാത്തിരുപ്പ് എന്നെ സംബന്ധിച്ച് ഒരിക്കലും മടുപ്പുണ്ടാക്കുന്നതായിരു ന്നില്ല. തീവണ്ടിയാപ്പീസിലിരിക്കുമ്പോൾ സമയം പോകുന്നതറിയില്ല. കടൽത്തീരത്തിരിക്കുന്ന പോലെയാണത്. ഓരോ തിരമാലക്കുമുണ്ട് പുതുമ. പ്ലാറ്റ് ഫോമിലും തിരമാലകൾ.

മെയ് 18-ാം തീയതി പുലരുന്നു. പുലർച്ചക്ക് നേരിയ കുളിരുണ്ട്. പതിനഞ്ചു മണിക്കൂറിന്റെ റെക്കോഡു ലെയിറ്റുമായിട്ടാണ് വണ്ടി ഡൽഹിയിലെത്തിയത്. അവിടെ ഞങ്ങളുടെ ഒരു ബന്ധു കാത്തു നിൽപ്പുണ്ടായിരുന്നു.

ഡൽഹി എനിക്കിഷ്ടമായി. വളരെ വൃത്തിയും വെടിപ്പുമുള്ള നഗരം. ബോംബെയെപ്പോലെ തിരക്കില്ല. രാജ്യത്തിന്റെ തലസ്ഥാനമെന്ന പ്രൗഢി എവിടെയും നിഴലിക്കുന്നു. നഗരമാകെ ഒന്ന് ചുറ്റി സഞ്ചരിക്ക ണമെന്ന മോഹമുണ്ടായിരുന്നു. അത് സഫലമായത് എന്റെ തിരിച്ചു വരവിലാണ്.

19-ാംതീയതി രാവിലെ ഞങ്ങൾ സോവിയറ്റ് എംബസിയുടെ ഇൻഫർമേഷൻ ഡിപ്പാർട്ട്മെന്റ് ആസ്ഥാനത്തെത്തി. സോവിയറ്റ് ലാന്റ് നെഹ്റു അവാർഡ് കമ്മിറ്റി ഓഫീസ് അവിടെയാണ്. വശ്യമായ പുഞ്ചിരിയോടെ ശാന്താ ലോക്കറേ എന്ന മഹതി ഞങ്ങളെ സ്വാഗതം ചെയ്തു. യാത്രക്കു വേണ്ട എല്ലാ സൗകര്യങ്ങളും ഇണക്കുന്നതിൽ നിരന്തരം എഴുത്തിലൂടെ പരിചയപ്പെട്ട അവർ ഒരു മലയാളിയാണെ ന്നറിഞ്ഞപ്പോൾ വലിയ സന്തോഷം തോന്നി. താമസസൗകര്യങ്ങ ളെക്കുറിച്ചും യാത്രയെക്കുറിച്ചുമെല്ലാം അവർ വിശദീകരിച്ചു. എല്ലാ ചെലവുകളും വഹിക്കുന്നത് നോവസ്തി പ്രസ്സ് ഏജൻസിയാണ്.

യു. എസ്സ്. എസ്സ്. ആർ. ഇൻഫർമേഷൻ വകുപ്പ് ന്യൂഡൽഹി യിലെ തലവൻ ശ്രീ. വൈ. എം. സപോഷ്ക്കോവ് ആയിരുന്നു. അദ്ദേഹം ഞങ്ങളോട് പറഞ്ഞു: "ഇക്കൊല്ലത്തെ അവാർഡ്ജേ താക്കളായ നിങ്ങൾ ഭാഗ്യവാന്മാരാണ്. എന്തെന്നാൽ നിങ്ങൾക്ക് ആർത്തെക്കിൽ നാല്പത് നാളുകൾ ചെലവഴിക്കാം. ഇതു വരെ മുപ്പതു

ദിവസമായിരുന്നു. ജവഹർലാൽ നെഹ്റുവിനോടുള്ള പ്രത്യേകാദരവിന്റെ സൂചനയായിട്ടാണ് കുട്ടികൾക്കുള്ള ഈ ആകസ്മിക അധിക സമ്മാനം!

ഹാളിൽ അല്പസമയത്തിനകം പത്രസമ്മേളനം നടക്കാൻ പോവുകയാണ്. നിഷിതയും, മയങ്കും, ലാറിസയും ശൈലേഷും മാതാപിതാക്കളോടൊപ്പം നേരത്തേതന്നെ എത്തിയിട്ടുണ്ട്. ഞങ്ങൾ പരസ്പരം പരിചയപ്പെട്ടു. എല്ലാവരിലുമുണ്ട് സന്താഷത്തോടൊപ്പം നല്ലൊരളവിൽ അമ്പരപ്പും പരിഭ്രമവും. എത്ര മറയ്ക്കാൻ പരിശ്രമിച്ചിട്ടും മറയുന്നില്ല അച്ഛനമ്മമാരുടെ മുഖങ്ങളിൽ ഉൽക്കണ്ഠ.

"ഇതെല്ലാ വർഷവും ഞങ്ങൾ കാണുന്നതല്ലേ? തീരെ വിഷമിക്കാനില്ലെന്നേ. മക്കൾ ഞങ്ങളുടെ കൈകളിൽ വളരെ സുരക്ഷിതരാണ്. ഭയമൊക്കെ ഉടനെ മാറും." ശാന്താ ലോക്കറെ ഒരമ്മയെപ്പോലെ ഞങ്ങളെയും രക്ഷിതാക്കളെയും ആശ്വസിപ്പിച്ചുകൊണ്ടിരുന്നു.

ചിത്രരചനാമത്സരത്തിൽ ലഭിക്കപ്പെട്ട പെയിന്റിങ്ങുകൾ അവിടെ സൂക്ഷിച്ചിട്ടുണ്ട്. നാളുകൾക്കു ശേഷം ഒരു സ്വന്തക്കാരനെ കണ്ടുമുട്ടുമ്പോഴുള്ള സന്തോഷമായിരുന്നു എനിക്ക് എന്റെ ചിത്രം കാണുമ്പോൾ.

"ഇവയെല്ലാം ഇവിടെ പ്രദർശിപ്പിച്ചിരുന്നു, നവംബർ പതിനാലാം തീയതി. വളരെയേറെപ്പേർ നിങ്ങളുടെ ചിത്രങ്ങൾ കണ്ട് സന്തോഷിച്ചിട്ടുണ്ട്, അഭിനന്ദിച്ചിട്ടുമുണ്ട്." ശാന്താ ലോക്കറേ മേഡം ഞങ്ങളെ

പ്രചോദിപ്പിച്ചുകൊണ്ടു പറഞ്ഞു.

നിമിഷങ്ങൾക്കകം ഞങ്ങളഞ്ചു പേരും വളരെ അടുത്ത കൂട്ടുകാരായിക്കഴിഞ്ഞിരുന്നു. ഞാനൊഴികെ നാലുപേരും നന്നായി ഹിന്ദി സംസാരിക്കും. തപ്പിയും തടഞ്ഞും ഒരു വിധം ഒപ്പിച്ചു മാറാനേ എനിക്കു കഴിഞ്ഞുള്ളു.

പത്രസമ്മേളനത്തിൽ ഡൽഹിയിലെ പ്രമുഖ പത്രക്കാരെല്ലാം എത്തിയിരുന്നു. "ഞാൻ ആർത്തെക്കിനെക്കുറിച്ച് ധാരാളം കേട്ടിട്ടുണ്ട്. ലോകത്തിലെ വിവിധ ഭാഗങ്ങളിൽനിന്നുള്ള കുട്ടികളെ എനിക്കവിടെ കാണാൻ കഴിയും. അവരുടെ സൗഹൃദം ആസ്വദിക്കാനാകും." ന്യൂ ഡൽഹിയിലെ കുളാച്ചിഹൻസ് രാജ് മോഡൽ സ്കൂളിലെ വിദ്യാർത്ഥിനിയായ നിഷിതെ ജെയിൻ പറഞ്ഞു. നിഷിതയുടെ പെയിന്റിങ്ങ് അതീവ ഹൃദ്യമായിരുന്നു. സാമാന്യം വളരെ വലിയ കാൻവാസ്. ഇന്ത്യാക്കാരും റഷ്യാക്കാരുമായ പെൺകുട്ടികൾ അവരുടെ ജന്മനാടിന്റെ തനതു സംസ്ക്കാരം വിളിച്ചറിയിക്കുന്ന വേഷവിധാനങ്ങളോടെ നൃത്തം ചെയ്യുന്നതാണ് പ്രതിപാദ്യം. ഉത്സവത്തിമർപ്പിൽ കുളിച്ചു നിൽക്കുന്ന, ഇരു രാജ്യങ്ങളുടെയും സമ്മേളനം ഒരുക്കിയിരിക്കുന്നു പശ്ചാത്തലത്തിൽ. ഉത്സാഹഭരിതരായ കാണികളുമുണ്ട്. അനുഗൃഹീത കലാകാരി തന്നെ നിഷിത.

നിഷിതയെക്കണ്ടപ്പോൾ അമ്മക്ക് കുറച്ചൊരു സമാധാനം കിട്ടിയപോലെ. എന്നേക്കാൾ മുതിർന്ന ഒരു പെൺകുട്ടി. അവളുടെ മാതാപിതാക്കളും ഭാഷയുടെ മതിൽക്കെട്ടു പൊട്ടിക്കാൻ പരിശ്രമിച്ചുകൊണ്ട് പരസ്പരം കൂടുതലറിയാൻ മുന്നോട്ടു വന്നു.

"എനിക്കിപ്പോഴുമാകുന്നില്ല വിശ്വസിക്കാൻ, ഞാൻ ആർത്തെക്കിലെത്തുമെന്നും, മോസ്ക്കോ, ക്രംലിൻ തുടങ്ങിയ സ്ഥലങ്ങൾ അവയുടെ സർവ്വ സൗഭാഗ്യങ്ങളോടെയും കാണാൻ കഴിയുമെന്നും. അവിടുത്തെ പ്രാചീനായുധങ്ങൾ, പഴയകാല വസ്ത്രങ്ങൾ, ആഭരണങ്ങൾ, ഭീമാകാരങ്ങളായ സുവർണ്ണക്കുതിരവണ്ടികൾ അങ്ങനെ അങ്ങനെ, ഇപ്പോൾ ചരിത്രസ്മാരകങ്ങളായി മാറിയിരിക്കുന്ന സാർ ചക്രവർത്തിമാരുടെയും കുടുംബാംഗങ്ങളുടെയും രാജകീയാഡംബരങ്ങൾ... അവിടത്തെ പ്രസിദ്ധങ്ങളായ അരമനപ്പള്ളികളും, 'സ്പാസ്ക്കയ' ഗോപുരവും മഹത്തായ സോഷ്യലിസ്റ്റ് മഹാവിപ്ലവത്തിന്റെ മൂകസാക്ഷിയായ നാഴികമണിയും-വിപ്ലവ പങ്കാളികളായ സാധാരണ ജനങ്ങളുടെ അവകാശത്തിന്റെയും അധികാരത്തിന്റെയും നാദമാണതിർക്കുന്നത്-അങ്ങനെ എത്രയെത്ര കാഴ്ചകൾ എന്റെ മനസ്സിൽ ഹരമായി നില കൊള്ളുന്നു." ഹൈദ്രാബാദിലെ കേന്ദ്രീയ വിദ്യാലയത്തിൽ നിന്ന് എത്തിയ ശൈലേഷ് കരൺ എന്ന

ചിത്രകാരന്റെ പ്രതികരണം ഇങ്ങനെയായിരുന്നു.

ശൈലേഷിന്റെ പെയിന്റിങ്ങ് എന്നെ അതിശയിപ്പിച്ചു. പാടുകയും ആടുകയും ചെയ്യുന്ന നിരവധി കുട്ടികൾ. ഉത്സവച്ഛായ ഉണർന്നു തിളങ്ങുന്ന പശ്ചാത്തലം. വിസ്തൃതമായ തലം തന്നെയാണ് ശൈലേഷും ഉപയോഗിച്ചത്. ഇതിനു മുമ്പും ഇതേ അവാർഡ് ലഭിച്ചിട്ടുള്ള കുട്ടികളെ ചിത്രകല പരിശീലിപ്പിച്ച ചിത്രകാരന്റെ സേവനം അവന് ലഭിച്ചിരുന്നുവെന്നവൻ പറഞ്ഞു.

"ധാരാളം സമ്മാനങ്ങൾ ഞാനും സ്വരൂപിച്ചിട്ടുണ്ട് എന്റെ റഷ്യൻ കൂട്ടുകാർക്ക് കൊടുക്കുവാൻ. ഇന്ത്യൻ നാണയങ്ങൾ, ചിത്രകാർഡുകൾ, തപാൽ മുദ്രകൾ അങ്ങനെ പലതും." ന്യൂഡൽഹിയിലെ ബാൽ ഭാരതി പബ്ലിക് സ്ക്കുളിലെ മായങ്ക് ചൗള, ഉത്സാഹത്തോടെ പ്രസ്താവിച്ചു. പല തവണ പുറം രാജ്യങ്ങളിലേക്ക് പോയിട്ടുള്ള അവന് തീരെ പരിഭ്രമമില്ലായിരുന്നു. അവൻ സഹജമായ രസികത്തംകൊണ്ടും സാഹസികത്വം കൊണ്ടും ഞങ്ങളെ വളരെ ആകർഷിക്കുകയുണ്ടായി.

"ഞാൻ കുറേ ബിന്ദികളും കരുതിയിട്ടുണ്ട്." സംഘത്തിലെ ഏറ്റവും ഇളയവളായ ഗാമി ലാറിസ സുരേന്ദ്ര ഒഴുക്കുള്ള ഹിന്ദിയിൽ പത്രക്കാരോട് പ്രസ്താവിച്ചു.

"നീ എത്ര നാളായി ചിത്രം വരക്കുന്നു? എത്ര ചിത്രങ്ങൾ ഇതുവരെ വരച്ചിട്ടുണ്ടാകും?"

പത്രക്കാരുടെ ചോദ്യം.

"ഏകദേശം ഇരുന്നൂറോളം. അഞ്ചു വയസ്സു മുതലേ വരച്ചു തുടങ്ങി. പൂക്കളും പക്ഷികളും മൃഗങ്ങളും വീടുകളുമെല്ലാമാണ് ആദ്യം വരച്ചത്. സ്ക്കെച്ച് പേനകളും ക്രയോണുകളുമായിരുന്നു അന്ന്. ഇന്നിപ്പോൾ ജലച്ചായത്തിലും ധാരാളം വരക്കുന്നു. പുതിയ പുതിയ നൂറു നൂറു കാര്യങ്ങളുണ്ടെനിക്ക് വരക്കാനിപ്പോൾ. "

തുടങ്ങിയത് വളരെ നാണിച്ചു കൊണ്ടാണെങ്കിലും വളരെപ്പെട്ടെന്ന് വാചാലയായി.

"അച്ഛനുമമ്മയുമൊപ്പമില്ലാതെ നീ യാത്ര പുറപ്പെടുന്നതാദ്യമല്ലേ?" എന്ന ചോദ്യത്തിന് "ഞാനിപ്പോൾ' 'വലുതാ'യിരിക്കുന്നു, 'ഭയമില്ലാത്തവളാ'യിരിക്കുന്നു." എന്നായിരുന്നു ലാറിസയുടെ മറുപടി.

'ചിത്രകലാരംഗത്തെ ഇളം മുമ്പുകളായ ഇവർ സമാധാനത്തിന്റെയും സൗഹൃദത്തിന്റെയും ദൂതുമായിട്ടാണ് കുട്ടികളുടെ സ്വർഗ്ഗഭൂമിയായ ആർത്തെക്കിലേക്ക് നാളെ പറക്കുന്നത്. ഏറോഫ്ളോട്ടിലെ എയർ ഹോസ്റ്റസ്സുമാർ ഇവരുടെ ആകാശത്തിലെ അമ്മമാരായിരിക്കും. സമഭാവനയുടെ ശാദ്വലഭൂമിയിൽ ആർത്തെക്കിന്റെ ആതിഥ്യവും

വഹിച്ചുകൊണ്ട് ഇവരെ കൈനീട്ടി സ്വീകരിക്കുവാൻ അമ്മ നിൽക്കുന്നുണ്ട്, ഞങ്ങൾ ഏർപ്പെടുത്തിയിരിക്കുന്ന അമ്മ."

പത്രസമ്മേളനം ഉപസംഹരിച്ചുകൊണ്ട് ശ്രീമാൻ സപോഷ്ക്കോവ് പ്രസ്താവിച്ചത് ഞങ്ങളിലും മാതാപിതാക്കളിലും ഞങ്ങളോടൊപ്പം സന്നിഹിതരായിരുന്ന എല്ലാവരിലും ആശ്വാസത്തിന്റെ വിത്തുകൾ വിതച്ചു. ഇനി പുലരാനൊരു രാത്രി കൂടി. പിന്നത്തെ പുലർച്ച ഞങ്ങൾക്ക് മഹത്തായ ആ മണ്ണിലാണ്.

ഏറെ നേരത്തെ ഉല്ലാസസല്ലാപത്തിനു ശേഷം ഞങ്ങൾ പിരിഞ്ഞു.

●

നാല്

മോസ്ക്കോയിലെ രാത്രി

ആദ്യത്തെ വിമാനയാത്രയാണ്. ഒരാഗ്രഹസഫലീകരണവും. പറക്കാനാശിക്കാത്തവരായി ആരാണുള്ളത്! മനസ്സിപ്പോൾ വളരെ കലുഷിതമാണ്. വേർപാടിന്റെ വേദനയും നീറ്റലും. രാവിലത്തെ ചില മണിക്കൂറുകൾക്കുള്ളിൽ എന്തൊക്കെയാണ് സംഭവിച്ചത്!

പഞ്ഞിക്കെട്ടുകൾ പോലെയുള്ള വെള്ളിമേഘങ്ങൾ. യന്ത്രപ്പക്ഷിയെ ഉമ്മ വെച്ചുകൊണ്ട് കടന്നു പോകുന്നത് കാണാം. ജനലിനരികെയാണ് എന്റെ സീറ്റ്. അടുത്തിരിക്കുന്ന യൂറോപ്യൻ എന്നെ അത്ഭുതത്തോടെ മിഴിച്ചു നോക്കുന്നുണ്ട്. എന്റെ കറുപ്പു കണ്ടിട്ടാകാം. അയാളും മോസ്ക്കോയിലേക്കാണ്. സീറ്റ്ബെൽട്ടിന്റെ 'മെക്കാനിസം' എനിക്ക് പറഞ്ഞു തന്നതിന് 'താങ്ക്സ്' പറഞ്ഞതാണ് എന്റെ ആദ്യത്തെ സംഭാഷണം. ചിരിച്ചും ആംഗ്യം കാണിച്ചും അഭിനയിച്ചും മുറി ഇംഗ്ലീഷിൽ ആവുംവിധമൊക്കെ ചിലതു പറഞ്ഞും വിമാനത്തിലെ ആ ആദ്യത്തെ പരിചയക്കാരനോട് സൗഹൃദം പങ്കുവെച്ചു.

ഇപ്പോൾ ശാന്താ ലോക്കറേ എന്ന ശാന്താമേഡം ഞങ്ങളുടെ അച്ഛനമ്മമാരെ സമാധാനിപ്പിക്കുകയായിരിക്കും.

"കുട്ടികളിപ്പോൾ സുഖമായി യാത്ര ചെയ്യുകയാണ്. മോസ്ക്കോയിലെത്തിയാൽ വിവരം കിട്ടും. ഉടൻ വിളിച്ചു പറയാം. സന്തോഷമായി പൊയ്ക്കോളൂ." അച്ഛനമ്മമാർക്ക് സമാധാനിക്കാനാകുമോ? എല്ലാവരും ആദ്യമായിട്ടുതന്നെയാണ് മക്കളെ ഒറ്റക്കിങ്ങനെ വിമാനം കയറ്റി വിടുന്നത്. ഞാനൊരു ദിവസം പോലും അച്ഛനെയും അമ്മയെയും പിരിഞ്ഞ് ഉറങ്ങിയിട്ടില്ല. ലാറിസയാകട്ടെ, അച്ഛനെയും അമ്മയെയും അവളുടെ പൂച്ചക്കുട്ടിയെയും ഇതു വരെ വേർപിരിഞ്ഞു നിന്നിട്ടില്ല.

ശാന്താമേഡം എല്ലാ ഭാഷകളും സംസാരിക്കും. അവർ ഡൽഹിയിൽ ഞങ്ങളുടെ അമ്മയായിരുന്നു. ഒരു ജന്മാന്തരസൗഹൃദം തന്നെയായിട്ടാണനുഭവപ്പെട്ടത്. ഞങ്ങൾക്കു മുമ്പ് ഇതേ പോലെ റഷ്യൻ യാത്രക്കെത്തിയ കൂട്ടുകാരുടെ അനുഭവങ്ങൾ ചൂണ്ടിക്കാണിച്ച് അവർ ഞങ്ങളെ പുറത്ത് തട്ടി ആശ്വസിപ്പിച്ചു.

"ലഗേജ് പരമാവധി കുറക്കണം. നിങ്ങളുടെ ഭാരം ചുമക്കുവാൻ നിങ്ങൾ തന്നെയേ ഉണ്ടാകൂ."

മാഡം അറിയിച്ചു. അത് ഞങ്ങൾക്ക് പുതിയൊരറിവായിരുന്നു. എന്തെല്ലാം വസ്തുക്കളാണെന്നോ ഞങ്ങളോരോരുത്തരും ഒരുക്കി ക്കൊണ്ടു വന്നിരിക്കുന്നതെന്നോ? ഭാരം കുറക്കുക വലിയൊരു ഭാരം തന്നെയായിരുന്നു.

എന്റെ മിനോൾട്ട ക്യാമറ കണ്ട് മാഡം പറഞ്ഞു. "ഇങ്ങനെ വിലപ്പിടിപ്പുള്ളതൊന്നും കൊണ്ടു പോകരുത്. കുട്ടികളുടെ ക്യാമ്പിലേ ക്കല്ലേ പോകുന്നത്? പല തരക്കാരുമുണ്ടാകും അവിടെ. ആകെയുള്ള തെല്ലാം എല്ലാവരുടേതുമാകുന്ന ഒരു സംസ്ക്കാരമാണ് നിങ്ങളവിടെ കാണുക."

യാത്രാനുഭവങ്ങളൊക്കെ ഒപ്പിയെടുക്കാനുള്ള എന്റെ മിനോൾട്ടയെ എനിക്കങ്ങനെ ഉപേക്ഷിക്കാനാകില്ല. അതിനുള്ള പ്രധാന കാരണം മറ്റൊരു ക്യാമറയുടെ ഓപ്പറേഷൻ ഞാൻ പഠിച്ചിട്ടില്ലെന്നതാണ്.

എന്റെ മനസ്സിൽ ശാന്താമേഡം വാക്കുകളാൽ വരച്ച തന്ന ഒരു സ്ത്രീയുടെ ചിത്രമുണ്ട്. ബോബ്വ ചെയ്ത സ്വർണ്ണത്തലമുടി. നീലപ്പളുങ്കു കണ്ണുകൾ, നീണ്ടുയർന്ന മൂക്ക്. ചുവപ്പ് തേച്ച ചുണ്ടുകൾ, വെണ്ണീറു നിറമുള്ള ഉടുപ്പും ചന്ദനനിറമുള്ള ഫ്രോക്കുമണിഞ്ഞ റഷ്യൻ സുന്ദരി. അവർക്ക് പ്രത്യേകമായി കൊടുക്കാൻ തന്നയച്ച സമ്മാനപ്പാക്കറ്റ് എന്റെ ബ്രീഫ്കെയ്സിലിരിക്കുന്നു.

ഒരു വലിയ ശബ്ദത്തോടെയാണ് വിമാനം ഉയർന്നു പൊങ്ങിയത്. എല്ലാ ധൈര്യവും പമ്പ കടന്നു. കൂട്ടുകാരെല്ലാം അവിടവിടെ മറ്റു യാത്രക്കാർക്കിടയിൽ പലയിടത്തായിട്ടാണിരിപ്പ്. പ്രിയപ്പെട്ട ഡൽഹി നഗരം ചുരുങ്ങിച്ചുരുങ്ങി ചെറുതായി താഴേക്ക് നീങ്ങിക്കൊണ്ടിരിക്കുകയാണ്. അമ്മയെപ്പിരിഞ്ഞുള്ള ആദ്യത്തെ യാത്ര. മാതൃരാജ്യത്തെപ്പിരിഞ്ഞുള്ള ആദ്യത്തെ യാത്ര.

കുഞ്ഞിക്കിളി മേഘമാലകളെ തൊട്ടുരുമ്മിക്കൊണ്ട് പറക്കുകയാണിപ്പോഴും. ഹോസ്റ്റസ്സ് മാലാഖമാർ സ്നേഹോഷ്മളമായ ആതിഥ്യവും പരിചരണവും കൊണ്ട് ഹൃദയങ്ങളെ തൊട്ടുണർത്തുകയാണ്.

പുഴുങ്ങിയ ഗ്രീൻ പീസും, ഉപ്പിട്ട് വേവിച്ച ഇറച്ചിയും, വെണ്ണ പുരട്ടിയ റൊട്ടിക്കഷണങ്ങളും, മാമ്പഴവും വന്നു. വിശപ്പുണ്ട്. എന്നിട്ടും ഒന്നും കഴിക്കാൻ തോന്നുന്നില്ല. കുറേക്കഴിഞ്ഞപ്പോൾ മാമ്പഴം തിന്നു. കുറച്ചു കഴിഞ്ഞപ്പോൾ വിശപ്പും ബാക്കിയായ വിഭവങ്ങളും ബാക്കിയായി.

ലാൽ ബഹാദൂർ ശാസ്ത്രിയുടെ ആത്മാവ് ഞങ്ങളെ മാടി വിളിക്കുകയാണ്. സമാധാനത്തിന്റെ ദൗത്യനിർവ്വഹണത്തിനിടയിൽ ശരീരം വെടിയേണ്ടി വന്ന അദ്ദേഹത്തിന്റെ ശാന്തിമന്ത്രങ്ങൾ ഞങ്ങൾ തിരിച്ചറിയുന്നു. ഉച്ചയോടെ ഞങ്ങളാ മണ്ണിലിറങ്ങി. വാക്കുകൾ കൊണ്ട് വർണ്ണിക്കാനാകാത്ത അനുഭവങ്ങൾ. ഞങ്ങളുടെ കണ്ണുകൾ ജലാർദ്രങ്ങളായി. മനസ്സ് തേങ്ങുന്നു. ശരീരമാകെ കോരിത്തരിക്കുന്നു. താഷ്ക്കെന്റ് വിമാനത്താവളത്തിലെ ഹോട്ടലിലും പരിസരങ്ങളിലുമായി കുറച്ചു നേരം വിശ്രമിച്ചു.

ലാറിസ ഇനിയും നല്ല മൂഡിലായിട്ടില്ല. അമ്പരപ്പിന്റെ മിന്നാമിനുങ്ങുകളെ ഞാനവളുടെ കണ്ണുകളിൽ കണ്ടു. ശൈലേഷിന് സംസാരത്തിൽ പിശുക്ക്. മയങ്കാകട്ടെ, രാവിലെ താൻ വിമാനത്താവളത്തിൽ ചെയ്ത വീരകൃത്യങ്ങൾ വിവരിക്കുന്ന രസച്ചരട് പിരിക്കുന്നു.

ഡൽഹി വിമാനത്താവളത്തിൽ മയങ്കായിരുന്നു ഞങ്ങളുടെ ലീഡർ. യാത്രാരേഖകൾ പരിശോധിക്കുന്ന സ്ഥലത്തും, ലഗേജ് പരിശോധിക്കുന്ന സ്ഥലത്തും, അവൻ ജാഗ്രതയോടെ കാര്യങ്ങൾ നിർവ്വഹിച്ചു.

പോക്കറ്റുമണിയായി ഞങ്ങൾക്കു ലഭിച്ചിട്ടുള്ളത് 400 രൂപയാണ്. അത് ഡോളറായി മാററണം. മയങ്ക് നേതൃത്വമേറ്റെടുത്തുകൊണ്ട് ആ ദൗത്യം പെട്ടെന്ന് നിർവ്വഹിച്ചു തന്നു.

"എനിക്കാവശ്യമുള്ള കൂടുതൽ ഡോളറുകൾ ഞാൻ കരുതിയിട്ടു ണ്ട്." ഞങ്ങളെ അത്ഭുതപ്പെടുത്തിക്കൊണ്ട് അവൻ പറഞ്ഞു.

"എന്താണ് മയങ്ക്, നിനക്ക് കൂടുതൽ ആവശ്യം?"

"വഴിയേ കാണിച്ചു തരാം."ഒരു കുസൃതിച്ചിരിയിൽ സസ്പെൻസൊ തുക്കുകയായിരുന്നു അവൻ.

എല്ലാം മറന്ന് ഞങ്ങൾ പൊട്ടിച്ചിരിച്ചു.

താഷ്ക്കെന്റിൽ വിമാനമിറങ്ങി മിനിട്ടുകൾക്കകം ചെറിയൊരു കൈപ്പിഴ പറ്റിയതായി ഞങ്ങൾക്കു ബോദ്ധ്യപ്പെട്ടു. കഠിനമായ ഉഷ്ണത്തിന്റെ പിടിയിലായിരുന്നുവല്ലോ ഡൽഹി. താഷ്ക്കെന്റിൽ നല്ല തണുപ്പമാണ്. വിമാനത്തിൽനിന്ന് പുറത്തിറങ്ങുമ്പോൾ വൂളൻ ധരിക്കേണ്ടതായിരുന്നു. മറന്നു പോയി. തണുത്തു വിറച്ചുകൊണ്ട് കഴിച്ചു കൂട്ടിയ ആ നിമിഷങ്ങൾ ഒരിക്കലും മറക്കുകയില്ല.

അല്പസമയത്തെ വിശ്രമത്തിനു ശേഷം യാത്ര തുടർന്നു. ഇനി മോസ്ക്കോയിലാണിറങ്ങുക. മേഘമാലകളുടെ നിരന്തര പ്രവാഹ ത്തിൽ അത്യന്തം ആനന്ദപ്രദമായ യാത്ര. മനസ്സിന് കുറച്ചൊരയവ് കൈവന്നതു പോലെ. നിഷിത സമ്മാനിച്ച പുസ്തകങ്ങളിൽ മനസ്സിനെ തളച്ചിടാനായില്ല. യാത്രക്കാരെല്ലാം അവനവന്റെ ലോകങ്ങളിലാണ്.

ബസ്സിലും ട്രെയിനിലും സഞ്ചരിക്കുന്നതു പോലെയല്ല, ദീർഘമായ യാത്രകൾ വിമാനത്തിലാകുമ്പോൾ ഒരു തരം മടുപ്പുളവാക്കുന്നവ യാണ്. വഴിയോരക്കാഴ്ചകളുടെ വൈവിദ്ധ്യം അവിടെയില്ലല്ലോ? പിന്നെ യാത്രക്കാരുമായി രസം പറഞ്ഞിരിക്കണം. അല്ലെങ്കിൽ സ്വന്തം മനോരാജ്യത്തിലേക്ക് തിരിയണം. അവസാനത്തേതു തന്നെയായിരുന്നു എനിക്കാശ്രയം. ചെറുതായൊന്നു മയങ്ങിയോ?

സായാഹ്നത്തിനു മുമ്പ് മോസ്ക്കോയിലെത്തി. സോഷ്യലിസ ത്തിന്റെ ഈറ്റില്ലമായ സോവിയറ്റ് യൂണിയന്റെ ചുവന്ന മണ്ണ്. സ്വപ്ന മാണോ? മനസ്സിൽ ആഹ്ലാദത്തിന്റെ തുടികൊട്ട്. എയർപ്പോർട്ടിലെ വെയിറ്റിങ്ങ് റൂമിലേക്ക് ചെറിയ ബസ്സുകളിലൊന്നിലാണ് യാത്ര. അഞ്ചു പേരും തികച്ചും ഉൽക്കണ്ഠാഭരിതരായിരുന്നു.

വിമാനത്താവളത്തിലെ ഉദ്യോഗസ്ഥൻമാർ വളരെ സ്നേഹമസൃണമായിട്ടാണ് ഞങ്ങളോട് പെരുമാറിയത്. യാത്രാരേഖകളുടെ പരിശോധനയെല്ലാം വളരെ ലളിതമായിരുന്നു. എന്തോ ഒരു സവിശേഷ പരിഗണന ഞങ്ങൾക്ക് ലഭിക്കുന്നതായ അനുഭവം.

സ്വർണ്ണത്തലമുടി, ക്രീം ഫ്രോക്ക്, ചാരക്കളറുടുപ്പ്, റോസാപ്പൂ നിറമുള്ള മേനി...

ഞങ്ങളുടെ മനസ്സിലുള്ള ചിത്രത്തിന് ജീവൻ വെക്കുന്നു. ആ രൂപം ഞങ്ങളെ അരികിലേക്ക് മാടി വിളിച്ചു. മാഡം നീന! അവർ ഞങ്ങളുടെ പേരുകൾ പ്രത്യേകം എടുത്തു പറഞ്ഞു.

മനസ്സിന് പുതിയൊരു ധൈര്യം. ആത്മവിശ്വാസം. ഞങ്ങൾക്ക് പുതിയൊരമ്മയെ ലഭിച്ചിരിക്കുന്നു. റഷ്യയിലെ അമ്മ.

മാഡം നീന ഞങ്ങൾക്ക് അമ്മ മാത്രമായിരുന്നില്ല. അടുത്ത കൂട്ടുകാരിയുമായിരുന്നു. മാർഗ്ഗദർശിയായിരുന്നു. അവർ ഞങ്ങൾക്ക് ബിസ്ക്കറ്റും പഴങ്ങളും തന്നു. മാഡത്തിനൊപ്പം അഞ്ചു വയസ്സുകാരി ലൂദായുമുണ്ടായിരുന്നു. വളരെ ഓമനത്തമുള്ള ഒരു ചന്തക്കാരി കുട്ടി.

കുറച്ചു കഴിഞ്ഞ് ഞാനെന്റെ റഷ്യനിലുള്ള 'പാണ്ഡിത്യം' ഒന്നു പ്രയോഗിക്കാൻ തന്നെ തീരുമാനിച്ചു.

"കകോയ് ചാസ്?"

(സമയമെന്തായി?)

നീനമാഡത്തിന്റ കണ്ണുകളിൽ അത്ഭുതം.

"ഷേസ്ച"(ആറ്)

അഭിനന്ദനങ്ങളോടെയും ഏറെ സന്തോഷത്തോടെയും അവർ പറഞ്ഞു.

എന്റെ വാച്ചിൽ സമയമതല്ല! ഏറെയുണ്ട് വ്യത്യാസം.

മാഡം നിന്നു ചിരിക്കുന്നു.

"ഇന്ത്യൻ സമയവും റഷ്യൻ സമയവും തമ്മിൽ വ്യത്യാസമുണ്ട്. അതറിയില്ലേ?

ഞാനൊന്നു ചമ്മി.

മോസ്ക്കോയിലെ നോവെസ്റ്റി പ്രസ്സ് ഏജൻസിയിലെ ഒരുദ്യോഗസ്ഥയും റഷ്യൻ സാഹിത്യകാരിയുമാണ് മാഡം നീന. ഇംഗ്ലീഷിൽ അത്ര വലിയ പ്രാഗത്ഭ്യമൊന്നുമില്ല. എപ്പോഴും അവരുടെ കയ്യിൽ ഇംഗ്ലീഷ്-റഷ്യൻ പോക്കറ്റ് ഡിക്ഷനറികളുണ്ട്. ഞങ്ങളുടെ ചില വാക്കുകൾ അവരിടക്ക് പുസ്തകം നോക്കി കണ്ടെത്തുന്നത് കാണാനായി.

ശാന്താ ലോക്കറെ ഡെൽഹിയിൽ വെച്ച് ഏല്പിച്ച സമ്മാന പ്പൊതികൾ ഞങ്ങൾ അവർക്ക് നല്കി. എന്തായിരുന്നുവെന്നോ ആ വിശിഷ്ട സമ്മാനം? ഉയർന്ന ഇനം തേയില. അവർക്ക് വലിയ സന്തോഷമായി.

"സ്പെസിബ, സ്പെസിബാ"

റഷ്യൻ ഭാഷയിൽ നന്ദി പറയുക അങ്ങനെയാണ്. ഒരു ചുകന്ന കാറിൽ ഞങ്ങൾ യാത്രയായി. റഷ്യയിൽ ലെഫ്റ്റ് ഹാന്റ് ഡ്രൈവാണ്. എനിക്കതൊരു വലിയ പുതുമയായിട്ടാണ് തോന്നിയത്. വഴിവക്കിൽ മുഴുവൻ ഉയർന്നു നില്ക്കുന്ന മരങ്ങൾ. കൊച്ചു കൊച്ചു മഞ്ഞപ്പൂക്കൾ. ഇന്ന ലത്തെ പൂക്കൾ ഫുട്പാത്തിൽ മഞ്ഞപ്പരവതാനി ഒരുക്കിയിരിക്കുന്നു.

നോവെസ്റ്റി പ്രസ്സ് ഏജൻസിയുടെ പട്ടു കൂറ്റൻ കെട്ടിടത്തിനു മുമ്പിൽ കാറു നിന്നു. ഏകദേശം രണ്ടു രണ്ടര കിലോമീററർ സഞ്ച രിച്ചു കാണും. അവിടെ ഞങ്ങളെ കാത്ത് സിര്യോഷ നില്പുണ്ടായി രുന്നു. ആർത്തെക്ക് ക്യാമ്പിന്റെ പയനീയർ ലീഡറാണ് അദ്ദേഹം. ഹൃദ്യമായി ചിരിച്ചുകൊണ്ടദ്ദേഹം ഞങ്ങളെ സ്വാഗതം ചെയ്തു.

"സ്ദ് റാസ്റ്റ് വൂയ് ഇൻജീസ്"

(ഇന്ത്യാക്കാരേ നമസ്ക്കാരം)

ഉന്മേഷവും പുഞ്ചിരിയും അദ്ദേഹത്തിന്റെ വിട്ടു പിരിയാത്ത കൂട്ടു കാരായിരുന്നു. ഞങ്ങളുടെ എന്തെല്ലാം വികൃതികളാണ് സ്നേഹപൂർ ണ്ണമായ സമീപനത്തിലൂടെ അദ്ദേഹം നേരിട്ടത്!

കുറച്ചു നേരത്തെ കുശലാന്വേഷണങ്ങൾക്കു ശേഷം അന്നത്തെ താവളമായ ഹോട്ടൽ റാഷയിലേക്കുള്ള യാത്രയായി. ക്രെംലിനു സമീപമാണ് പ്രസ്തുത ഹോട്ടൽ.

റഷ്യയിലെ സാധാരണ ജനങ്ങളെ കാണുകയാണ്. മോസ്ക്കോ യുടെ തെരുവീഥികളിൽ ചേതോഹരമായ സായാഹ്നത്തിന്റെ മധുരം നുണഞ്ഞുകൊണ്ട് സകുടുംബം നീങ്ങുന്ന ജനങ്ങൾ. അമ്മമാർ, ഉരുട്ടി ക്കൊണ്ടു പോകാവുന്ന ചെറിയ തൊട്ടിലുകളിൽ ഒന്നും രണ്ടും വയസ്സു ള്ള കുട്ടികളെ ഇരുത്തി ഫുട്ട്പാത്തിലൂടെ നടക്കുകയാണ്. ഗ്രീഷ്മാരംഭം അവരിൽ ഉന്മേഷം പരത്തിയിരുന്നു. തീക്ഷ്ണമായ വേനൽച്ചൂടിന്റെ നാട്ടിൽനിന്നെത്തിയ ഞങ്ങൾക്കും മോസ്ക്കോയിലെ ആ 'ഗ്രീഷ്മ ക്കുളിർ' ആനന്ദദായകമായി. വരിവരിയായി ചിട്ടയൊത്തു നീങ്ങുന്ന കാറുകൾ. നമ്മുടെ നഗരങ്ങളിൽ ഈയൊരു കാഴ്ച്ച കാണാനാകുമോ? 'ട്രാഫിക്ക് ജാം' അവർക്കപരിചിതം തന്നെയാവും. ഞാനിക്കാര്യം മാഡത്തോടു പറഞ്ഞു. 'ഇന്ത്യയിൽനിന്നു വരുന്ന എല്ലാ കുട്ടികളും ഇതു പറയാറുണ്ട്.' നീനയുടെ പ്രതികരണം അങ്ങനെയായിരുന്നു.

കേരളത്തിലെ മത്സര ഓട്ടത്തെക്കുറിച്ച് ഞാൻ പറഞ്ഞു. റഷ്യയിൽ അങ്ങനെയൊന്നില്ല. റോഡപകടങ്ങൾ അതുകൊണ്ട് വളരെ കുറവാണ്. 'ഇവിടെ ഒരു കൊച്ചു കുട്ടി റോഡു മുറിച്ചു കടക്കുമ്പോൾ ഗതാഗതം സ്തംഭിച്ചെന്നിരിക്കും. കുട്ടികളോട് അത്രമേൽ പരിഗണനയാണ്.' നീന പറഞ്ഞു.

നാം കേരളീയർ വീടുകളിൽ വളരെ വൃത്തിയും വെടിപ്പുമുള്ളവരാണ്. പൊതുസ്ഥലങ്ങളിലോ? ഒന്നു പറയാതെ തരമില്ല. നമ്മുടെ വഴിയും വഴിയോരങ്ങളും വൃത്തിയുടെ കാര്യത്തിൽ വളരെ പിന്നോക്കമാണ്. അതുകൊണ്ടായിരിക്കണം മോസ്ക്കോയിലെ നിരത്തുകൾ എന്നെ അത്ഭുതപ്പെടുത്തിയത്. എന്തൊരു വൃത്തിയും ചന്തവുമാണ്! അവിടത്തെ റോഡരികുകൾ നമ്മുടെ വീട്ടിനകം പോലെ വെടിപ്പുള്ളവയാണ്. തൂപ്പുകാർ അവരുടെ ജോലി വളരെ കൃത്യമായി ചെയ്യുന്നു. മണിമാളികകളും ചേരിക്കുടിലുകളും ഉമ്മവെച്ചുരുമ്മി നിൽക്കുന്ന നമ്മുടെ നഗരങ്ങളെവിടെ! റഷ്യൻ നഗരങ്ങളെവിടെ!

മിഖായേൽ ഗോർബച്ചേവിന്റെ ഗ്ലാസ്സ്നോസ്റ്റും പെരിസ്ട്രോക്കയും സോവിയറ്റ് യൂണിയനിലെ ജനങ്ങളെ ഉദാരവല്ക്കരണത്തിന്റെ പാതയിൽ കൊണ്ടു പോകുമ്പോൾ ഒരിക്കലും ഈയൊരു തനിമ നഷ്ടപ്പെടാതിരിക്കട്ടെയെന്ന് ആരും ആശിച്ചു പോകും.

ഹോട്ടലിലെത്തി. പടുകൂറ്റൻ കെട്ടിടം. ചില്ലു പതിച്ച തൂണുകൾ. താഴത്തെ നിലയിൽ റസ്റ്റോറന്റാണ്. മുന്നിലെ ഹാളിൽ ഞങ്ങളിരുന്നു. മുറിയെടുത്ത ശേഷം മാഡം നീന ഞങ്ങളുടെ അടുത്തെത്തി.

"ഇന്നു നിങ്ങൾ റഷ്യയുടെ അതിഥികളാണ്. ആൺകുട്ടികൾ രണ്ടു പേരും പന്ത്രണ്ടാം നിലയിൽ. നിഷിത ഒമ്പതിൽ. കവിത പതിനഞ്ചിൽ. ലാറിസ പതിമൂന്നിൽ. ഓരോരുത്തർക്കും ഓരോ മുറിയുണ്ട്."

ഇതെന്നെ അത്ഭുതപ്പെടുത്തി. ഒരു പക്ഷേ ഒറ്റക്കൊരു മുറിയിൽ ഒരു രാത്രി കഴിച്ചു കൂട്ടുന്നത് ജീവിതത്തിലാദ്യമായിട്ടായിരിക്കും. വീട്ടിൽ പോലും ഒരു മുറിയിൽനിന്ന് മറ്റൊരു മുറിയിലേക്ക് രാത്രി ഒറ്റക്ക് പോകാൻ ഭയക്കുന്ന എനിക്ക് ഇതെങ്ങനെ സാധിക്കും?

അത്ഭുതം പെട്ടെന്ന് ഭയമായി രൂപാന്തരപ്പെട്ടു. മാത്രവുമല്ല, നിമിഷങ്ങൾക്കകം ഭയമെങ്ങനെ നിർലജ്ജം മുഖത്തു പ്രത്യക്ഷപ്പെടുന്നതെന്ന് കൂട്ടുകാരെ ശ്രദ്ധിച്ചപ്പോൾ മനസ്സിലായി. വിശേഷിച്ചൊന്നും സംഭവിച്ചിട്ടില്ലെന്ന മട്ടിലാണ് നീനയും സിര്യോഷയും. അവർ ഞങ്ങളെ ഞങ്ങളുടെ മുറികളിൽ എത്തിക്കുന്നതിൽ ശ്രദ്ധിക്കുകയാണ്. ഇരുവരും എന്റെ മുറിയിലുമെത്തി. എന്റെ ഭയവും പരിഭ്രമവും ലജ്ജയുമെല്ലാം പ്രദർശിപ്പിക്കാനല്ലാതെ വാക്കുകളിൽ രൂപാന്തരപ്പെടുത്താൻ ഞാനശക്തയായിരിക്കുകയാണ്. എല്ലാ ദൈവങ്ങളെയും വിളിച്ച്

പ്രാർത്ഥിച്ച് വാതിലടച്ചു. പൂട്ടാൻ പേടി. തുറക്കാനായില്ലെങ്കിലോ?

സജ്ജീകരണങ്ങളെല്ലാമുള്ള മുറിയാണ്. കളർ ടി.വി, ഫ്രിഡ്ജ്, സ്റ്റീരിയോ, ഫോൺ, അലങ്കാരവിളക്കുകൾ... സ്റ്റീരിയോ ട്യൂൺ ചെയ്തു. വശ്യമധുരമായ ഒരു റഷ്യൻ ഗാനത്തിന്റെ നാദധാര. കുറച്ചു നേരം അവിടെയങ്ങനെയിരുന്നു. മുറി മുഴുവനായൊന്ന് പരിചയപ്പെട്ടുക തന്നെ. ഭയത്തിന്റെ ഉറുമ്പിൻകൂട് ഒന്നിളകി. ഉറുമ്പുകൾ വളരെ സാവധാനം അരിച്ചു നീങ്ങിക്കൊണ്ടിരുന്നു. കുളിമുറിയിലേക്കെന്നു തോന്നിച്ച ഒരു വാതിൽ കണ്ടു. തുറന്നു നോക്കി. കുളിമുറി തന്നെ. വിസ്തരിച്ചൊന്നു കുളിക്കാം. ഷവറിലൂടെ ചിതറിവന്ന വെള്ളത്തിന് ഭാഷയുടെ അതിരില്ലായിരുന്നു. കുളി കഴിഞ്ഞു. നവോന്മേഷമായി.

ഇപ്പോൾ മനസ്സിലെ ഉറുമ്പിൻകൂട് ശൂന്യം. മുന്നിലെ ചില്ലു ജനൽ വാതിൽ തുറന്നു നോക്കാനുള്ള ധൈര്യമുണ്ടായി. ഉയർന്നു നില്ക്കുന്ന ക്രെംലിനും മുസ്ലീം പള്ളികളുടെ മിനാരങ്ങൾ പോലുള്ള ശീർഷമകുടങ്ങൾ വഹിക്കുന്ന ഏതാനും കെട്ടിടങ്ങളും കുറച്ചകലെ കാണാം. ഇരുട്ടു പരന്നിട്ടുണ്ട്. ചിലയിടത്തു മാത്രം വെളിച്ചത്തിന്റെ തിളക്കം. താഴെ വിശാലമായ തെരുവീഥികളിൽ ചാലിട്ട ഉറുമ്പിൻ നിര പോലെ ജനങ്ങൾ അണിയായി നീങ്ങുന്നു. സമത്വത്തിൽ അധിഷ്ഠിതമായ ചുകന്ന രാജ്യത്തിന്റെ തലസ്ഥാന നഗരിയിലാണ് ഞാൻ നില്ക്കുന്നതെന്നോർത്തപ്പോൾ മനസ്സിൽ ആഹ്ലാദത്തിന്റെ വേലിയേറ്റം. വൻ ശക്തികളുടെ നിരയിൽ അഗ്രിമസ്ഥാനം വഹിക്കുന്ന ഒരു സോഷ്യലിസ്റ്റു രാജ്യത്തിന്റെ ഭരണ സിരാകേന്ദ്രത്തിൽ വെറുമൊരു മൂന്നാം ലോക വികസ്വര രാഷ്ട്രത്തിന്റെ മൈനർ പ്രജയായ ഞാൻ....

അതാ വാതിലിലൊരു മുട്ട്.

ശരിക്കും ഞാനൊന്നു ഞെട്ടിപ്പോയി. ശരീരമാകെ പേടിയുടെ തേരട്ടകളിഴഞ്ഞു കയറുന്ന പ്രതീതി. എന്റെ യത്നമില്ലാതെതന്നെ വാതിൽ സാവധാനം തുറക്കപ്പെട്ടു. മുന്നിലതാ മാഡം നീനയും ലാറിസയും. എന്റെ ശ്വാസം നേരെ വീണു.

“ഒറ്റക്കൊരു മുറിയിൽ കിടക്കാൻ ലാറിസക്ക് പേടി.”

ഞാൻ കൂടി കൂട്ടുണ്ടെങ്കിൽ സമാധാനമാണത്രെ. ഞാൻ ധൈര്യം നടിച്ചു. മാഡത്തോട് ശുഭരാത്രിയും പറഞ്ഞു.

അല്പം കഴിഞ്ഞ് ഭക്ഷണം വന്നു. പുഴുങ്ങിയ മുട്ട, പാൽ, വേവിച്ച ഇറച്ചി, സൂപ്പ്, പച്ചക്കറികൾ, ആപ്പിൾ.

“ കക് തിബ്യാ സവൂത്?”(നിങ്ങളുടെ പേരെന്താണ്?)

വിഭവങ്ങൾ കൊണ്ടു വന്ന സ്ത്രീയോട് ഞാൻ ചോദിച്ചു.

‘നതാഷ’

തുടർന്ന് അവളിൽനിന്ന് കുറേ റഷ്യൻ വാക്കുകൾ. അർത്ഥം കണ്ടെത്താൻ കഴിയാതെ ഞാൻ കുഴഞ്ഞു. അത്യാവശ്യം ചില റഷ്യൻ വാക്കുകൾ ഞാൻ പഠിച്ചൊരുങ്ങി വന്നത് ഒന്ന് പരീക്ഷിച്ചു നോക്കിയതാണെന്ന് ആ സ്ത്രീയുണ്ടോ അറിയുന്നു! അവർ എന്നെ, തപ്പിപ്പിടിച്ച് റഷ്യൻ ഭാഷ സംസാരിക്കാൻ കഴിയുന്ന ഇന്ത്യാക്കാരിയായി കരുതിയിട്ടുണ്ടാകും.! കയറിപ്പിടിച്ചത് പുലിവാലാണെന്ന് എനിക്ക് ബോദ്ധ്യമായി. ങാ, ങാ എന്ന് പറഞ്ഞും ചിരിച്ചും തല കുലുക്കിയും തൽക്കാലം ഞാൻ തടി തപ്പിയെന്നു പറഞ്ഞാൽ മതിയല്ലോ.

കുറേ സമയം ലാറിസയോട് വർത്തമാനം പറഞ്ഞിരുന്ന് കഴിച്ചു കൂട്ടി. മുറിയിൽ ഫോണുണ്ടായിരുന്നു. നംബർ കറക്കി ലാറിസ നിഷിതയെ വിളിച്ചു. അപ്പുറത്തുനിന്ന് നിഷിതയുടെ പരിഭ്രമിച്ച ശബ്ദം. ഹിന്ദിയിൽ ചിലതൊക്കെ പറഞ്ഞു. എന്റെ മുറിഹിന്ദി ഞാനും തട്ടി വിട്ടു.

രാവിലെ അഞ്ചു മണിക്ക് എഴുന്നെൽക്കണം. ആറിന് പുറപ്പെടണം. ഉറങ്ങിയത് എപ്പോഴാണെന്ന് ഓർമ്മയില്ല. മയക്കം പിടിക്കുന്നതു വരെ ലാറിസ എന്നോട് സംസാരിച്ചുകൊണ്ടിരുന്നു. അവൾക്കൊരു പൂച്ചക്കുട്ടിയുണ്ടായിരുന്നു. ആരാണതിനിപ്പോൾ പാലു കൊടുത്തിരിക്കുക? ആരുടെ കൂടെയായിരിക്കും കിടന്നുറങ്ങുക? ഉറക്കത്തിലവൾ പൂച്ചക്കുട്ടിയെ താലോലിച്ചുകൊണ്ടിരുന്നു.

മുറി നിറയെ നീല വെളിച്ചം. എപ്പോഴാണ് ഉണർന്നതെന്നും ഓർമ്മയില്ല.

●

അഞ്ച്

സ്വപ്ന ഭൂമിയിൽ

എന്റെ ആദ്യത്തെ റഷ്യൻ പ്രഭാതം മെല്ലെ വിടരുകയായിരുന്നു. ആരും വിളിക്കാതെ ഞാനുണരുകയാണ്. ലാറിസയെ വിളിച്ചുണർത്തി. വേഗം തയ്യാറാകണം. സിംഫറോപോളിലേക്കാണ് യാത്ര. അവിടെനിന്നും ആർത്തെക്കിലേക്ക്.

കുളിരണിഞ്ഞു നിൽക്കുന്ന മോസ്ക്കോ നഗരം. ഗ്രീഷ്മത്തിലും മഞ്ഞിൻ കുപ്പായമണിഞ്ഞ ഒരു നഗരം. 'വൈ ആർ യൂ സിംപ്ലി സ്റ്റാന്റിങ്ങ്?' ലാറിസയുടെ ചോദ്യമാണെന്നെ ഉണർത്തിയത്. അവളൊരുങ്ങിക്കഴിഞ്ഞു. മണി ആറര. ബാഗുകളെല്ലാമെടുത്ത് ഞങ്ങൾ പുറത്തിറങ്ങിയപ്പോൾ നതാഷയുണ്ട് മുന്നിൽ. "ദോ ബയാ ഊദ്രേ" അവർ ഞങ്ങൾക്ക് സുപ്രഭാതമരുളുന്നു. ലിഫ്റ്റിലേക്ക് നയിക്കുകയും ചെയ്തു. ചാരുതയാർന്ന കോണികൾ ഓടിയിറങ്ങുന്നതിലെ രസമോർത്ത് ഞങ്ങൾ ലിഫ്റ്റ് വേണ്ടെന്ന് വച്ചു. മൂന്നുനാലു നിലകളങ്ങനെ ഇറങ്ങിയപ്പോൾ രസം താനെ നിന്നു. ലിഫ്റ്റു തന്നെ ആശ്രയം എന്ന നിലയായി. താഴെ സ്വീകരണമുറിയിൽ നീനയും മറ്റു കൂട്ടുകാരും ഞങ്ങളെ കാത്തു നില്ക്കുന്നുണ്ടായിരുന്നു. അധികം താമസിയാതെ ഞങ്ങൾ റാഷയോട് വിട പറഞ്ഞു. വീണ്ടും ഞങ്ങൾ മോസ്ക്കോ വിമാനത്താവളത്തിലെത്തി. ഏഴുമണിയോടെ ഞങ്ങൾ പറന്നുയർന്നു. എന്റെ സീറ്റ് ജനലിനടുത്ത് മാഡം നീനയുടെ ഇടതുവശത്തായിരുന്നു. അവർ റഷ്യയെക്കുറിച്ച് വാചാലമായി സംസാരിച്ചു. ഇത്രയേറെ വൈവിധ്യങ്ങളുള്ള ഒരു രാജ്യമാണതെന്ന് ഞങ്ങൾ കരുതിയിരുന്നില്ല. ജനങ്ങളിലൂടെ രാജ്യത്തെ അറിയുക, അതൊരു വലിയ കാര്യം തന്നെയാണ്. നീനാമാഡം വർഷങ്ങളായി കുട്ടികളിലൂടെ വിവിധ രാജ്യങ്ങളെ അറിയുന്നു.അവരിലൂടെ കുട്ടികൾ സോവിയറ്റ് യൂണിയനെയും. സംസാരത്തിനിടക്ക് ഞാൻ പ്രത്യേകം കരുതി വച്ചിരുന്ന പാക്കറ്റ് പുറത്തെടുത്തു. നേന്ത്രക്കായ വറുത്തത്. നമ്മുടെ നാടിന്റെ സവിശേഷ വിഭവം. ആ വിശിഷ്ട വിഭവം അവർ കൊതിയോടെ തിന്നു. അടുത്തുള്ള സീറ്റുകളിലെ റഷ്യക്കാരായ

സഹയാത്രികരും അതേറെ ഹൃദ്യമായെന്നു പറഞ്ഞു. എന്നെ സംബന്ധിച്ച് സിംഫറോപോളിലേക്കുള്ള ആ യാത്ര മാധ്യമമായി നന്നായി സംസാരിക്കാനുള്ള പരിശ്രമങ്ങളുടെ അഭ്യാസപാഠങ്ങളായിരുന്നു നല്കിയത്. മലയാളവും റഷ്യനും തമ്മിലുള്ള ലയം ഇംഗ്ലീഷിലൂടെ വേണം. അതിനുള്ള അഭ്യാസപാഠങ്ങൾ.

പത്തര മണിയോടെ വിമാനം സിംഫറോപോളിലെത്തി. വിമാനത്താവളത്തിൽ സിര്യോഷ ഞങ്ങളെ കാത്തു നിൽക്കുകയാണ്. ലഗ്ഗേജുകളെല്ലാമെടുത്ത് ഞങ്ങൾ പുറത്തു കടന്നു. ഞങ്ങളെക്കാത്ത് ബസ്സുകൾ. എല്ലാം ആർത്തെക്കിലേക്ക്. വിവിധ റിപ്പബ്ലിക്കുകളിൽനിന്നെത്തിയ കുട്ടികളാണവർ. അവർ ഇന്ത്യൻ കൂട്ടുകാരെ കാത്തിരിക്കുകയാണ്. തിരിച്ചറിഞ്ഞതും അവരെല്ലാവരും ഓടി വന്ന് ഞങ്ങളെ പൊതിഞ്ഞു. ലഗ്ഗേജുകളും മറ്റും പിടിച്ചു വാങ്ങി ബസ്സിനുള്ളിൽ കയറ്റി വെച്ചു. മുൻപരിചയം ലേശവുമില്ലാതിരുന്ന കൂട്ടുകാരോട് സ്വീകരണത്തിന്റെ സ്നേഹോഷ്മളത വർണ്ണിക്കുവാൻ വാക്കുകളില്ല. വിവിധങ്ങളായ സംഗീതോപകരണങ്ങൾ അവരുടെ സ്വാഗതഗാനത്തിന് കൊഴുപ്പേകി. നിമിഷങ്ങൾക്കകം നൂറ് കൂട്ടുകാർ. ലൂത, അനാറ, താന്യ, ഐബ്യക്, അക്രം അങ്ങനെ ഒട്ടേറെ പേർ. താന്യ എന്ന സുന്ദരിപ്പെണ്ണിന്റെ നോട്ടം എന്റെ നെറ്റിയിലേക്കായിരുന്നു. അവളുടെ കണ്ണിൽ അത്ഭുതത്തിന്റെ പൂത്തിരികൾ കത്തുന്നു. അവളെ അത്ഭുതപ്പെടുത്തിയത് എന്താണെന്ന് ആദ്യം എനിക്ക് പിടി കിട്ടിയില്ല. പതുക്കെപ്പതുക്കെ അവളുടെ ചൂണ്ടു വിരൽ എന്റെ നെറ്റിയിലേക്ക് നീണ്ടു വന്നു.

കാര്യമെനിക്ക് പിടികിട്ടി. എന്റെ നെറ്റിയിലെ ചുകന്ന നക്ഷത്രപ്പൊട്ടിലാണവളുടെ നോട്ടം. അതർടത്തിയെടുത്ത് ഞാനവളുടെ നെറ്റിയിൽ പതിച്ചു കൊടുത്തു. അവൾക്ക് സ്വർഗ്ഗം ലഭിച്ച സന്തോഷം. താന്യ തുള്ളിച്ചാടി. പൊട്ടു കുത്തിയ താന്യയെക്കണ്ട് മറ്റുള്ളവരും തുള്ളിച്ചാടി. “സവ്യത്സി സയൂസ് അച്ചാ ഹേ?” സോവിയറ്റ് യൂണിയൻ നല്ലതല്ലേ? ചോദ്യം അക്രമിന്റേതാണ്. പേര് സൂചിപ്പിക്കും പോലെ അവൻ അത്ര അക്രമിയൊന്നുമല്ല. വെറുമൊരു പേടിത്തൊണ്ടനാണെന്ന് പിന്നീടെത്ര തവണ തെളിഞ്ഞു. യഥാർഥ പേര് ജയ്ഹൂൻ. അവന്റെ വീടിനടുത്ത് ഒരിന്ത്യക്കാരി താമസിക്കുന്നുണ്ട്. അതുകൊണ്ടു തന്നെ അവന് ഇന്ത്യയെക്കുറിച്ച് കുറച്ചെല്ലാമറിയാം. കുറേ ഹിന്ദി വാക്കുകളും. അതാണവൻ വെച്ചു കാച്ചിയത്. “ജീ ഹാം.” മറുപടി നിഷിതയുടേതായിരുന്നു. അക്രം അറിയുന്ന പ്രസിദ്ധനായ ഇന്ത്യൻ കലാകാരൻ രാജ് കപൂറാണ്. അദ്ദേഹത്തിന്റെ സിനിമയുടെ ചില ഭാഗങ്ങൾ അവൻ കണ്ടിരിക്കുന്നു. അദ്ദേഹമിന്നില്ലല്ലോ എന്നവൻ

ദുഃഖിക്കുന്നു. രാജ് കപൂറിന്റെ ആ ആരാധകന് ഇന്ത്യയെക്കുറിച്ച് ഇനിയുമിനിയുമറിയണം. 'പുസ്ത് വിഗ്ദാ ബൂജിത് സോംസെ' എന്നു തുടങ്ങുന്ന ആർത്തെക് ഗാനം താളവും മേളവും കലർന്ന് കുട്ടികൾ പാടിത്തുടങ്ങി. തിരയിലലിഞ്ഞ മണൽത്തരിയെപ്പോലെ ആഹ്ലാദത്തിൽ അലിഞ്ഞു പോയപ്പോൾ ഞങ്ങൾ ഞങ്ങളെത്തന്നെ മറന്നു. കേരളവും ദില്ലിയും ആൻഡ്രയും ഗുജറാത്തുമൊക്കെ ഉക്രയിനിലും അസർ ബൈജാനിലും ഉസ്ബക്കിലും ലിത്വേനിയയിലും എസ്റ്റോണിയയുമെല്ലാം ഇട കലർന്നു. നീനയെവിടെ? ലാറിസയെവിടെ? ബസ്സുകൾ നീങ്ങുകയാണ്. ക്രിമിയയുടെ പ്രാദേശിക കേന്ദ്രമായ സിംഫറോപോളിലേക്കുള്ള വീഥി എത്ര മനോഹരമാണ്! എത്ര മിനുസമേറിയതാണ്! പർവ്വതമാലകളാണ് ചുറ്റും. നയനാനന്ദകരമായ കാഴ്ച്ചകൾ! രജതരശ്മികൾ പൊഴിക്കുന്ന സൂര്യൻ.

പുതുവെള്ളം കണ്ട പുഴമത്സ്യക്കുഞ്ഞുങ്ങളായി ഞങ്ങൾ. ഭാഷകളുടെ അതിരുകളെ കുത്തിമറിച്ചിട്ടുകൊണ്ടൊഴുകുന്ന പുതുവെള്ളപ്പാച്ചിൽ പോലെ മനസ്സ്. പുറത്തെ കാഴ്ചകൾ കാണാൻ പുറത്തേക്കൊന്നു പോകാൻ കഴിയണ്ടേ? പുറം കാഴ്ച്ചകളെ വെല്ലുന്ന അകംകാഴ്ച്ചകൾ. അവയെല്ലാം അനുഭവിക്കാൻ തുറക്കുന്ന അകക്കണ്ണുകൾ. ആദ്യത്തെ ആർത്തിയൊന്നടങ്ങിയപ്പോൾ കണ്ണുകൾ പുറത്തേക്ക് തിരിഞ്ഞു. വഴിയാത്രക്കാർ പുഞ്ചിരിച്ചുകൊണ്ട് കൈ വീശുന്നു. ആർത്തെക്ക്,

ആർത്തെക്ക് എന്ന് വിളിച്ചു പറഞ്ഞുകൊണ്ട് കൈ വീശുന്നു. യാത്രാ മംഗളം നേരുന്നു. സഹജമായ രീതിയിൽ ഞങ്ങളും പ്രത്യഭിവാദ്യം ചെയ്തു. ട്രോളി ബസ്സുകൾ വരുന്ന യാത്രക്കാർ പുഞ്ചിരിക്കുന്നു.

ഇതെന്തു കഥ! അവർക്കെങ്ങനെ അറിയാം ഞങ്ങളെല്ലാം ആർത്തെക്കിലേക്കാണെന്ന്. ബസ്സ് ഒരിടത്ത് നിറുത്തിയപ്പോൾ കാര്യം പിടി കിട്ടി. എല്ലാ ബസ്സുകൾക്കുമുണ്ട് ആർത്തെക്ക് ചിഹ്നം. അത്രുക്കു പ്രസിദ്ധമാണ് ആർത്തെക്ക്.

വഴിയരികിൽ ഞങ്ങൾ വിശ്രമിച്ചു. വൃത്തിയുള്ള ഒരു ചെറിയ പട്ടണത്തിന്റെ പ്രാന്തപ്രദേശം. റോഡിന്റെ രണ്ടു പാർശ്വങ്ങളിലും നല്ല വീതിയിൽ വളർത്തി, വെട്ടി നിർത്തിയിരുന്ന പുൽത്തകി ടികൾ. അവയിലിരുന്നുകൊണ്ട് ഞങ്ങൾ ഐസ്ക്രീം തിന്നു രസിച്ചു. അതിലേ പോയിരുന്ന മൂന്നു മദാമ്മമാരും രണ്ടു ചെറുപ്പക്കാരികളും പിന്നെ കൊച്ചു കുട്ടികളുമടങ്ങുന്ന സംഘം ഞങ്ങളെക്കണ്ട് അവിടെ നിന്നു. ഇന്ത്യക്കാരായ ഞങ്ങളെ പരിചയപ്പെടാനും സംസാരിക്കാനും അവർക്കാഗ്രഹം. അവർ റഷ്യനിൽ വാ തോരാതെ സംസാരിച്ചു. ചില ചോദ്യങ്ങൾ ഞങ്ങളുടേതായിരുന്നു. ഞങ്ങളുടെ മറുപടി എപ്പോഴും പുഞ്ചിരിയിൽ ഒതുങ്ങി. റഷ്യൻ കൂട്ടുകാർ അവർക്ക് എല്ലാം വിസ്തരി ച്ചുകൊണ്ടിരുന്നു.

"ഇൻജീസ്ക്കി ക്രസീവദാ?" ഒരു സ്ത്രീ മറ്റൊരു സ്ത്രീയോട് ചോദി ക്കുകയാണ്. ഇന്ത്യാക്കാർ എന്തു നല്ല കുട്ടികൾ, അല്ലേ? എന്നാണ തിന്റെ താത്പര്യം.

ഇനിയുമുണ്ട് ഒരു മണിക്കൂർ യാത്ര ആർത്തെക്കിലെത്താൻ.

വിശാലമായ വയലുകളുടെയും പഴത്തോട്ടങ്ങളുടെയും ഇടയിലൂടെ വാഹനങ്ങൾ നീങ്ങിക്കൊണ്ടിരിക്കുന്നു. റഷ്യയിലെ സാധാരണ കൃഷിക്കാരെ ഞങ്ങൾ അടുത്തു കാണുകയാണ്. അവർ നമ്മുടെ നാട്ടിലെ കൃഷിക്കാരെ അപേക്ഷിച്ച് മെച്ചമായ വസ്ത്രം ധരിച്ചിരി ക്കുന്നു. കാലാവസ്ഥയുടെ പ്രത്യേകത മാത്രമാണ് കാരണമെന്ന് അറിയുക വയ്യ. വിസ്തൃതമായ പാടങ്ങളിൽ ട്രാക്ടറും യന്ത്രങ്ങളുമുണ്ട്. അവിടെ കാണപ്പെട്ട തടിയും ആസ്ബസ്റ്റോസും കൊണ്ട് നിർമ്മി ക്കപ്പെട്ട ഏറുമാടങ്ങൾ പോലുള്ള എടുപ്പുകൾ കർഷകത്തൊഴിലാളി കളുടെ താൽക്കാലിക വസതികളോ വിശ്രമകേന്ദ്രങ്ങളോ ആകാം. നിരത്തിൽ യാത്രക്കാർ തീരെ കുറവ്. ചെറിയ പട്ടണങ്ങൾക്കിടക്കു തന്നെ ദീർഘ ദൂരം വിജനമായ ഭൂവിഭാഗങ്ങളാണ്. നിരത്തിലെ ടാറിങ്ങ് ജോലിയിൽ ഏർപ്പെട്ടിരുന്ന ഒരു സംഘം തൊഴിലാളികളെ കണ്ടു മുട്ടാനിടയായി. നമ്മുടെ നാട്ടിലെ ഒരു പതിവു ദൃശ്യമാണിത്. എന്നാൽ അത്തരം തൊഴിലാളികളുടെ സുരക്ഷാസംവിധാനത്തിൽ

പ്രകടമായ വ്യത്യാസവും ദൃശ്യമാണ്. അവിടെ എല്ലാവരും സുരക്ഷിതത്വത്തിനുള്ള മാസ്ക്ക് ധരിച്ചിരുന്നു. കൂടുതൽ യന്ത്രോപകരണങ്ങൾ ഉപയോഗിക്കുകയും ചെയ്യുന്നു.

കേരളം മാത്രമല്ല കുന്നലനാട്. ആർത്തെക്കും മറ്റൊരു കുന്നലനാടു തന്നെ. കുന്നുകളും അലകളും ഉമ്മ വെക്കുന്ന പ്രദേശങ്ങളിലൂടെയായി യാത്ര. അപ്പോഴേക്കും കുട്ടികളെല്ലാം ഏറെക്കുറെഒന്നായിക്കഴിഞ്ഞിരുന്നു. എല്ലാവരും ആദ്യമായാണ് ആർത്തെക്കിലേക്കു പ്രവേശിക്കുന്നത്. ആർത്തെക്കിന് എന്നും പുതിയ പുതിയ കൂട്ടുകാരെ ലഭിക്കുമായിരുന്നു.

ഇപ്പോൾ കേൾക്കുന്നത് കരിങ്കടലിന്റെ സംഗീതമാണ്, അനന്തകോടി മുത്തു രത്നങ്ങളെ ചിപ്പിച്ചിമിഴുകളിൽ വഹിച്ചുകൊണ്ട് അയൂഡാഗിനെ തിരമാലക്കൈകൾ കൊണ്ട് കിക്കിളിപ്പെടുത്തുന്ന കരിങ്കടലിന്റെ സല്ലാപം.

ഞങ്ങളാ സ്വപ്നഭ്രമിയിലെത്തി. ആ മണ്ണിൽ ചവിട്ടിയപ്പോൾ ശരീരം മുഴുവൻ പടർന്നു കയറുന്ന കോരിത്തരിപ്പ്! ബസ്സിന്റെ വാതിലുകൾ തുറന്നപ്പോൾ പൂമ്പാറ്റകളിളകി.

എന്റെ മനസ്സു നിറഞ്ഞു. സുവർണ്ണലിപികളിൽ, റഷ്യനിൽ 'ARTEK'എന്ന് വലുതായി എഴുതിവെച്ച കവാടം അതാ തുറന്നു കിടക്കുന്നു.

●

ആറ്

സംസാരം ഡയറിയോട്

'ഏറ്റവും നല്ലതെല്ലാം കുട്ടികൾക്ക്' മഹാനായ ലെനിന്റെ ഈ വാക്കുകൾ സോവിയറ്റ് യൂണിയനിലെ ജീവിതത്തിന്റെ നിയമമായിരുന്നു. കുട്ടികളോടുള്ള സ്നേഹവും അവരുടെ ഭാവിയെക്കുറിച്ചുള്ള ആ മഹത്തായ ജനസമുദായത്തിന്റെ അത്യുന്നത പരിഗണനക്ക് പാത്രമായി. ക്രിമിയ പ്രതിവിപ്ലവകാരികളുടെ അധീനതയിൽനിന്ന് മോചിപ്പിക്കപ്പെട്ട് അധികനാൾ കഴിയും മുമ്പ് 1920 ഡിസംബർ 21-ാം തീയതി അദ്ധ്വാനിക്കുന്ന ജനതയുടെ ആരോഗ്യപരിപാലനത്തിനായി സമർപ്പിക്കപ്പെട്ടു. സ്കൂൾ വിദ്യാർത്ഥിനികളുടെ മികച്ച ഒരു ആരോഗ്യകേന്ദ്രമായി ആർത്തെക്ക് ഉദയം ചെയ്തതിന്റെ അടിസ്ഥാനം ഇതാണ്.

സമൃദ്ധമായ സൂര്യപ്രകാശം. മിതശീതോഷ്ണം. സുഖദമായ ഇളംകാറ്റ്. പ്രകൃതിരമണീയത ഇവയെല്ലാം സാർ ചക്രവർത്തിമാരുടെ ശ്രദ്ധയാകർഷിച്ചു. അവരവിടെ ക്രിമിയയുടെ തെക്കൻ തീരങ്ങളിൽ ആർഭാട വിഹാര കേന്ദ്രങ്ങളും മണിമാളികകളും നിർമ്മിച്ചു. അവയെല്ലാം തന്നെ ലെനിൻ സാധാരണക്കാരുടേതാക്കിത്തീർക്കുകയായിരുന്നു.

അറുപത്തഞ്ചിലധികം വർഷങ്ങളായി പയനിയർ പതാക ആർത്തെക്കിൽ പാറിപ്പറക്കുകയായിരുന്നു. അനേകായിരം കുട്ടികൾ ഇവിടെ വന്നെത്തിയിരിക്കുന്നു. 1925 ജൂൺ 16-ാം തീയതി ആർത്തെക്ക് ആരംഭിച്ചപ്പോൾ 80 കുട്ടികളാണ് കരിങ്കടൽത്തീരമണഞ്ഞത്. പിന്നീട് സോവിയറ്റ് യൂണിയനിലെ പതിനഞ്ച് റിപ്പബ്ലിക്കുകളിൽ നിന്നുമായി അയ്യായിരത്തോളം ആൺകുട്ടികളും പെൺകുട്ടികളുമാണ് വർഷം തോറും എത്തിച്ചേർന്നിരുന്നത്. ആർത്തെക്ക് വളരുകയായിരുന്നു; കൂടുതൽ സുന്ദരമാകുകയായിരുന്നു.

പൂർവ്വകാല ക്യാമ്പംഗങ്ങൾ ആർഭാടമായിട്ടല്ല ഇവിടെ ജീവിച്ചത്. ഇവിടെ രണ്ടു മൂന്നു കൊല്ലം മുമ്പു വരെ ഉണ്ടായിരുന്ന സുഖസൗകര്യങ്ങൾ അവരന്ന് സ്വപ്നം കാണുക പോലും ചെയ്തിരിക്കില്ല.

എന്നിരുന്നാലും ഈ കാടും കടലും കുന്നുകളും സൂര്യനും സൗമ്യമാരുതനും ആഴമേറിയ ഹരിതാഭയും സംഘക്കളിയും പുസ്തകവായനയും പ്രസംഗങ്ങളും ക്യാമ്പ് ഫയറും അവരെ ആരോഗ്യത്തിന്റെയും ആഹ്ലാദത്തിന്റെയും ഉത്തുംഗമേഖലകളിലെത്തിച്ചിരിക്കണം.

രണ്ടാം ലോക മഹായുദ്ധത്തിൽ ആർത്തെക്കിലെ കുട്ടികളുടെ ക്യാമ്പും നിലച്ചു. ക്യാമ്പ് സൈബീരിയയിലേക്ക് മാറ്റി. ഫാസിസ്റ്റ് അക്രമികളുടെ കൈയിൽ എല്ലാം നശിക്കുകയായിരുന്നു. 1944ൽ പുനഃസൃഷ്ടി നടന്നു. വീണ്ടും പയനിയർ സംഘടനയുടെ ചെങ്കൊടി ഉയർത്തപ്പെട്ടു.

ആർത്തെക്കിൽ എന്നും കുട്ടികളുടെ ശബ്ദകോലാഹലങ്ങൾ കേൾക്കാം. അതിന് ഋതുഭേദമില്ലായിരുന്നു. പയനിയർ ഡ്രമ്മിന്റെയും ബ്യൂഗിൾ സംഗീതത്തിന്റെയും അലയൊലി ആർത്തെക്കിന്റെ മാത്രം പ്രത്യേകതയായിരുന്നു. കുട്ടികളവിടെ കളിച്ചു. വിശ്രമിച്ചു, രസിച്ചു. പുതിയ കൂട്ടുകാരെ കണ്ടെത്തി. അവരുമായി അനുഭവങ്ങൾ പങ്കുവെച്ചു.

പ്രശസ്തമായ പ്രവർത്തനം കാഴ്ച വെക്കുന്ന പയനീയറുകൾക്കുള്ള സമ്മാനമാണ് പയനിയർ ക്യാമ്പായ ആർത്തെക്കിലെ സുഖവാസം. പഠനത്തിലെ മിടുക്കാവാം, പെരുമാറ്റത്തിലെ ശ്രേഷ്ഠതയാവാം, ധീരതയുടെ പ്രദർശനമാകാം, കലാരംഗങ്ങളിലെ നിപുണതയാകാം കുട്ടികളെ അവിടെ എത്തിക്കുന്നത്. പയനിയർ സംഘടനയുടെ വിവിധ ഘടകങ്ങളാണ് ആരെ ആർത്തെക്കിലേക്കയക്കണമെന്ന് തീരുമാനിക്കുന്നത്. ജനാധിപത്യ വിദ്യാർത്ഥിസംഘടനകളിൽ

പ്രവർത്തിക്കുന്ന കുട്ടികളെ പുറംരാജ്യങ്ങളിൽനിന്ന് അതിഥികളായി ക്ഷണിക്കാറുണ്ട്. അതിന്റെ മുഴുവൻ ചെലവുകളും വഹിച്ചിരുന്നത് സോവിയറ്റ് സർക്കാരാണ്.

ആർത്തെക്കിൽ യൂണിഫോം നിർബന്ധമാണ്. നീനാമാഡം ഞങ്ങൾക്ക് കുളിമുറി കാണിച്ചു തന്നു. "വേഗം കുളിച്ചു വരിക, എന്നിട്ട് യൂണിഫോം അണിയണം. സാധാരണ ഗതിയിൽ ഇനി അവ മാത്രമേ ധരിക്കാവൂ."

കടും നീല ജീൻസ്, ചാരനിറത്തിലുള്ള കോട്ട്, ഇളം മഞ്ഞ ഷർട്ട്, തൂവെള്ളത്തൊപ്പി.

വേഷം ഞങ്ങൾക്ക് നന്നേ രസിച്ചു. മനസ്സിന് നവോന്മേഷം.

വെണ്ണയും റൊട്ടിയും അല്പം മുന്തിരിങ്ങാ ജ്യൂസും ആയിരുന്നു ഞങ്ങൾക്ക് ആദ്യമായി ലഭിച്ച ഭക്ഷണം. വളരെ വിശാലമായ കിടപ്പുമുറികളാണ് ലഭിച്ചത്. പത്തു കിടക്കകൾ വീതമുള്ള മുറികൾ. കട്ടിലിനോടു ചേർന്ന് ചെറിയ രണ്ടുമൂന്നു വലിപ്പുകൾ. പത്ത് അറകളുള്ള വലിയ ഒരലമാരിയുമുണ്ട്. അത്യാവശ്യമുള്ള സാധനങ്ങൾ അവിടെ വെക്കാം. വലിയ ബാഗും മറ്റും ലഗേജ് മുറിയിൽ കൊണ്ടു വെക്കണം. അവിടത്തെ മാഡം ഞങ്ങളെക്കണ്ടപ്പോൾ സ്വർണ്ണപ്പല്ലുകൾ കാട്ടി ചിരിച്ചു. മുന്നിലെ ഒരു കോമ്പല്ലു മാത്രമുണ്ട് ഇനി മാറാൻ. തോളറ്റം വരെ നീണ്ടു കിടക്കുന്ന വെളുത്ത മുടിയിഴകൾ വെള്ളിക്കമ്പികൾ പോലെ പ്രകാശിക്കുന്നു. ഇങ്ങനെയുണ്ടോ ഒരു നര!

പിന്നീടറിഞ്ഞു, അത് നരയല്ല. നരക്കാൻ മാത്രം മുടി അവരുടെ തലയിൽ അവശേഷിച്ചിരുന്നില്ല. വിഗ്ഗായിരുന്നു.

ഞങ്ങളവരെ മാമ എന്നാണ് വിളിച്ചത്. ആ വിളി അവർക്കിഷ്ടമാണ്. എന്തൊരു സ്നേഹവായ്പാണ് ഞങ്ങൾക്കവരിൽനിന്നു ലഭിച്ചത്! ചുളുങ്ങിച്ചുരുണ്ട, എന്നാൽ വളരെ മാർദ്ദവമേറിയ അവരുടെ ആ കൈകൾ കൊണ്ടുള്ള തഴുകൽ എങ്ങനെ മറക്കും?

നിഷിത അവർക്കൊരു പാക്കറ്റ് മൈസൂർപാക്ക് പോലുള്ള പലഹാരം നല്കി.

"ഇന്ത്യാക്കാരുടെ പലഹാരങ്ങൾക്കെന്തു സ്വാദ്!" പിറ്റേന്ന് രാവിലെ ഞങ്ങൾ ചെന്നപ്പോഴേക്കും അവരത് തിന്നു തീർത്തിരുന്നു.

കുട്ടികളെ ജീവന്റെ ജീവനാണവർക്ക്. അവരുടെ ഏറ്റവും ചെറിയ പേരക്കുട്ടിയുടെ പേരാണ് ഓല്യ. ഓല്യയുടെ പടം അവർ കാണിച്ചു തന്നു.

വെള്ള ഉടുപ്പിട്ട ഓമനത്തം തികഞ്ഞ ഒരു പാവക്കുട്ടി എന്റെ കൈവശമുണ്ടായിരുന്നു. ഞാനവളെ 'മാമ'ക്കു സമ്മാനിച്ചു. അവരവൾക്കിട്ട

പേരു കേക്കണോ,

'ഓല്യ.'

കിടപ്പുമുറിയുടെ ഒരു വശം പൂർണ്ണമായും സ്ഫടികമാണ്. എനിക്ക് കിട്ടിയത് ചുമരിനടുത്തുള്ള കട്ടിലാണ്. ചില്ലുചുവരിലൂടെ കടലു കാണാം. ആകാശം കാണാം. അയൂ ദാഗിനെ കാണാം. അയൂ ദാഗിനെ ഉമ്മ വെക്കുന്ന മേഘങ്ങളെ കാണാം. മേഘമാലകളുടെ നനുത്ത ചലനത്തിൽ കണ്ണുയച്ച് മനമയച്ച് കിടക്കാം.

അപ്പുറത്തെ കട്ടിലിൽ ലാറിസ്സ കിടക്കുന്നു. പൂച്ചക്കുട്ടിയില്ലാതെ ഒരു രാത്രി കൂടി. ഞാൻ ലാറിസയെ വിളിച്ചു. എന്താണവൾ മിണ്ടാതിരുന്നത്? അമ്മയെയും അച്ഛനെയും വേർ പിരിഞ്ഞ ദുഃഖം സഹിക്കാതെ വിതുമ്പുകയാണോ? നിഷിതയും നല്ല മൂഡിലായി രിക്കയില്ലെന്ന് തോന്നി. എന്നാലും ഞാനൊന്ന് വിളിച്ചു നോക്കി. കൂർക്കംവലിയായിരുന്നു മറുപടി.

ആരോടെങ്കിലും സംസാരിക്കണം. സംസാരിച്ച് സമയം കളയണം. അങ്ങനെ ഉറക്കത്തിലേക്ക് വഴുതി വീഴണം. ഇല്ലെങ്കിൽ എനിക്കും കരച്ചിൽ വരും. ഇപ്പോഴാരോടാണ് സംസാരിക്കുക? ആരുമില്ലെന്ന് വന്നപ്പോൾ ഞാനെന്റെ ഡയറിയെടുത്തു. മലയാളം കേട്ടിട്ട് തന്നെ ദിവസം രണ്ടു കഴിയുന്നു. പറയാതിരിക്കാനാകുകയില്ല. ഞാൻ ഉറക്കെ സംസാരിക്കുക തന്നെ ചെയ്തു. എന്റെ ഡയറിയോട്. എന്നോട്. ആർത്തെക്കിനോടും.

●

ഏഴ്

ആബ്സൊല്യൂട്ട് ഹഷ്

ബഹളം കേട്ടാണുണർന്നത്. മുറി നിറയെ പുതിയ സൂര്യന്റെ സ്വർണ്ണക്കതിരുകൾ. സ്വർണ്ണത്തലമുടിയുള്ള കുട്ടികളാണ് ബഹളക്കാർ.

"ഇൻജീസ് ദ്രൂസിയാ, ദോ ബ്രയാ ഊദ്രേ." 'ഇന്ത്യൻ സുഹൃത്തുക്കളേ, സുപ്രഭാതം.' അവർ ചാടിത്തുള്ളിക്കൊണ്ട് പറയുന്നു.

ഒരുത്തി വന്നെന്റെ മുടി പിടിച്ച് വലിക്കാൻ തുടങ്ങി. മറ്റൊരുത്തി വന്ന് എന്നെ തൊട്ടു നോക്കുന്നു. മറ്റു ചിലരുടെ നോട്ടം എന്റെ കറുത്ത കൃഷ്ണമണികളിലേക്കാണ്. നിഷിതയും ലാറിസയും ഉണർന്നിട്ടുണ്ട്. ഞങ്ങൾ മൂന്നു പേരും പുതിയ കൂട്ടുകാരുടെ കാഴ്ചവസ്തുക്കളായി മാറിയിരിക്കയാണ്. ഒരു മിടുക്കി സൂത്രത്തിൽ വന്ന് എന്നെ കെട്ടിപ്പിടിച്ച്, എന്നോട് ചേർന്നിരുന്ന്, ചറുപിറാ എന്തൊക്കെയോ പറയാൻ തുടങ്ങി. ഒരു കൂസലും കൂടാതെ അവൾ, അവളുടെ സ്വർണ്ണത്തലമുടിയും എന്റെ കറുത്ത തലമുടിയും കൂട്ടിച്ചേർത്ത് പിന്നാൻ തുടങ്ങി. ലാറിസ രക്ഷപ്പെട്ടു. അവൾക്ക് നീളമുള്ള മുടിയല്ല.

"ഗുഡ് മോർണ്ണിങ്ങ് മൈ ഡിയർ ചിൽഡ്രൻ"

നീനാ മാഡം എത്തിയിരിക്കുന്നു.

"ദോ ബ്രയാ ഊദ്രേ മാഡം"

അവർക്ക് സന്തോഷമായി. ഞങ്ങൾ റഷ്യൻ ഭാഷ സന്ദർഭാനുസരണം ഉപയോഗിക്കാൻ പരിശ്രമിക്കുന്നുവല്ലോ.

"ഇവരാണ് നിങ്ങളുടെ ആദ്യത്തെ കൂട്ടുകാർ. രാത്രിയിലാണെത്തിയത്. വിവിധ റിപ്പബ്ലിക്കുകളിൽനിന്നുള്ളവർ."

ഞങ്ങൾ പരസ്പരം പരിചയപ്പെട്ടു. ഭാഷ ഒരു ഭയങ്കരമുള്ളുവേലി തന്നെയെന്ന് നേരിട്ട് ബോദ്ധ്യപ്പെടുകയാണ്.

ഇറ, ഷാന,നതാഷ, ഗാല്യ, മിർഗുൽ, ഓല്യ.....

ഷാന്നക്ക് കുറച്ചെങ്കിലും ഇംഗ്ലീഷറിയാം. അവൾ വർത്തമാനത്തിന്റെ കെട്ടഴിച്ചു. അപ്പോഴേക്കുമതാ വലിയ ബഹളവുമായി ആൺകുട്ടികളെത്തുന്നു. അടുത്ത മുറിയിൽനിന്നാണ് വരവ്. തടിയൻ മയങ്കിനെ മൂന്നു നാലു പേർ തോളിലേറ്റിനടക്കുന്നു. ഒപ്പം ശൈലേഷുമുണ്ട്. വാജിം, അന്ദ്രേയ്, മൻസൂർ, കോല്യ, എല്ലാവരും പേരുകൊണ്ട് പരിചയപ്പെട്ടു. കോല്യ അവന്റെ പേരു പോലെത്തന്നെ കോലനായിരുന്നു. ഇറയുടെ അനുജനാണ് ആന്ദ്രേയ്. അവനായിരുന്നു ഏറ്റവും ചെറിയ കുട്ടി. വലിയ വികൃതിയും. അവന് പതിനൊന്നു വയസ്സുണ്ട്. പഠിക്കുന്നത് നാലിലും.

മടിയനായിട്ടല്ല അവൻ നാലിലായത്. ഏഴു തികഞ്ഞാലേ സോവിയറ്റ് യൂണിയനിൽ കുട്ടികളെ സ്ക്കൂളിൽ ചേർക്കൂ. അതാണവരുടെ സവിശേഷത. സ്ക്കൂളിൽ ചേർക്കുന്നതിനു മുമ്പേ, അവിടെ കുട്ടികൾ 'ട്വിങ്കിൾ ട്വിങ്കിൾ ലിറ്റിൽ സ്റ്റാർ' എന്ന് ഛർദ്ദിക്കുകയില്ല. മറ്റ് മണ്ഡലങ്ങളിൽ എന്ത് അസ്വാതന്ത്ര്യങ്ങളുണ്ടെങ്കിലും അവിടെ ശിശുക്കൾ സ്വതന്ത്രരാണ്. അവർ ബാല്യം ആസ്വദിക്കുന്നു. കണ്ണു തുറന്ന് ചുറ്റുപാടുകൾ കണ്ടറിയുന്നു. സ്വയം അനുഭവിച്ച് പഠിക്കുന്നു. മനസ്സും ശരീരവും സന്തുലിതമായി വളരുന്നു. നമ്മുടെ നാട്ടിലോ? മാതാപിതാക്കളുടെ 'റാങ്കു മാനിയ'യുടെ പീഢനം കൂടാതെ രക്ഷപ്പെടുന്നവരെത്രയുണ്ട്?

വാജിം ഞങ്ങൾക്ക് ബിസ്ക്കറ്റ് സമ്മാനിച്ചു. നന്ദിസൂചകമായി ഞാനൊന്ന് ചിരിച്ചു. അതുകൊണ്ടായില്ലെന്നെനിക്കറിയാം. പകരം കൊടുക്കാൻ എന്റെ കൈയിൽ കേരളത്തിന്റെ വറുത്തുപ്പേരിയുണ്ട്. പിന്നെയാകട്ടെ. വളരെ പണ്ടു കാലം മുതൽ പുറം രാജ്യക്കാരെയെല്ലാം പലതരം സുഗന്ധവ്യഞ്ജനങ്ങളെക്കൊണ്ട് കൊതിപ്പിച്ച നാട്ടിൽ നിന്ന് വരുന്നവളല്ലേ ഞാൻ!

"സംസാരിച്ചിരുന്നാൽ സമയം പോകും. മെഡിക്കൽ എക്സാമിനേഷനു ഹാജരാകണം. ഹറി അപ്പ്."

ഞങ്ങൾ നീനമാഡത്തിന്റെ പിന്നാലെ നടന്നു.

വിസ്തരിച്ചുള്ള മെഡിക്കൽ റിപ്പോർട്ട് നാട്ടിൽനിന്ന് കൊണ്ടു വന്നിട്ടുണ്ട്. ഡൽഹിയിൽ വെച്ച് ശാന്താ ലോക്കറെ നിഷ്ക്കർഷിച്ചത് ഓർമ്മ വന്നു.

"ആർത്തെക്കിലേക്കുള്ള യഥാർത്ഥ പാസ്സ് ഈ റിക്കാർഡുകളാണ്. കണിശമായ പരിശോധന കഴിഞ്ഞേ ക്യാമ്പിലേക്ക് പ്രവേശിപ്പിക്കൂ."

ചാർട്ടുകളുമായി പരിശോധനാമുറിയിലേക്ക് കടക്കുമ്പോൾ എനിക്ക് ഒരു പ്രാർത്ഥനയേ ഉണ്ടായിരുന്നുള്ളൂ. ചുമക്കരുതേ!

രണ്ടുമൂന്നാഴ്ച്ചകളായി, ഒരു നശിച്ച ചുമ എന്നെ പിടി കൂടിയിരുന്നു. അത് തൃശ്ശൂർ മെഡിക്കൽ കോളേജിൽനിന്ന് കൂടെക്കൂടിയതാണ്. ഡൽഹിയിൽനിന്ന് അയച്ചു തന്ന പരിശോധനാഫോറത്തിൽ ഒപ്പു വെക്കുന്നതിന് അവിടത്തെ ഡോക്ടർ നിർദ്ദേശിച്ച പരിശോധന നല്കിയ സമ്മാനമായിരുന്നു അത്! തൊണ്ടയിൽനിന്നെന്തോ ചുരണ്ടി യെടുത്ത് പരീക്ഷിച്ചു. കുഴപ്പമൊന്നുമില്ലെന്നായിരുന്നു വിധി. പക്ഷേ അന്നു മുതലാണ് ചുമ സന്തത സഹചാരിയായത്. തുടർന്നുണ്ടായ ട്രെയിൻയാത്രയും ഡൽഹിയിലെ അത്യുഷ്ണവും മോസ്ക്കോയിലെ പരിചയമില്ലാത്ത ശൈത്യവും എല്ലാം കൂടി കുഴപ്പത്തിലാക്കുമോ എന്നായിരുന്നു ശങ്ക.

രണ്ടു ഡോക്ടർമാരുണ്ടായിരുന്നു. ഡോക്ടർ മെറീനയും ഡോക്ടർ താന്യയും. ഒരു മണിക്കൂറോളം അവർ തിരിച്ചും മറിച്ചും പരിശോധിച്ചു. ഉയരം, തൂക്കം, ഊഷ്മാവ്, പ്രഷർ എന്നു വേണ്ട സകലതും.

"എന്തെങ്കിലും അസുഖമുണ്ടോ?"

ഡോക്ടർ മെറീന ചോദിച്ചതും എവിടെയോ അതു വരെ ഒളിച്ചിരു ന്ന എന്റെ കൂട്ടുകാരൻ ചുമ പുറത്തു ചാടിയതും ഒപ്പമായിരുന്നു.

കസ്റ്റംസിൽ ഡിക്ലയർ ചെയ്യാത്ത എന്തോ സാധനം പിടിച്ചെടു ക്കപ്പെട്ടാലത്തെ ജാള്യതയോടെ ഞാൻ പരുങ്ങി നിന്നു.

"മാപ്പാക്കണം, ഇനി ചുമക്കില്ല. ഇതെന്റെ രോഗമല്ല. ഈ സ്വർഗ്ഗത്തിന്റെ വാതിൽക്കൽ വന്നെത്തിയ എന്നെ തിരിച്ചയക്ക രുത്'"എന്നെല്ലാമാണ് എന്റെ മുഖത്ത് അപ്പോൾ എഴുതി ഒട്ടിച്ചു

വെച്ചിരുന്നത്.

മെറീനയും താന്യയും കനിഞ്ഞു. അവൾ മരുന്നിന് കുറിപ്പെഴുതി. എന്നും ഞാൻ ഭക്ഷണശേഷം അവരെ സന്ദർശിക്കണം. മരുന്നു കഴിക്കണം.

ചെക്കപ്പു കഴിഞ്ഞു;ഞാൻ നല്ലൊരു പരുവത്തിലുമായി.

എല്ലാ അത്യാധുനിക ചികിത്സാസൗകര്യങ്ങളും സർവ്വഥാ യോഗ്യരായ ആരോഗ്യസംരക്ഷകരും സംവിധാനങ്ങളുമുള്ള ആരോഗ്യകേന്ദ്രമാണാർത്തെക്കിലുള്ളത്. നിത്യവും കണിശമായ നിരീക്ഷണമുണ്ട്. നീന്തൽ, കുളി, കാറ്റുകൊള്ളൽ എന്നിവയുൾപ്പെടെ കുട്ടികളുടെ എല്ലാ പ്രവർത്തനങ്ങളും അവരുടെ ആരോഗ്യനിലയെക്കുറിച്ച് ഡോക്ടർമാർ പുറപ്പെടുവിക്കുന്ന അഭിപ്രായങ്ങൾക്കു വിധേയമാണ്.

ആർത്തെക്കിലെ ഡോക്ടർമാർക്ക് വളരെ വിശാലമായ അധികാരമാണുള്ളത്. അവരുടെ അംഗീകാരമില്ലാതെ കുട്ടികളുടെ

ഒരു പ്രവർത്തനവും നടക്കുകയില്ല. വിനോദയാത്രാവേളകളിലും പരിസര സഞ്ചാരവേളകളിൽ പോലും ഡോക്ടർമാർ അനുഗമനം ചെയ്യും. ഭക്ഷണത്തിന്റെ അളവ്, അതിന്റെ ഗുണമേന്മ, നൽകുന്ന സമയം എന്നിവയിലെല്ലാം അവരുടെ സവിശേഷ മേൽനോട്ടമുണ്ട്. ആരോഗ്യ സേവനം രാപ്പകൽ ലഭ്യമാണ്. കുട്ടികളുടെ നിത്യേനയുള്ള ദന്തസംരക്ഷണമുറകൾ വരെ അവർ പ്രത്യേകം ശ്രദ്ധിക്കുന്നു.

'കുറച്ച് ഇഡ്ഢലിയും ചമ്മന്തിയും, അല്ലെങ്കിൽ പുട്ടും കടലയും: ചപ്പാത്തിയായാലും മതി' എന്നാണ് എന്റെ ഭാവം.

നിഷിതയും മയങ്കും പാവങ്ങൾ! ഇറച്ചിയുടെ മണം സഹിക്കാനാവാതെ മൂക്കു പൊത്തുന്നു. ശുദ്ധ സസ്യഭുക്കുകൾ; കഷ്ടം.

ഇഡ്ഢലി വന്നില്ല. പുട്ടും കടലയും വന്നില്ല. വന്നതു തിന്നുക തന്നെ. ചേരയെ തിന്നുന്ന നാട്ടിൽ ചെന്നാൽ ചേരയുടെ നട്ടുമുറി എന്നാണല്ലോ.

ഉച്ചക്ക് ഉരുളക്കിഴങ്ങ് വേവിച്ചരച്ച കുഴമ്പും കട്ലറ്റും ഇറച്ചിയും സൂപ്പും കിട്ടി. ആദ്യമാദ്യം മസാലയില്ലാത്ത ഇറച്ചി എനിക്കരോചകമായിത്തോന്നി. വിശപ്പ് മൂത്തിപ്പോൾ മൂക്ക് അടച്ചു പിടിച്ച് ഇറച്ചി തിന്നാമെന്നായി. പിന്നീട് പിന്നീട് മൂക്ക് അടച്ചു പിടിക്കാൻ മറന്നു പോവുകയായിരുന്നു. ആപ്പിൾ, ചെറി, പേരറിയാത്ത ചില ഉക്രേനിയൻ പഴങ്ങൾ എന്നിവയെല്ലാം ഞങ്ങൾക്ക് ലോഭമില്ലാതെ ലഭിച്ചു.

ഷാന്നക്ക് ചെറിപ്പഴം വലിയ പഥ്യമാണ്. എത്ര തിന്നാലും കൊതി തീരില്ല. എന്റെ പങ്ക് മുഴുവനും അവൾക്ക് കൊടുക്കുക പതിവായി.

അവളുടെ ആർത്തി കണ്ട് രസിക്കാനുള്ള ഉപായമായിരുന്നു അത്. തീറ്റപ്പന്തയത്തിൽ സമ്മാനം വാങ്ങിയിട്ടാണോ നീയീ ക്യാമ്പിലെത്തിയതെന്ന് ഞങ്ങളവളെ കളിയാക്കാറുണ്ട്.

ക്യാമ്പിൽ പങ്കെടുക്കുന്ന കുട്ടികളെല്ലാം ഓരോരോ രംഗങ്ങളിൽ കഴിവ് കാണിച്ചിട്ടുള്ളവരായിരിക്കുമെന്നു പറഞ്ഞുവല്ലോ. ഷാന്ന നൃത്തക്കാരിയാണ്. നതാഷക്ക് സംഗീതത്തിലും, ഇറക്ക് നീന്തലിലും ദേശീയാംഗീകാരങ്ങൾ ലഭിച്ചിട്ടുണ്ട്. ഗാലയും നതാഷയും ജനീസും ഒരു തരം റഷ്യൻ നാടോടി നൃത്തം ചെയ്തു കാണിച്ചു. ഞങ്ങൾ കണ്ടിരുന്ന് രസിച്ചാൽ പോരാ അവരോടൊപ്പം ചുവടു വെക്കുക കൂടി വേണം. നൃത്തത്തിലുണ്ടോ എനിക്ക് താൽപര്യം! എന്നിട്ടും അവരുടെ നിർബന്ധത്തിനു വഴിപ്പെടേണ്ടി വന്നു. 'ഇന്ത്യാ ഡേ' ആഘോഷിച്ചപ്പോൾ ഞാനും ഗാലയും കൂടി അവരുടെ നൃത്തം അവതരിപ്പിക്കുക തന്നെ ചെയ്തു. ലാറിസയുടെഅനുകരണം വളരേയേറെ ശ്രദ്ധിക്കപ്പെടുകയുണ്ടായി. അവളെ കൂട്ടുകാർ അഭിനന്ദനംകൊണ്ട് മൂടി.

ഒരു ദിവസം മാഡം ഞങ്ങൾക്ക് കുറേ ചായപ്പെട്ടികൾ കൊണ്ടുതന്നു. ഇഷ്ടം പോലെ ചിത്രം വരക്കാം. അത് ചില്ലു ചുമരുകളിൽ ത്തന്നെയാകട്ടെയെന്നായി കൂട്ടുകാരുടെ നിർബന്ധം. അകത്തുനിന്നുനോക്കിയാൽ ചിത്രം കാണാം. പുറമേ നിന്നു നോക്കിയാൽ ചിത്രം വരച്ചിട്ടുള്ളതായി തോന്നുകയുമില്ല. നിഷിത വരച്ചു തുടങ്ങി. ഒരു കുടന്ന പനിനീർപ്പൂക്കൾ. ഇറ അത് നോക്കിയിരിക്കയാണ്.

അവളുടെ ആ പോസ് ഞാൻ ചില്ല് ക്യാൻവാസിൽ ചിത്രമാക്കി. അവളത് അപ്പോൾ അറിഞ്ഞതേയില്ല. എന്തോ പൂച്ചഭാഗ്യത്തിന് ആ ചിത്രത്തിൽ അവളുടെ ഛായ നല്ലവണ്ണം തെളിഞ്ഞു വന്നിരുന്നു.

അതായിരുന്നു ആരംഭം. കുട്ടികളെല്ലാം വരികയാണ്, കൈയിൽ കടലാസ്സുമായി. കടലാസ്സ് എന്റെ മുന്നിൽ കൊണ്ടിട്ട് മോഡൽ ചെയ്തിരിക്കാൻ തുടങ്ങി. എത്ര നേരം വേണമെങ്കിലും അനങ്ങാതെ ഇരിക്കാൻ തയ്യാർ. ഇത്രയും അനുകൂല സന്ദർഭം ലഭിക്കാനുണ്ടോ? ഞാൻ വരച്ചു വരച്ചു കൂട്ടി. ശ്വാസമടക്കിക്കൊണ്ടാണ് മോഡലുകളുടെ ഇരിപ്പ്. അനങ്ങിയാൽ തെറ്റിയാലോ! നാട്ടിൽ ചെന്നാൽ വിലപ്പെട്ട ഓർമ്മയാകുമല്ലോ, കനപ്പെട്ട നിധിയാകുമല്ലോ എന്നെല്ലാം കരുതി ഞാനാ ചിത്രങ്ങളെല്ലാം അടക്കിയെടുത്ത് സൂക്ഷിച്ചു വെച്ചു. പിറ്റേന്നുച്ചക്കാണ് ഞാൻ സംഭ്രമിച്ചു വശായത്. ഞാൻ വെച്ചിടത്ത് ചിത്രങ്ങൾ കാണാനില്ല. കൂട്ടുകാരെ വിളിച്ച് അന്വേഷിച്ചു. എവിടെപ്പോയീ വരച്ച ചിത്രങ്ങളെല്ലാം? അവരോടിപ്പോയി. തിരിച്ചു വന്നത് അവരവരുടെ ചിത്രങ്ങളുമായിട്ടായിരുന്നു. അവരതു തരില്ല. അവർക്കു വേണമത് സൂക്ഷിച്ചു വെക്കാൻ. എന്നെ ഓർക്കാൻ. അങ്ങനെയെല്ലാം പറയാതെ പറയുന്ന അവരുടെ സ്നേഹഭാവം ഞാനാ കണ്ണുകളിൽ കാണുകയായിരുന്നു.

"കവീൻകാ, ദ്വ്യേര്യ് സക്രിവായ്. ഡോക്ടർ, ഡോക്ടർ..സ്ലീപ്. സ്ലീപ്."

'കവിതാ, കതകടക്കൂ. ഡോക്ടർ വരുന്നുണ്ട്; ഉറങ്ങൂ.' പകുതി ഇംഗ്ലീഷിലും പകുതി റഷ്യനിലും മിർഗുൽ ഇതു പറഞ്ഞതും പുതപ്പിൽ മൂടിക്കിടന്നതും ഒപ്പമായിരുന്നു. ഇതു കണ്ടതും എല്ലാവരും പുതപ്പുകൾക്കടിയിലായി. ആദ്യം ഞാനൊന്ന് പകച്ചു പോയി.

"ബിസ്ത്രിര്യേയ് കവീൻകാ ബിസ്ത്രിര്യേയ്."

വേഗം കവിതാ, വേഗം.

ഞാനും പുതപ്പിനടിയിലായി.എന്നിട്ട് ഓട്ടക്കണ്ണിട്ട് നോക്കി. ശരിയാണ്. ഡോക്ടർ മദാമ്മ വരുന്നുണ്ട്. അവർ സസൂക്ഷ്മം എല്ലാവരെയും നോക്കി ഉറപ്പു വരുത്തുന്നു. ആരുമില്ല 'ഉറങ്ങാത്തവരാ'യെന്ന്.

ആർത്തെക്കിലെ ഒരു നിയമമാണിത്. ഉച്ചക്ക് ഊണിനു ശേഷമുള്ള ഉറക്കം. ഉറങ്ങാത്തവരോട് സ്നേഹപൂർവ്വമായാലും ഡോക്ടർ നിർബന്ധിക്കും. ഈയൊരു ശീലം മാനസിക പിരിമുറുക്കം കുറക്കുമെന്നാണ് അവരുടെ അഭിപ്രായം.

ഈ ഉറക്കത്തിന് 'ആബ്സൊല്യൂട്ട് ഹഷ്' എന്നാണ് പേര്. ഇതിനെക്കുറിച്ച് രസകരമായൊരു കഥയുണ്ട്. കഥയല്ല, യഥാർത്ഥ അനുഭവം തന്നെ. പണ്ടൊരു നാൾ ക്യാമ്പിൽ പങ്കെടുത്തിരുന്ന ഓല്യ എന്നൊരു പെൺകുട്ടിയുടെ അനുഭവം. അതു പറഞ്ഞ് ഞങ്ങളെപ്പോഴും ചിരിക്കാറുണ്ട്.

ഓല്യ ക്യാമ്പിലെ അനുഭവങ്ങളെക്കുറിച്ച് വീട്ടിലേക്ക് കത്തെഴുതി. '...ഇവിടെ എല്ലാവരും ഇപ്പോൾ ആബ്സൊല്യൂട്ട് ഹഷിന്റെ പിടിയിലാണ്. ' കത്തു വായിച്ച അവളുടെ അമ്മ വളരെ പരിഭ്രമിച്ചു.

ഉടനെ ക്യാമ്പിലേക്ക് കമ്പിയടിച്ചു. "എന്താണ് സംഗതി? എന്തു തരം സുഖക്കേടാണത്? ഉടനെ എഴുതുക."

കമ്പിസന്ദേശം വായിച്ചത് ഓല്യക്കും കൂട്ടുകാർക്കും വലിയ രസത്തിന് വക നല്കി. അവൾക്ക് അമ്മയോട് വിസ്തരിക്കാനുണ്ടായിരുന്നത് ഇത്ര മാത്രം.

'ആബ്സൊല്യൂട്ട് ഹഷ്'' എന്നത് ഭക്ഷണാനന്തരമുള്ള ഉച്ചയുറക്കമാണ്.'

ഓല്യയുടെ അമ്മയെ പരിഭ്രമിപ്പിച്ച 'ആബ്സൊല്യൂട്ട് ഹഷ്'' ആദ്യമാദ്യം ഞങ്ങൾക്കും വലിയ അലോസരമുണ്ടാക്കിയ അനുഭവമായിരുന്നു. പിന്നെപ്പിന്നെ അത് എല്ലാവരെയും മയത്തിൽ മയക്കിയെടുക്കാൻ തുടങ്ങി.

●

എട്ട്

ജനീയ് റഷ്ജേനിയ്

1990 നവംബർ 24

ജമീലയുടെ കത്ത്.

...I am very thankful to you for your kind reply letter of September 7th. I got your gift too. Iam much obliged to you for it. I learned writing some Malyalam words as Amma (.....in Usbek), Achan (.......) koottukari (......). You chose very nice words. I will remember these words for ever...

ആർത്തെക്ക് എനിക്കു സമ്മാനിച്ച കൂട്ടുകാരികളിൽ ഒരുവളാണ് മേദേമീനോവ ജമീല. അവളെനിക്ക് പതിവായി എഴുതിക്കൊണ്ടിരിക്കുന്നു. ഞാനവൾക്ക് എന്റെ ഗ്രാമത്തെ മുഴുവനോടെ പരിചയപ്പെടുത്തിക്കൊടുക്കാനുള്ള ശ്രമത്തിലാണ്. എന്റെ വിദ്യാലയം, ക്ഷേത്രലേക്കുള്ള വഴി, പച്ച നെൽപ്പാടങ്ങൾ, പക്ഷികളുടെ വർണ്ണങ്ങളും ശബ്ദസൗകുമാര്യങ്ങളും, ആട്ടിൻകുട്ടികളും കന്നുകാലികളും എന്നു വേണ്ട സകലതും.

ഞാൻ വരച്ചു കൂട്ടുന്ന ഗ്രാമസൗഭാഗ്യങ്ങളുടെ മുഴുവൻ ഫോട്ടോ കോപ്പികൾ അവൾക്കയച്ചു കൊടുത്തിട്ടുണ്ട്. ആകുന്ന വിധത്തിലുള്ള വിവരണങ്ങളോടെ.

'നിന്റെ കത്ത് എന്നെ ആഴത്തിൽ സ്പർശിച്ചിരിക്കുന്നു. എന്തെന്നാൽ ഞാൻ പ്രകൃതിയുടെ ആരാധികയാണ്. പ്രകൃതിയെക്കുറിച്ചുള്ള പുസ്തകങ്ങൾ വായിക്കാനിഷ്ടപ്പെടുന്നു. വായനയാണെന്റെ ഹോബി. ചിലപ്പോഴെല്ലാം കവിതയെഴുതാറുണ്ട്. ഈയിടെ ഉസ്ബക്ക് ഭാഷയിലുള്ള പ്രാദേശിക പത്രത്തിൽ എന്റെ കുറേ കവിതകൾ പ്രസിദ്ധീകരിച്ചിരിക്കുന്നു. ......' ജമീല തുടരുകയാണ്. അവൾക്ക് വരക്കാനാകില്ല. എന്നാലും ചിത്രങ്ങൾ ആസ്വദിക്കാൻ വലിയ ആവേശമാണ്. എന്റെ ചിത്രങ്ങൾ ഇനിയുമിനിയും അവൾക്ക് വേണം. പ്രകൃതിയെക്കുറിച്ചുള്ള ചിത്രങ്ങൾ. അവൾ കവിതകളിലൂടെ പ്രകൃതിയെ ആവിഷ്ക്കരിക്കും.

'ഒരു സാഹിത്യാദ്ധ്യാപികയാകാനാണ് ആഗ്രഹം.....'

അവളെഴുതുന്നു.

I want to teach children to love books, to love people when I become a literature teacher......

ജമീല മദ്ധ്യേഷ്യയിലെ ഉസ്ബക്കിസ്ഥാൻകാരിയാണ്. അവൾ പരിചയപ്പെടുത്തുന്നു; സോവിയറ്റ് യൂണിയനിലെ പതിനഞ്ചു റിപ്പബ്ലിക്കുകളിലൊന്നാണത്. ഉസ്ബക്കിസ്ഥാൻ പരുത്തിയുടെയും പഴങ്ങളുടെയും നാടാണ്. അവർ മുസൽമാൻമാരാണ്. ഇസ്ലാം മതക്കാർ. പ്രവാചകന്റെ കാലത്തിനു മുമ്പ് ഉസ്ബക്കുകാർ അഗ്നിയെയാണ് ആരാധിച്ചിരുന്നത്.

ഇപ്പോൾ അവൾ പഠിക്കുന്നത് വീട്ടിൽനിന്ന് അറുപതു കിലോമീറ്റർ അകലെയുള്ള 'അർഗെൻജി' (Urgench)ലെ ലിറ്റ്സെ (Litsey)

വിദ്യാലയത്തിലാണ്. അവളവിടെ അമ്മായിയുടെ കൂടെ താമസിക്കുന്നു. വാരാന്ത്യങ്ങളിൽ വീട്ടിലേക്ക് വരും.

Litsey is a new type of spcecial school where children study mother language(Usbek) and literature. ഒമ്പതു മണി മുതൽ രണ്ടു മുപ്പതു വരെ പാഠങ്ങളാണ്. ഭക്ഷണത്തിനു ശേഷം 'സർക്കിൾ ലെസൻസ്'' നാലു മണി വരെ. സർക്കിളിൽ സംഗീതവും നൃത്തവും ചർച്ചയും കലാപ്രകടനങ്ങളുമാണ്.

ജമീലയെ ഞാനാദ്യമായി കാണുന്നതും പരിചയപ്പെടുന്നതും ആർത്തെക്കിലെ ജൂൺ ഒന്നാം തീയതിയാണ്. അന്ന് ആർത്തെക്കിൽ ഉത്സവമാണ്. ഉത്സവങ്ങളുടെ ഉത്സവം. അന്തർദ്ദേശീയ ശിശുദിനാഘോഷം.

ഞാൻ കിടക്കയിൽനിന്നെഴുന്നേറ്റിട്ടില്ല. കരടിമലയുടെ നെറുകയിൽ ഇരുന്ന് കരിങ്കടലിന്റെ കറുത്ത മിനുസപ്പെട്ട കണ്ണാടിയിൽ തന്റെ പ്രതിബിംബം കണ്ട് രസിക്കുകയാണ് സൂര്യൻ.

സൂര്യൻ പറഞ്ഞു:

"എഴുന്നേൽക്ക്, എഴുന്നേൽക്ക് ഇന്ന് നിന്റെ പിറന്നാളല്ലേ?"

എന്റെ ഉള്ളുണർന്നു. കൺ മിഴിച്ചപ്പോൾ കണ്ടത് ഓടിക്കൊണ്ടു വരുന്ന ജമീലയെയാണ്. അവളുടെ കൂടെ അസംഖ്യം കൂട്ടുകാരുമുണ്ട്. എല്ലാവരുടെയും കൈകളിൽ റോസാപ്പൂക്കൾ. അവരെന്നെ

പൂക്കളെക്കൊണ്ട് മൂടി..

"ദ്രസീയാ, കവീൻകാ, ജേനീയ് റഷ്ജേനീയ്!"

കൂട്ടുകാരീ, നിനക്ക് പിറന്നാളാശംസകൾ. ബഹളം കേട്ട് കുട്ടികളുടെ സംഘങ്ങൾ വീണ്ടും വീണ്ടും വരികയായി. എന്റെ കട്ടിലിനു മുകളിൽ ചുമരിൽ 'ഹാപ്പി ബർത്ത് ഡേ ടു യൂ' എന്നെഴുതി വച്ചിരിക്കുന്നു. ഇതെങ്ങനെ വന്നു എന്ന് ഞാനാശ്ചര്യപ്പെട്ടുകയായിരുന്നു. ഞാനുടനെ എല്ലാവർക്കും നന്ദി പറഞ്ഞ് കുളിക്കാൻ എഴുന്നേറ്റോടി.

തിരിച്ചു വന്നപ്പോഴും ഉണ്ട് ഏറെ പുതിയ കൂട്ടുകാർ. മിർഗുൽ പുഞ്ചിരിച്ചുകൊണ്ട് അടുത്ത് വന്ന് എന്നെ ഉമ്മവെച്ചാശ്ലേഷിച്ചു. ആശംസകളും സ്നേഹപ്രകടനങ്ങളും തുടരുകയാണ്.

ജമീലയും കൂട്ടുകാരും ഇനിയും പോയിട്ടില്ല. അവരെന്നെ റഷ്യൻ രീതിയിൽ അണിയിച്ചൊരുക്കുവാനുള്ള തിടുക്കത്തിലാണ്. തലമുടി ഇരുവശത്തും കോതിക്കെട്ടിയുയർത്തി. നല്ല വീതിയും രണ്ടു മീറ്ററിലധികം നീളവുമുള്ള വെള്ള റിബണുകൾ കൊണ്ട് ഞൊറിഞ്ഞു കെട്ടി, പൂക്കൾ കൊണ്ടലങ്കരിക്കുകയാണ്.

അലമാരിയിൽ എന്റെ ബാഗിനു പുറത്ത് കാർഡ്ബോർഡിൽ വർണ്ണക്കടലാസ്സുകൊണ്ട്'ഇന്ഡോ -സോവിയറ്റ് സൗഹൃദം നീണാൾ വാഴട്ടെ' എന്ന് ഇംഗ്ലീഷിലെഴുതിയ മാല വച്ചിരിക്കുന്നു. അതാ വരുന്നു നീനമാഡം. മിന്നുന്ന വെള്ളിക്കടലാസ്സിൽ പൊതിഞ്ഞ മൂന്ന് ചുവന്ന

റോസ്സാപ്പൂക്കൾ സമ്മാനിച്ചുകൊണ്ട് ജന്മദിനാശംകൾ നേർന്നു.

ആർത്തെക്കിലെ റോസ്സാപ്പൂക്കൾ പ്രത്യേക ചാരുതയുള്ളവയാണ്. വളരെ വിസ്താരമേറിയ ദളങ്ങളാണവക്ക്. നിറവും സൗരഭ്യവും കൂടും. നമ്മുടെ ഊട്ടിയിൽ മാത്രമേ ഞാനത്തരം പൂക്കൾ കണ്ടിട്ടുള്ളൂ. ഒരു വലിയ റോസ്സാപ്പൂവെടുത്ത് അതിന്റെ വിസ്തൃതമായ ഒരു ദളത്തിൽ ഞാൻ ജമീലയുടെ പേരെഴുതി, ഇംഗ്ലീഷിൽ. മറ്റൊരു ദളത്തിൽ ഹിന്ദിയിൽ. പിന്നെ മലയാളത്തിൽ. റഷ്യനിലും ഉസ്ബക്കിലും ജമീലയെക്കൊണ്ടെഴുതിച്ചു. "ഇതാണ് ജമീലപ്പൂവ്! "ഞാൻ പറഞ്ഞു. പിന്നെ നിമിഷങ്ങൾക്കകം മിർഗുൽപ്പൂവും, ആന്ദ്രേയ്പ്പൂവുമെല്ലാമുണ്ടായി.

തെളിച്ചമല്പം കുറഞ്ഞോട്ടെ, പൂവിന് കേട് പറ്റരുത്. ഞങ്ങൾ നിഷ്ക്കർഷിച്ചു. ആദ്യം അവിടെയുള്ള കൂട്ടുകാരെല്ലാം പൂക്കളായി. പിന്നെ പയനിയർ ലീഡർമാരെല്ലാം പൂക്കളായി.

അന്ന് ആ പൂക്കളെല്ലാം ചേർത്ത് വലിയൊരു മാലയുണ്ടാക്കി, ഞങ്ങൾ വാസ് ല്യേവിന്റെ അരികിലേക്കോടി. ക്യാമ്പ് ഡയരക്ടറായിരുന്നു അദ്ദേഹം. മാല ഞങ്ങളദ്ദേഹത്തിന്റെ കഴുത്തിലണിയിച്ചു. ആ പിറന്നാൾ സമ്മാനം ഇന്ത്യാക്കാരും റഷ്യക്കാരും തമ്മിലുള്ള സാഹോദര്യത്തിന്റെ സമ്മാനമായി കണക്കാക്കുമെന്നദ്ദേഹത്തിന്റെ പ്രസംഗത്തിൽ പറഞ്ഞു.

അന്നു തന്നെ മറ്റൊരു ശുഭവാർത്ത കൂടിയുണ്ടായി. ഞങ്ങളുടെ പയനിയർ ലീഡർ സിര്യോഷക്ക് ക്യാമ്പ് ഡയറക്ടറായി ഉദ്യോഗ ക്കയറ്റം. സിര്യോഷയുടെ സന്തോഷം വിവരണാതീതമായിരുന്നു. അത് ഞങ്ങളിലേക്ക് പകർന്നപ്പോൾ ഇരട്ടിക്കുകയായിരുന്നു.

അന്നു രാത്രി പ്രത്യേക തരം നൃത്തപരിപാടികളരങ്ങേറി. കാണികളും നർത്തകരായി. നൃത്താഹ്ലാദത്തിൽ മതി മറന്ന് കൂട്ടു കാരികളെന്നെ പൊക്കിയെടുത്ത് മേലോട്ടെറിഞ്ഞു. കയറില്ലാത്ത ഊഞ്ഞാലിലിരിക്കുന്ന പ്രതീതി. ഉള്ളൊന്ന് ആന്തി. ആന്തലോടെ വീഴുന്നത് അവരുടെ കൈകളിലേക്കു തന്നെ. പതിമൂന്നു പ്രാവശ്യം അങ്ങനെ പൊക്കിയെറിഞ്ഞു. അതവരുടെ സമ്പ്രദായമാണത്രേ. എന്റെ പതിമൂന്നാം പിറന്നാളായിരുന്നുവല്ലോ. ഞാനാകെ പേടിച്ചു വിറച്ചു പോയി. ഇങ്ങനെയുമുണ്ടോ ഒരു പിറന്നാളാഘോഷം!

ജൂൺ ഒന്ന് എന്റെ പിറന്നാളാണെന്ന് ഞാനറിയാതെ എല്ലാവരും അറിയുകയായിരുന്നു. അതിന്റെ സൂത്രധാരത്വം മാഡം നീനക്കല്ലാതെ മറ്റാർക്കുമായിരുന്നില്ല.

“ഞങ്ങളുടെ രീതിയിതല്ല. ജനിച്ച തീയതിയിലല്ല പിറന്നാളാഘോ ഷിക്കുക. നക്ഷത്രത്തിലാണ്.”

“നക്ഷത്രമോ?” അവരാശ്ചര്യപ്പെട്ടു. ഞാനെന്റെ നക്ഷത്രത്തെ പരിചയപ്പെടുത്തി. രേവതി. പിന്നെ മറ്റു നക്ഷത്രങ്ങളെയും. എല്ലാം കേട്ടു കഴിഞ്ഞപ്പോൾ കൂട്ടുകാരികൾ ചോദിക്കയാണ്,

“ഡിഡ് യൂ കൗണ്ട് ഓൺലി ട്വന്റി സെവൻ? വാട്ട് എബൗട്ട് ദ റസ്റ്റ്? സ്റ്റിൽ റിമെയിൻസ് ന്യൂമറസ്.”

അനന്ത കോടി നക്ഷത്രങ്ങളെ ഞങ്ങൾ ഭാരതീയർ ഗണങ്ങളായി തിരിച്ചിട്ടുണ്ട്. ഇരുപത്തേഴ് ഗണങ്ങൾ. ഗണപ്പേരുകളാണവ. എന്നു ഞാനവർക്ക് വിശദീകരിച്ചു.

ശിശുദിനാഘോഷത്തിന്റെ ഭാഗമായി ഉച്ചക്കു നടന്ന സംഘ ചർച്ചകൾക്കിടയിലാണ് ഞാനിത് വിശദീകരിച്ചത്.

ആർത്തെക്കിലെ ശിശുദിനാഘോഷങ്ങൾക്കുമുണ്ട് സവിശേഷത കളേറെ. രാവിലെ മുതൽ തങ്ങളുടെ നാട്ടിലെ കലയും സംസ്ക്കാരവും സേവനപ്രവർത്തനങ്ങളുമായി ബന്ധപ്പെട്ട കാര്യങ്ങൾ അവതരിപ്പി ക്കുകയും പരസ്പരം പരിചയപ്പെടുത്തുകയുമായിരുന്നു. ഭാഷ ഏറ്റവും വലിയ പ്രശ്നമായി തോന്നിയ അപൂർവ്വം ചില സന്ദർഭങ്ങളിലൊ ന്നായിരുന്നു അത്.

പയനിയർ സംഘടനയെക്കുറിച്ച് എറ്റവും വിശദമായി അന്നാണ് മനസ്സിലായത്. പത്തിനും പതിനഞ്ചിനും ഇടക്ക് പ്രായമുള്ള എല്ലാ

കുട്ടികളും അതിലംഗങ്ങളാണ്. 1922ലാണ് സംഘടനയുടെ ഉദ്ഭവം. ഒരോ സോവിയറ്റ് സ്ക്കൂളിലും ഓരോ പയനിയർ ഗ്രൂപ്പുണ്ടായിരിക്കും. പ്രവർത്തനങ്ങൾക്ക് നേതൃത്വം കൊടുക്കുവാൻ യംഗ് കമ്മ്യൂണിസ്റ്റ് ലീഗിലെ അംഗങ്ങളുണ്ട്. കഴുത്തിൽ കെട്ടിയിരിക്കുന്ന ചുവന്ന സ്ക്കാർഫാണ് അംഗത്വത്തിന്റെ അടയാളം. വെളുത്ത ഷർട്ട്, അല്ലെങ്കിൽ ബ്ലൗസ്. ചാരനിറം കലർന്ന നീല ട്രൗസറുകളോ പാവാടയോ ആണ് യൂണിഫോറം. അതേ നിറത്തിലുള്ള തൊപ്പിയുമുണ്ടായിരിക്കും. ഇടത്തേ കൈയിൽ പയനിയർ എംബ്ലവും ഉണ്ടാകും. പയനിയർ സല്യൂട്ടിങ്ങിനുമുണ്ട് പ്രത്യേകത. വലത്തേ കൈയുയർത്തി, തലക്കുമുകളിൽ കൊണ്ടു വരുന്നു. തള്ള വിരൽ ഉൾപ്പെടെ എല്ലാ വിരലുകളും നിവർന്നിരിക്കും.

പയനിയർ സന്ദേശം കൈമാറുന്നതിന് സംഗീത സിഗ്നലുകൾ ഉപയോഗിക്കും. നിർദ്ദിഷ്ട സ്ഥലത്തെത്തിച്ചേരുന്നതിന്, ആഘോഷാവസരങ്ങളിലെ മാർച്ചിങ്ങിന്, ആചാരപരമായ മാർച്ച് പാസ്റ്റുകൾക്ക്, എല്ലാം ബ്യൂഗിളും ഡ്രമ്മും ഉപയോഗിച്ചുള്ള പ്രത്യേക സംഗീതമാണുള്ളത്.

എനിക്ക് നമ്മുടെ നാട്ടിലെ സ്ക്കൗട്ട് പ്രസ്ഥാനത്തെയാണ് ഓർമ്മ വന്നത്. എന്റെ വിദ്യാലയത്തിൽ (ഇരിങ്ങാലക്കുട ലിറ്റിൽ ഫ്ളവർ കോൺവെന്റ് ഹൈ സ്ക്കൂൾ) ഗേൾ ഗൈഡ് ഗ്രൂപ്പുണ്ട്. ഞാനവരുടെ പ്രവർത്തനങ്ങളെക്കുറിച്ച് കൂട്ടുകാരോട് വിശദീകരിച്ചു.

ഒരു കാര്യം വ്യക്തമായി. കുട്ടികളുടെ ഇത്രയും വലിയ സംഘടന ലോകത്തൊരിടത്തുമില്ല. കൗമാരപ്രായക്കാരുടെ മനഃശാസ്ത്രപരമായ ആവശ്യങ്ങളെല്ലാം കണ്ടറിഞ്ഞ് വ്യക്തിത്ത്വവികസനത്തിന് കളമൊരുക്കുന്ന വിഷയത്തിൽ ഈ മാതൃക ലോകത്തിലെ എല്ലാ രാജ്യങ്ങളിലും പകർന്നു ലഭിക്കേണ്ടതുണ്ടെന്നു തോന്നുന്നു.

മാതൃഭൂമി സ്റ്റഡി സർക്കിളിന്റെ പ്രവർത്തനങ്ങൾ ഞാനവിടെ കൂട്ടുകാർക്ക് പരിചയപ്പെടുത്തി. നമ്മുടെ സാമൂഹ്യജീവിതത്തിൽ സ്റ്റഡി സർക്കിൾ കൂട്ടുകാർ ഏർപ്പെടുന്ന വൈവിദ്ധ്യപൂർണ്ണമായ സംരംഭങ്ങളുണ്ടല്ലോ, അവയെക്കുറിക്കുന്ന വാർത്തകളും ചിത്രങ്ങളും എല്ലാം ഞാൻ കാണിച്ചു കൊടുത്തു, വിവരിച്ചും കൊടുത്തു. വിവിധ പത്രമാസികകളിൽ കുട്ടികൾക്കായി, കുട്ടികളൊരുക്കുന്ന വിഭവങ്ങൾ കണ്ടപ്പോൾ പല കൂട്ടുകാർക്കും കൗതുകം വർദ്ധിച്ചു. കുട്ടികൾക്കു മാത്രമായി പ്രസിദ്ധീകരിക്കുന്ന മാസികകളും ദ്വൈവാരികകളും ഞാൻ കരുതിയിരുന്നു. ഇന്ത്യയെപ്പോലൊരു രാജ്യത്ത് ഇത്രയധികം വൈവിധ്യങ്ങളുള്ള പ്രസിദ്ധീകരണങ്ങളുണ്ടെന്നത് ആർത്തെക്കിലെ കൂട്ടുകാർക്ക് അവിശ്വസിനീയം തന്നെയായിരുന്നു. എന്റെ സമ്മാനാർഹമായ പെയിന്റിങ്ങ്

മുഖച്ചിത്രമായുള്ള 'പൂമ്പാറ്റ'യുടെ കുറേ കോപ്പികൾ കരുതിയിരുന്നു. അവയെല്ലാം ഞാൻ പല കൂട്ടുകാർക്കുമായി സമ്മാനിച്ചു. 'പൂമ്പാറ്റ'യെ അങ്ങനെയാണ് പരിചയപ്പെടുത്തിയത്. അതിലെ പല കഥകളും ഇന്റർപ്രെറ്റർ വഴി റഷ്യൻ കൂട്ടുകാർക്ക് പറഞ്ഞു കൊടുക്കേണ്ടി വന്നു.

ഖസാക്കിസ്ഥാൻ, അസർബൈജാൻ തുടങ്ങിയറിപ്പബ്ലിക്കുകളിലെ നാടൻ നൃത്തങ്ങളും ഗാനനാടകങ്ങളും അവതരിപ്പിക്കപ്പെട്ടു. കണ്ടും കേട്ടും രസിച്ചു എന്നതിൽക്കവിഞ്ഞ് അവയെക്കുറിച്ച് കൂടുതൽ ആഴത്തിൽ അറിയാനൊന്നും കഴിഞ്ഞില്ല.

'ഞങ്ങളുടെ ശിശുദിനം നവംബർ പതിന്നാലിനാണ്. അത് 'ചാച്ചാ നെഹ്റു'വിന്റെ ജന്മദിനമാണ് എന്നു പറഞ്ഞപ്പോൾ കുട്ടികൾ ആഹ്ലാദചിത്തരായി. അവർക്ക് ജവഹർലാൽ നെഹ്റുവിനെ അറിയാം. അദ്ദേഹം ആർത്തെക്ക് സന്ദർശിച്ചിട്ടുള്ള മഹാനാണ്. അദ്ദേഹത്തിന്റെ ജന്മശതാബ്ദി വർഷമായതിനാലാണ് ഞങ്ങൾക്ക് നാല്പതു ദിവസമായി ക്യാമ്പ് വർദ്ധിപ്പിച്ചതെന്ന് സിര്യോഷ പറഞ്ഞു.

മോഹിനിയാട്ടം, ഓട്ടൻ തുള്ളൽ, എന്നീ കലാരൂപങ്ങളെക്കുറിച്ചുള്ള സാമാന്യവിവരങ്ങൾ ചിത്രസഹായത്തോടെ ഞാൻ കുട്ടികൾക്ക് പരിചയപ്പെടുത്തി. കഥക്കിനെക്കുറിച്ച് നിഷിതയും ഒഡിസിയെക്കുറിച്ച് ലാറിസയും വരച്ചു വിശദീകരിച്ചു.

റഷ്യൻ ബാലെ കാണുവാനുള്ള ആഗ്രഹവും അന്ന് സഫലീകൃതമായി. ബാലെ ചിത്രീകരിച്ച കാസറ്റാണ് പ്രദർശിപ്പിച്ചത്. കല ഭാഷക്കതീതമാണ് എന്നു പറയുന്നതെത്ര ശരിയെന്നു തോന്നി. ശാസ്ത്രീയ നൃത്തശൈലിയാണ് ബാലെക്കുള്ളത്. അഭിനയവും ഉയർന്ന നിലവാരത്തിലുള്ളതു തന്നെ. എല്ലാ ദിവസവും സിനിമയുണ്ടായിരുന്നു. റഷ്യൻ ജനജീവിതത്തെ അടുത്തു പരിചയപ്പെടാൻ ആ സിനിമകൾ ഉപകരിച്ചു. പതിനഞ്ചു സിനിമകൾ കണ്ടു. 'മാൾച്ചിഷ്ക്ക' എന്ന ചിത്രം സവിശേഷമായി ഓർക്കുന്നു. ആൺകുട്ടി എന്നാണ് ആ വാക്കിനർത്ഥം. പ്രളയക്കെടുതിയനുഭവിക്കുന്ന ഒരു ദരിദ്ര ബാലന്റെയും അമ്മയുടെയും കഥയാണത്. ദ്വിഭാഷിയുടെ സഹായമില്ലാതെ നല്ല പോലെ ആസ്വദിക്കാൻ കഴിഞ്ഞു ആ ചിത്രം. സാമൂഹ്യമാറ്റത്തിന് ജനങ്ങളെ ഒരുക്കിയെടുക്കാനുള്ള ഒരു ആയുധമെന്ന നിലയിൽത്തന്നെയാണ് എല്ലാ കലകളെയും പോലെ സോവിയറ്റ് സിനിമയും എന്നെനിക്കു തോന്നി. സംഭാഷണങ്ങൾക്ക് വലിയ ഊന്നൽ കൊടുക്കാതെ ദൃശ്യാനുഭവങ്ങൾ കൊണ്ട് ഹൃദയത്തെ പിടിച്ചെടുക്കാൻ സോവിയറ്റ് സിനിമകൾക്ക് വലിയ ശക്തിയുണ്ടെന്ന് എനിക്കു ബോദ്ധ്യമായി. പ്രതീകങ്ങൾ സമർത്ഥമായി ഉപയോഗിക്കപ്പെടുന്നു. എന്നാലത് ആസ്വാദനത്തിന് തടസ്സമാകുന്നുമില്ല.

വികാരതീവ്രത അനുഭവവേദ്യമാകുകയും ചെയ്യും.

സിംഹത്തെ ഗുഹയിൽത്തന്നെ ചെന്നു കാണുക എന്നൊരു ചൊല്ലുണ്ടല്ലോ. ജനങ്ങളെ അവരുടെ യഥാർത്ഥ ജീവിത സാഹചര്യത്തിൽത്തന്നെ ചെന്നു കാണാനും പരിചയപ്പെടാനും അവസരമുണ്ടായി. ഉക്രയിന്റെ ഉൾപ്രദേശങ്ങളിലേക്ക് മൂന്നു ദിവസത്തെ യാത്രയുണ്ടായിരുന്നു. ചെറിയ സംഘങ്ങളായിട്ടാണ് യാത്ര. ഞങ്ങളുടെ സംഘത്തിൽ ഇരുപത് കുട്ടികളുണ്ടായിരുന്നു. പിന്നെ മാഡം നീന, സിര്യോഷ, മെറീന, രണ്ടു ഡോക്ടർമാരും. ഉഴുന്നുവട പോലെ, ഗോതമ്പു കൊണ്ടുണ്ടാക്കിയ, നടുവിൽ ദ്വാരമുള്ള ഒരു തരം വട നീണ്ട ചരടിൽ മാലയാക്കി കോർത്ത് കഴുത്തിലിടും. തിന്നാൻ തോന്നിയാൽ മാല കഴുത്തിൽനിന്നൂരാതെ, കടിക്കും. അതൊരു രസം തന്നെയായിരുന്നു. ആദ്യത്തെ രണ്ടു ദിവസം കൊണ്ടു തന്നെ 'മാലകൾ' മുഴുവനും തീർന്നു പോയി. പിന്നെ ബ്രഡ്ഡും ജാമും പതിവു പോലെ സഹായത്തിനെത്തി.

കേരളത്തെപ്പോലെ ഒറ്റക്കൊറ്റക്കുള്ള വീടുകൾ ഉക്രയിനിൽ സാധാരണ കാഴ്ചയല്ല. ഫ്ളാറ്റുകളാണേറെ. തീരെ ഉൾപ്രദേശങ്ങളിൽ പോകുമ്പോൾ അപൂർവ്വമായി ചെറിയ വീടുകൾ കാണാം. അവ മിക്കവാറും വയലുകളുടെ നടുവിലായിരിക്കും.

ഏഷ്യൻ റഷ്യയേക്കാൾ യൂറോപ്യൻ റഷ്യയിൽ ജനസംഖ്യ വളരെക്കുറയുമെന്നാണ് യൂറി എന്ന ഒരു സ്കൂളദ്ധ്യാപകൻ പറഞ്ഞത്. അദ്ദേഹം ജോലി ചെയ്യുന്ന വിദ്യാലയത്തിൽ ഞങ്ങൾ പോയിരുന്നു. നല്ല വിസ്താരമുള്ള ക്ലാസ്സുമുറികൾ, ഓരോ മുറിയിലും ഇരുപത് വിദ്യാർത്ഥികളിലധികമില്ല. സ്കൂളിൽത്തന്നെ പാർക്കുണ്ട്. നല്ല ലൈബ്രറിയും വിസ്താരമുള്ള കളിസ്ഥലവുമുണ്ട്. ശരിയായ ശിക്ഷണരീതിയും നല്ല കുടുംബാന്തരീക്ഷവുമാണ് സോവിയറ്റ് യൂണിയനിൽ കുട്ടികൾക്ക് ലഭിക്കുന്നത്.

നമുക്ക് സ്വപ്നം കാണാൻ കഴിയുന്ന ഒരു കാര്യമാണോ ഇത്?

എടുത്തു പറയാൻ തോന്നുന്ന മറ്റൊരു കാര്യം അവിടെ രണ്ടു തരം വിദ്യാഭ്യാസസമ്പ്രദായമില്ലെന്നുള്ളതാണ്. കൂടുതൽ സ്വാതന്ത്ര്യം ആഗ്രഹിച്ചുകൊണ്ട് ജനങ്ങൾ ഗോർബച്ചേവിന്റെ 'പെരിസ്ട്രോക്ക'യെയും 'ഗ്ലാസ്സ്നോസ്റ്റി'നെയും ഉറ്റു നോക്കുന്ന ചിത്രമാണ് ഉക്രേനിയൻ ഗ്രാമങ്ങൾ നല്കുന്നത്. സ്വർണ്ണക്കുപ്പായമണിഞ്ഞ ഗോതമ്പു വയലുകളിൽ വിയർത്തൊലിച്ചു പണിയെടുക്കുന്ന ചില കർഷകരെ ഞങ്ങൾ നേരിട്ടു കാണുകയുണ്ടായി. പല കാര്യങ്ങളെക്കുറിച്ചും അവർ സംസാരിച്ചു. 'പെരിസ്ട്രോക്ക' വായിച്ചിട്ടില്ലെങ്കിലും അതിനെക്കുറിച്ചുള്ള വിമർശനങ്ങൾ വിടാതെ വായിക്കും." ഒരു സാധാരണ കർഷകൻ

പുഞ്ചിരിയോടെ പറഞ്ഞു.

ആർത്തെക്ക് എനിക്ക് തന്ന അനുഭവപാഠങ്ങൾ വളരെ വിലപ്പെട്ടതാണ്. അവിടെ വന്നെത്തിയ കുട്ടുകാരിലൂടെ ഞാൻ കണ്ടത് സമകാലീന സോവിയറ്റ് യൂണിയനെ മാത്രമല്ല; വലിയ മാറ്റങ്ങൾക്കായി പ്രതീക്ഷാപൂർവ്വം കാത്തിരിക്കുന്ന സോവിയറ്റ് യൂണിയനെയാണ്.

ഇന്നിപ്പോൾ സോവിയറ്റ് ജനത പുതിയ ചരിത്രം സംരക്ഷിക്കുകയല്ലേ, ആർക്കൊക്കെ ഇഷ്ടപ്പെട്ടാലും ഇഷ്ടപ്പെട്ടില്ലെങ്കിലും.

●

ഒമ്പത്

ആർത്തെക്ക് മെഡൽ

ജൂൺ പതിനാറ്. ആർത്തെക്കിന്റെ പിറന്നാൾ. പതിവിലും നേരത്തേ ബ്യൂഗിൾ സംഗീതമുണർന്നു. ഞങ്ങളും. ചില്ലുചുമരിന്റെ കർട്ടൻ മുഴുവൻ നീക്കിയിട്ടും സൂര്യനെ കാണാനില്ല. കരടിമലയുടെ മുകൾഭാഗവും കാണാനാകുന്നില്ല. "പാവം കരടി. അവന്റെ പുറത്ത് ആരാണ് മഞ്ഞുപുതപ്പെടുത്തിട്ടത്? അവൻ കരയുകയാണോ?" മാഷ് ചോദിച്ചു.

കടലിനു മുകളിലും മഞ്ഞ്. സർവ്വത്ര ഒരു തരം ചാരനിറം. പുറത്ത് ചാറ്റൽ മഴയുടെ സംഗീതമുണ്ട്.

അന്ന് ആർത്തെക്കിലെ ചിത്രരചനാമത്സരമാണ്. ധാരാളം കുട്ടികൾ പങ്കെടുക്കും. പല രാജ്യങ്ങളിൽനിന്നും അതിനകം പുതിയ കുട്ടികൾ ക്യാമ്പിൽ എത്തിയിട്ടുണ്ടെന്ന് അറിവായി. 'മർസ്ക്കോയ്''(കടൽ), ഗോർണി (പർവ്വതം) എന്നീ ക്യാമ്പുകളിലായിരുന്നു അവർ. ഞാൻ 'ലിസ്നായ' (കാട്) ക്യാമ്പിലാണല്ലോ. ഞങ്ങളുടെ ക്യാമ്പിൽനിന്ന് ഇന്ത്യാക്കാരഞ്ചു പേരും, തമീലയും ആന്ദ്രേയും ആയിരുന്നു മത്സരത്തിൽ പങ്കെടുക്കാനുള്ളവർ. ഞങ്ങളെ മത്സരസ്ഥലത്തേക്ക് കൊണ്ടു പോകാൻ നീനാ മാഡം വന്നു. ക്യാമ്പംഗങ്ങൾ ഞങ്ങൾക്ക് സർവ്വവിധ മംഗളങ്ങളും ആശംസിച്ചു.

ആർത്തെക്കിന്റെ ഹൃദയഭാഗത്ത് ലെനിന്റെ ഒരു പടുകൂറ്റൻ പ്രതിമ സ്ഥാപിച്ചിട്ടുണ്ട്. അതിനു ചുറ്റും ഇരുന്നാണ് വര. ഞങ്ങൾ എല്ലാവരും അങ്ങോട്ട് സൈക്കിളിലാണ് പോയത്. ആർത്തെക്കിനുള്ളിലെ മിനുസമുള്ള ടാറിട്ട റോഡിലൂടെ സൈക്കിളോടിക്കുന്നത് വളരെ രസമാണ്. വീതി കുറഞ്ഞ് വളഞ്ഞു പുളഞ്ഞ് പോകുന്ന റോഡുകൾ. ഇട തൂർന്ന പച്ചക്കാടുകളുടെ സൗന്ദര്യവും നുകർന്നു കൊണ്ടായിരുന്നു യാത്ര.

കേരളത്തിൽ നിന്നുള്ള ഏതൊരാൾക്കു പോലും അതിശയം തോന്നിപ്പിക്കുന്ന പച്ചപ്പ് എന്നാൽ അത് അർത്ഥമാക്കുന്ന പച്ചപ്പ്

എന്താണെന്ന് പറയേണ്ടതില്ലല്ലോ. അനുപമമായ ഗ്രീനറി തന്നെ അവിടെ.

മത്സരം ആരംഭിക്കുകയാണ്. നൂറുകണക്കിന് കുട്ടികൾ എത്തിക്കഴിഞ്ഞിരിക്കുന്നു. റഷ്യൻ വിപ്ലവത്തിന്റെ വീരനായകനായ വ്ളാദിമിർ ഇല്യനോവിച്ച് ലെനിന്റെ സ്മരണ പുതുക്കിക്കൊണ്ട് ക്യാമ്പ് ഡയറക്ടർ സംസാരിച്ചു.

ലോകസമാധാനത്തിന്റെ സന്ദേശം വഹിക്കുന്ന ചിത്രമാണ് വരക്കേണ്ടത്. വളരെ വലിപ്പമുള്ള ക്യാൻവാസ്സുകൾ തയ്യാറാക്കിയിരിക്കുന്നു. ഫ്രെയിമിൽ തുണി വലിച്ചടിച്ചിരിക്കുകയാണ്. പോസ്റ്റർ കളറുകളാണ് മീഡിയം. കുട്ടികൾ വരച്ചു തുടങ്ങി. എന്താണ് വരയ്ക്കേണ്ടതെന്ന് ഓർത്ത് കുഴങ്ങുകയായിരുന്നു ഞാൻ. ക്രമേണ മനസ്സ് ശാന്തമായി. രൂപഭാവങ്ങൾ ഉള്ളിൽ അവ്യക്തമായി അങ്കുരിച്ചു. പിന്നെ താമസമുണ്ടായില്ല. ഞാൻ സ്ക്കെച്ചിങ്ങ് തുടങ്ങി. സമാധാനപ്രഭ പൊഴിക്കുന്ന സൂര്യബിംബം. താഴെ മരതകശോഭ വഹിക്കുന്ന ഭൂമി. ഭാരതസോവിയറ്റ് സൗഹൃദത്തിന്റെ ഊർജ്ജം സംഭരിച്ച് സോവിയറ്റ് യൂണിയന്റെയും ഭാരതത്തിന്റെയും ദേശീയപതാകകളേന്തി പ്രയാണം ചെയ്യുന്ന കുട്ടികൾ. നാലഞ്ചു മണിക്കൂറുകൾകൊണ്ടാണ് ചിത്രം ഒരു വിധം വരച്ചു തീർന്നത്. തീർന്നതല്ല, തീർത്തതാണ്. മനസ്സിനിണങ്ങിയ വിധം പൂർത്തിയാക്കണമെങ്കിൽ കുറേ മണിക്കൂറുകൾ കൂടി വേണം. ലോകസമാധാനത്തെക്കുറിച്ച് കുട്ടികളുടെ ഭാവന നിറം കൊടുത്ത ചിത്രങ്ങളിലൂടെ ഒരു യാത്ര തന്നെ നടത്താനാണ് പിന്നീടുള്ള സമയം മുഴുവൻ ഞാൻ വിനിയോഗിച്ചത്. അതിനിടയിൽ എത്യോപ്യയുടെയും, വിയറ്റ്നാമിന്റെയും, ചെക്കോസ്ലാവ്യോക്യയുടെയും, ഫിൻലാൻഡിന്റെയും കുറേ പ്രതിനിധികളുമായി പരിചയപ്പെടാൻ കഴിഞ്ഞു. കുറഞ്ഞൊരു സമയംകൊണ്ടു തന്നെ കുറേ പദങ്ങൾ അവരുടെ ഭാഷകളിൽനിന്ന് ഞങ്ങൾക്കു ലഭിച്ചു. 'ശ്രദ്ധിക്കു' എന്നതിന് ചെക്കു കുട്ടികൾ 'പൊസോർ' 'പൊസോർ' എന്നാണ് പറയുന്നത്. ഫിന്നിഷ് ഭാഷയിൽ 'ദെറെ' എന്നാൽ ഹലോ എന്നാണർത്ഥം. 'ദെൻദോബ്രി'യാണ് പോളിഷിലെ ഹലോ. എന്തായാലും ഞങ്ങളുടെ പൊതുഭാഷ ആംഗ്യവും അഭിനയവും തന്നെയായിരുന്നു. സാമാന്യമായ ആശയവിനിമയം അതിലൂടെ സാധിക്കുകയും ചെയ്തു. ഇപ്പോഴോർക്കുമ്പോൾ എല്ലാം ഒരത്ഭുതം തന്നെയായി തോന്നുന്നു.

റഷ്യൻ കുട്ടികൾ എന്നെ ഭക്ഷണം കഴിക്കാൻ വിളിക്കുന്നത് എങ്ങനെയാണെന്നോ? "കമോൺ കവിത്സ്ക്കാ, ഞം....ഞം..!" കൈകൊണ്ട് ആംഗ്യവും ഉണ്ടാവും. ഒരു കഥകളി തന്നെ.

പടംവര കഴിഞ്ഞ ശേഷം എല്ലാ കുട്ടികളും പല സംഘങ്ങളായി വട്ടമിട്ടിരുന്ന് നിരവധി കാര്യങ്ങൾ ചർച്ച ചെയ്തു. സാംബിയയിലെ വിക്ടർ പറയുന്നു: "ഈ നാട് ഞങ്ങളുടെ സ്വർഗ്ഗമാണ്. ഇതു വരെ സ്വപ്നം കാണാൻ പോലും കഴിഞ്ഞിട്ടില്ലാത്ത സ്വർഗ്ഗം." ദാരിദ്ര്യം സമ്പദ്ഘടനയുടെ കുത്തഴിപ്പിക്കുന്ന ഒരു രാജ്യത്തെ കുട്ടികൾക്ക് സ്വപ്നം കാണാനുള്ള സ്വാതന്ത്ര്യം പോലും ലഭിക്കുന്നതെങ്ങനെ?

ഇന്ത്യയെക്കുറിച്ച് അവർക്കുണ്ടായിരുന്ന മതിപ്പ് ഞങ്ങളോടവർ പ്രദർശിപ്പിച്ചു. എല്ലാവരും പടംവരക്കാരായതുകൊണ്ട് പരസ്പരം സ്‌ക്കെച്ച് ചെയ്യുന്നതിലേക്കാണ് കാര്യങ്ങൾ പെട്ടെന്ന് നീങ്ങിയത്. പിന്നെ സമയം പോയതറിഞ്ഞില്ല.

മത്സരഫലം വന്നു. ഒന്നാംസ്ഥാനം എനിക്ക്. റഷ്യൻ ഭാഷയിലുള്ള ഫലപ്രഖ്യാപന അറിയിപ്പ് എനിക്ക് മനസ്സിലായില്ല. ചുറ്റുമുള്ള കുട്ടികൾ ആർത്തു വിളിച്ചു. അവരെന്നെ ഉന്തിത്തള്ളി ക്യാമ്പ് ഡയറക്ടറുടെ അടുത്തെത്തിച്ചു. അപ്പോഴാണ് കാര്യം എനിക്ക് പിടി കിട്ടിയത്. ആഹ്ലാദം അടക്കാനായില്ല.

സ്വർണ്ണവർണ്ണമുള്ള ആർത്തെക്ക് മെഡൽ! ആർത്തെക്കിനെക്കുറിച്ചുള്ള ഒരു വർണ്ണപുസ്തകം. റഷ്യൻ ഭാഷയിലുള്ള സർട്ടിഫിക്കറ്റ്. കുറേ ബ്രൂച്ചുകൾ. ഭംഗിക്കു വേണ്ടിയും ഉടുപ്പിൽ അഭിമാനപൂർവ്വം കുത്തുന്നതാണ് ബ്രൂച്ചുകൾ. വ്യക്തികൾ, സ്ഥലങ്ങൾ, സ്മാരകങ്ങൾ തുടങ്ങിയവയെ ആലേഖനം ചെയ്യപ്പെടുന്നവയാണ് ബ്രൂച്ചുകൾ.

ചുകന്ന റിബ്ബണിൽ കെട്ടിയ മെഡലുകൾ ഞങ്ങളെ അണിയിച്ചു. സർട്ടിഫിക്കറ്റ് കണ്ടപ്പോൾ അതിൽ തെറ്റുണ്ടെന്നാണ് ഞാൻ കരുതിയത്. 'ബാലകൃഷ്ണൻ കവിത' എന്നാണ് എഴുതിയിരിക്കുന്നത്. ഞാനത് സിര്യോഷയുടെ ശ്രദ്ധയിൽ പെടുത്തിയപ്പോൾ അത് റഷ്യൻ സമ്പ്രദായമാണെന്ന് അദ്ദേഹം പറഞ്ഞു മനസ്സിലാക്കി. ഒരു പറ്റം കുട്ടികൾ ഞങ്ങളെ പൊതിഞ്ഞ് ബ്രൂച്ചുകൾ സമ്മാനിച്ചു. ഉടുപ്പിൽ കുത്തിത്തരികയായിരുന്നു. അഭിനന്ദനങ്ങളുടെയും സ്‌നേഹപ്രകടനങ്ങളുടെയും ഇടയിൽ വീർപ്പു മുട്ടിപ്പോയി. ആ സന്തോഷം വിവരിക്കാൻ വാക്കുകളില്ല.

കുട്ടികളുടെ ക്യാമ്പ്ജീവിതം മുഴുവനും നോവസ്തി പ്രസ്സ് ഏജൻസിയുടെ ഫോട്ടോഗ്രാഫർമാർ ക്യാമറയിൽ പകർത്തുന്നുണ്ട്. ഞങ്ങളെ എപ്പോഴും അനുഗമിച്ചിരുന്നത് യൂറി കവാർ എന്ന കലാകാരനാണ്. എത്ര ഫോട്ടോഗ്രാഫുകളാണ് അദ്ദേഹം എടുത്തു കൂട്ടിയിരിക്കുന്നതെന്നതിന് കയ്യും കണക്കുമില്ല. വിവിധ പ്രസിദ്ധീകരണങ്ങളിലായി അവയൊക്കെ വെളിച്ചം കാണുകയും ചെയ്യുമത്രേ.

എന്റെ അന്നത്തെ സൃഷ്ടി ആർത്തെക്കിലെ ക്യാമ്പ് ഡയറക്ടറുടെ മുറിയിൽ ഇപ്പോഴും പ്രദർശിപ്പിച്ചിരിക്കുന്നു എന്ന് നീനാമാഡത്തിന്റെ എഴുത്തിൽ നിന്നും അറിയുന്നു. ഞങ്ങൾ ക്യാമ്പിൽ തിരിച്ചെത്തിയപ്പോഴേക്കും കൂട്ടുകാർ റോസാപ്പൂക്കളുമായി സ്വീകരിക്കാൻ കാത്തുനിൽക്കുന്നുണ്ടായിരുന്നു. അന്നത്തെ സുഖസുന്ദരങ്ങളായ നിമിഷങ്ങൾ മനസ്സിലിന്നും നിറഞ്ഞു നിൽക്കുന്നു.

ഇതിനിടെ ഞങ്ങൾക്ക് ഏറെ ദുഃഖം വരുത്തി വെച്ച ഒരു സംഭവമുണ്ടായി. മയങ്കിന് ഒരു പനി വന്നു. കഠിനമായ പനി. സന്ധികളിലെല്ലാം ഭയങ്കര വേദന. ഡോക്ടർ താന്യ വന്ന് പരിശോധിച്ച് മരുന്ന് കൊടുത്ത് പോയി. മുറിയിലെ മുഴുവൻ കുട്ടികളും മയങ്കിനു ചുറ്റും കൂടിയിരിക്കയാണ്. ഭക്ഷണം പോലും എല്ലാവരും ഉപേക്ഷിച്ച മട്ടാണ്. എല്ലാവർക്കും വലിയ വിഷമം. നേരം വൈകുന്തോറും മയങ്കിന്റെ പനി കൂടിക്കൂടി വന്നു.

അവന്റെ തമാശ കേൾക്കാതെ ഒരു ദിവസം പോലും ഞങ്ങൾക്കുറവരെ ഓർക്കാനില്ല. "ഒരു തമാശ പറയൂ മയങ്ക്" ആന്ദ്രയ് ചിണുങ്ങിയ മുഖത്തോടെ പറഞ്ഞു.

ഇതിനിടെ ഡോക്ടർമാർ വിശദമായ പരിശോധനകൾ നടത്തുന്നുണ്ടായിരുന്നു. മലേറിയയാണെന്നാണ് കണ്ടെത്തിയത്. അവനെ ആശുപത്രിയിലേക്ക് മാറ്റി. ഞങ്ങളുടെയെല്ലാം മുഖം വാടി. മനസ്സും വാടി. ആർത്തെക്കിലെ ഏറ്റവും കറുത്ത രാത്രിയായിരുന്നു അത്. പിറ്റേന്ന് വെളുപ്പിനു തന്നെ വരുന്നു ഒരറിയിപ്പ്. ഞങ്ങളെല്ലാം ആശുപത്രിയിൽ എത്തണം. രക്തം പരിശോധിക്കണം. മലേറിയയുടെ അണുക്കളുണ്ടോ എന്നറിയണം.

സൂചിയും സിറിഞ്ചും ഭാവനയിൽ കണ്ട് ഞാൻ പേടിച്ചു വിറച്ചു തുടങ്ങി. എത്ര പ്രാവശ്യം സൂചിക്കുത്തേൽക്കണം ഈ സ്വർഗ്ഗത്തിലെത്തിച്ചേരാൻ!

അതെ, സ്വർഗ്ഗവും ആർത്തെക്കും തമ്മിൽ വ്യത്യാസമുണ്ട്. ഒരു സ്വർഗ്ഗത്തിലും സൂചിക്കുത്ത് ഉള്ളതായി അറിവില്ല. ആർത്തെക്കിൽ അതും അനുഭവിക്കണം.

യാത്ര ആരംഭിക്കുന്നതിനു മുൻപു തന്നെ പരിശോധനകളുടെ ചക്രച്ചാലിൽ പെട്ടു പോയതാണ്. കോളറ, ഡിഫ്ത്തീരിയ, ടൈഫോയ്ഡ്, അങ്ങനെ എന്തെല്ലാം രോഗങ്ങൾക്കുള്ള പ്രതിരോധ കുത്തിവെയ്പുകളാണ് എടുത്തത്. ചെറിയ ചെറിയ തടസ്സങ്ങൾകൊണ്ട് ചില കുത്തിവെയ്പുകൾ നീണ്ടു പോയപ്പോൾ തടസ്സങ്ങളിനിയുമുണ്ടാകണേയെന്നു പ്രാർത്ഥിച്ചതാണ്.

എന്തായാലും വീണ്ടുമൊരു സൂചി കൂടി കയറി. രക്തപരിശോധന യുടെ ഫലവും വന്നു. കുഴപ്പമില്ല, മലേറിയയില്ല.

മിക്ക ദിവസവും ഞങ്ങൾ മയങ്കിനെ കാണാൻ ആശുപത്രിയിൽ പോകും. ഒരാഴ്ചകൊണ്ട് സമാധാനമായി. മരുന്നുകളുടെ ശക്തി! പരിചരണത്തിന്റെ മഹത്വം. സ്വതവേ തടിയനായ മയങ്ക് ഒന്നുകൂടി വീർത്തു.

"എനിക്കിവിടെ പരമസുഖം! എന്തെങ്കിലും രോഗം വന്നാൽ നിങ്ങൾക്കും ഇതുപോലെ ഇരട്ടി സുഖം കിട്ടും. പഥ്യമായ ഭക്ഷണം, സുഖമായ ഉറക്കം, കളിക്കാൻ വേണ്ടുവോളം കൂട്ടുകാരും. രോഗം വന്നാലും ഈ സ്വർഗ്ഗഭൂമി അന്യാദൃശമാണ്. മയങ്ക് മലേറിയക്ക് നന്ദി പറഞ്ഞു.

ഞങ്ങൾ അവനെയൊന്ന് വിഷമിപ്പിക്കാൻ തന്നെ തീരുമാനിച്ചു. ഞങ്ങൾ കണ്ട 'മാൾച്ചിഷ്ക്ക' എന്ന സിനിമയെപ്പറ്റിയും അതുപോലെ പല സിനിമകളും കാണിച്ചു തന്ന ആർത്തെക്ക് പാലസിനെപ്പറ്റിയും കുറച്ച് അതിശയോക്തി കലർത്തി അവനോടു പറഞ്ഞു. പിന്നീടു പരിചയപ്പെട്ട കൂടുതൽ വിദേശ കൂട്ടുകാരെക്കുറിച്ചും പറഞ്ഞു. അവന്റെ വാ പിളർന്നു പോയി.

മെഡിക്കൽ പരിശോധന ആർത്തെക്കിലെ ഒരു തുടർ പരിപാടി തന്നെയാണ്. ചെക്കപ്പ് കഴിഞ്ഞ് തിരിച്ച് പോന്നപ്പോൾ ഒരിക്കലുണ്ടായ അനുഭവം വളരെ രസകരമാണ്.

"കവീൻകാ, നീയും റെയ്മോയെപ്പോലെ നിന്റെ കോട്ട് മരുന്നിന്റെ ഫീസായി തന്നിട്ടു പോവുകയാണോ?"

കോട്ടിന്റെ കാര്യം അപ്പോഴാണോർത്തത്. ഓടിച്ചെന്നെടുക്കുകയും ചെയ്തു.

"റെയ്മോയോ, ആരാണത്?"

"ങാ, നീയാ കഥ കേട്ടിട്ടില്ല, അല്ലേ? പറഞ്ഞു തരാം." ഡോക്ടർ റെയ്മോയുടെ കഥ പറഞ്ഞു.

അവൻ ഫിൻലാന്റുകാരനാണ്. കുറച്ചു വർഷം മുൻപാണവൻ ക്യാമ്പിൽ വന്നത്. ഒരു രാവിലെ അവന് പല്ലുവേദന തുടങ്ങി. അതിഭയങ്കരമായ വേദന. അവന്റെ ഇന്റർപെറ്റർ ഗ്രീഷ എത്ര നിർബന്ധിച്ചിട്ടും അവൻ ഡോക്ടറുടെ അടുത്തേക്കെത്തിയില്ല. വലിയ പേടിയായിരുന്നു. വേദന തീരെ സഹിക്കവയ്യെന്നായപ്പോൾ അവൻ ഡോക്ടറുടെ മുന്നിലെത്തി. അദ്ദേഹമവനെ നന്നായി പരിശോധിച്ചു. കൊടിലും കത്രികകളും മറ്റു സാമഗ്രികളുമെല്ലാം കണ്ടപ്പോൾ അവന്റെ സംഭ്രമം ഇരട്ടിച്ചു. ശരീരം വിറക്കുവാൻ തുടങ്ങിയിരുന്നു. വർത്തമാനത്തിനും

പരിശോധനകൾക്കുമിടയിൽ പല്ലെടുപ്പ് കഴിഞ്ഞിരുന്നു. അവനാശ്വാസമായി. എണീറ്റു പോവുകയും ചെയ്തു. പക്ഷേ, അഴിച്ചു വെച്ച ഷർട്ടെടുത്തിടാതെയായിരുന്നു പോക്ക്.

"ഷർട്ടിടാൻ മറന്നിരിക്കുന്നു നീ." ഗ്രീഷ അവനെ ഓർമ്മപ്പെടുത്തി.

"വേണ്ട, എനിക്കു വേണ്ട."

റെയ്മോ പറഞ്ഞു.

"അതെങ്ങനെ, ഷർട്ട് നിന്റെയല്ലേ? വേണ്ടാത്തതെന്ത്?" എന്നായി ഗ്രീഷ.

"എന്റെ കയ്യിൽ പണമൊന്നുമില്ല. അതുകൊണ്ട് ഡോക്ടർക്കുള്ള ഫീസായി ഷർട്ടു ഞാനവിടെ വെച്ചതാണ്." ഇത്രയും പറഞ്ഞ് അവനിറങ്ങിയോടി. ഡോക്ടർ ചിരിച്ചുകൊണ്ട് പറഞ്ഞു, "അവൻ വിചാരിച്ചത് പല്ലെടുക്കുന്നതിന് പ്രതിഫലം കൊടുക്കണമെന്നാണ്."

കഥ കേട്ട് എനിക്ക് ചിരിയടക്കാനായില്ല.

"എന്തായാലും എന്റെ കോട്ട് ഞാനങ്ങനെ ഫീസായി തരുന്നില്ല."

ഡോക്ടറും ഞാനും കേട്ടു നിന്നവരും കൂടുകൂടെ ചിരിച്ചു.

●

പത്ത്

കുപിത്തപാല്യം സൗഹൃദ പാർക്കും

"ആർത്തെക്ക് എന്നെ വളരെ ആഹ്ലാദിപ്പിച്ചു. അവിടെ കണ്ട ആരെയും ഒരിക്കലും മറക്കാനാവുകയില്ല. പല രാജ്യങ്ങളിൽനിന്നും ഭൂവിഭാഗങ്ങളിൽനിന്നും എത്തിച്ചേരുന്ന കുട്ടികൾ എത്ര സൗഹൃദത്തോടെയാണ് ഒറ്റക്കുടുംബമായി അവിടെ താമസിക്കുന്നത്! കുട്ടികൾ എവിടെയുള്ളവരായാലും കുറേ കാര്യങ്ങൾ പൊതുവായിട്ടുണ്ട്. നമ്മുടേതായ ഒരു ലോകം എങ്ങനെയായിരിക്കണമെന്നതിനൊരു മാതൃകയത്രേ ആർത്തെക്ക്. അഖില ലോകവും ഒരു നാൾ ആർത്തെക്കിനെപ്പോലെയായെങ്കിൽ എന്നു ഞാൻ ആഗ്രഹിച്ചുപോകുന്നു..."

പ്രസിദ്ധ ഫ്രഞ്ച് എഴുത്തുകാരനായ പിയറി ഗ്യാമറായുടെ വാക്കുകളാണുദ്ധരിച്ചത്.

ആർത്തെക്കിലെത്തുന്ന ആർക്കും മറിച്ചൊരഭിപ്രായം ഉണ്ടാകാനിടയില്ല. ഏകലോകഭാവനയും സമാധാന സന്ദേശവും കുട്ടികളിലേക്ക് അതിശക്തമായി ആഴ്ന്നിറങ്ങുവാനുള്ള പല പ്രവർത്തനങ്ങളും അവിടെയുണ്ട്.

ആർത്തെക്കിലെ ഓരോ ദിവസവും വ്യത്യസ്തമാണ്. വൈവിദ്ധ്യങ്ങളുടേതായ നൂറു നൂറു വർണ്ണങ്ങളും നൂറുനൂറു ചലനങ്ങളും ഇണങ്ങി ഒന്നായിത്തീർന്നുകൊണ്ടുള്ള സുന്ദരാനുഭവങ്ങൾ.

സമാധാന ദിനാഘോഷം എനിക്കൊരിക്കലും മറക്കാനാകുകയില്ല. പതിവു പോലെ മനസ്സിനെ ഉന്മിഷത്താക്കുന്ന സംഗീതവും കേട്ടുകൊണ്ടുള്ള ഉറക്കമുണരൽ. സൂര്യൻ ഉദിച്ച് പൊങ്ങിയിരിക്കുന്നു. അരുണവർണ്ണമേറ്റ അയ്യു ഡാഗ് ഇപ്പോൾ ഒരു വലിയ പവിഴക്കുമ്പാരമായി മാറിയിട്ടുണ്ട്. സമാധാനമന്ത്രം ജപിക്കുന്ന കടലലച്ചുണ്ടുകൾ.

തലേന്ന് രാത്രി ക്യാമ്പംഗങ്ങളെല്ലാം ആവേശകരമായ ഒരു പരിശ്രമത്തിലാണേർപ്പെട്ടിരുന്നത്. അവിടെ എത്തിച്ചേർന്നിരുന്ന കുട്ടികൾ പ്രതിനിധാനം ചെയ്തിരുന്ന വിവിധ സംഘടനകളുടെ

സ്ക്കാർഫുകളും പതാകകളും സംഭരിച്ച് ഹാളിൽ നിരത്തിയിരിക്കുകയാണ്. അവയെല്ലാം സുഭഗസുന്ദരമായി മേളിക്കണം. എല്ലാവരുമൊത്തുചേർന്നിരുന്നപ്പോൾ കുറഞ്ഞ സമയത്തിനകം തന്നെ സൗഹൃദപ്പതാകയുടെ നിർമ്മാണം പൂർത്തിയായി. എല്ലാം ചേർച്ചയിൽ കൂട്ടിത്തുന്നി ഇണക്കിയെടുത്തപ്പോൾ വളരെ വിസ്താരമുള്ള ഭീമൻ കൊടിക്കൂറയായി.

ആ സൗഹൃദപ്പതാകയാണ് അടുത്ത ദിവസം രാവിലെ ഫയർ സ്ക്വയറിൽ ഉയർത്തപ്പെട്ടത്. നൂറു ഭാഷകളിലെ പാട്ടുകൾ സുന്ദരമായി കൂടിക്കലർന്ന് അന്തരീക്ഷത്തിലെങ്ങും മാറ്റൊലിക്കൊള്ളുകയായി. വിശാലമായ മൈതാനിയിൽ വിവിധ രാജ്യങ്ങളിലെ കളികളും നൃത്തങ്ങളും ഒന്നിച്ചരങ്ങേറുന്നു. എല്ലാ മനസ്സുകളും ആ മഹാനൃത്തത്തിന്റെ ചലനങ്ങളിൽ ആന്ദോളനം ചെയ്യുകയാണ്.

വിയറ്റ്നാമിൽ നിന്നുള്ള പെൺകുട്ടികൾ ഒരു വലിയ സ്ഫടിക ലെൻസ് വെയിലത്ത് സ്ഥാപിച്ചു. സൂര്യരശ്മികളിൽനിന്ന് സമാഹരിക്കപ്പെട്ട ഊർജ്ജം അവിടെ അഗ്നിയായി ജ്വലിച്ചു. 'ക്യാമ്പ് ഫയർ' തെളിഞ്ഞു. ദിവസം മുഴുവൻ നീണ്ടു നിന്ന ആ അഗ്നിജ്വാലയെ കൂട്ടുകാർ മാറി മാറിയിരുന്ന് കെടാതെ സംരക്ഷിച്ചു.

"ഇന്ന് നമുക്ക് ഒരു കത്തെഴുതണം. ലോകത്തിലെ എല്ലാ ജനങ്ങൾക്കുമായുള്ള കത്ത്. സൗഹൃദത്തെയും സമാധാനത്തെയും കുറിച്ചുള്ള കത്ത്."പയനിയർ ലീഡർമാർ എല്ലാവരോടുമായി പറഞ്ഞു. ഇങ്ങനെയൊരു കത്തയക്കൽ ആർത്തെക്കിന്റെ മാത്രം സവിശേഷതയാണ്.

എല്ലാവരും എഴുതാൻ തുടങ്ങി. എന്തൊരു വിശേഷപ്പെട്ട അനുഭവം! ഓരോരുത്തരുടെയും ഓരോ കൊച്ചു വാക്യം വീതമെങ്കിലും കത്തിൽ ഉൾപ്പെടുത്തണമെന്ന് എല്ലാവർക്കും ആഗ്രഹം. ഇംഗ്ലീഷിലും ജർമ്മനിലും,ഫ്രഞ്ചിലും, റഷ്യനിലും, സംസ്കൃതത്തിലും എന്നുവേണ്ട പരസഹസ്രം ഭാഷകളിലും സന്ദേശങ്ങൾ തയ്യാറാക്കപ്പെടുകയാണ്. "ഇത്രയും വലിയ കത്ത് എഴുതിക്കഴിഞ്ഞുവെന്നുതന്നെയിരിക്കട്ടെ, അയക്കുന്നതെങ്ങനെ, അതും എല്ലാവർക്കുമായി? "ഞങ്ങൾ പയനിയർ ലീഡർമാരോട് ചോദിച്ചു. ഉത്തരം പറയാൻ അവർക്കൊരു സംശയവുമില്ല.

"കുപ്പിത്തപാൽ"

"കുപ്പിത്തപാലോ?"

അതെ. അതൊരസാധാരണ തപാൽ സർവ്വീസാണ്. ആർത്തെക്കിൽ മാത്രം വളരെക്കാലമായി നില നിൽക്കുന്ന സർവ്വീസ്. അതിലെ പോസ്റ്റ്മാൻ ആരെന്നല്ലേ? എണ്ണമറ്റ തിരമാലകൾ തന്നെ.

ആർത്തെക്കിലെ സമാധാനദിനത്തിൽ കരിങ്കടലിലെ തിരമാലക്കൈകളിലേക്ക് നല്കപ്പെടുന്ന എഴുത്തിൽ വിവിധ രാജ്യങ്ങളിലെ കുട്ടികൾ എഴുതുന്നു.

"അവിടെ എല്ലായ്പ്പോഴും സൂര്യപ്രകാശമുണ്ടാകട്ടെ.

അവിടെ എല്ലായ്പ്പോഴും നീലാകാശമുണ്ടാകട്ടെ,

അവിടെ എല്ലായ്പ്പോഴും അമ്മയുണ്ടാകട്ടെ,

അവിടെ എല്ലായ്പ്പോഴുംഞാനുമുണ്ടാകട്ടെ."

ലോകമെമ്പാടുമുള്ള കുട്ടികളോട് സൗഹൃദം പുലർത്താൻ ഞങ്ങളാഗ്രഹിക്കുന്നു.

മുതിർന്നവരേ, എല്ലാ കുട്ടികളുടേയും ഇന്നും നാളെയും മേഘങ്ങളുടെ മൂടലില്ലാത്തതും പ്രകാശപൂരിതവുമാണെന്നുറപ്പ് വരുത്തുക. ഭൂമിയിൽ യുദ്ധം ഇല്ലാതിരിക്കട്ടെ. ലോകമെമ്പാടുമുള്ള കുട്ടികൾ, ഇവിടെ ഞങ്ങൾ ആർത്തെക്കിൽ കഴിയുന്നതു പോലെ സൗഹൃദശക്തിയിലും സമാധാനത്തിലും ആയിരിക്കട്ടെ. എന്നെന്നും നമ്മുടെ ഭൂമി പ്രഭാതത്തിൽ പറയട്ടെ:

"ഹലോ, സൂര്യൻ,

ഹലോ, സുഹൃത്തേ,

ഹലോ, സമാധാനലോകമേ!"

സന്ദേശങ്ങളെല്ലാം ഞങ്ങൾ കുപ്പികളിലാക്കി. ജലനിബദ്ധമാക്കി നിഷ്ക്കർഷയോടെ അടച്ചു. പിന്നീടവ പല വർണ്ണങ്ങളെക്കൊണ്ടും മോടി പിടിപ്പിച്ചു.

സമയം സന്ധ്യയോടടുക്കുന്നു. എന്താണ് ആർത്തെക്കിലെ അസ്തമയസൂര്യൻ ഒരു പരിശോധനയുടെ മട്ടിൽ സൈപ്രസ്സ് മരങ്ങളുടെ ഇടയിലൊളിച്ചു നിന്ന് സൂക്ഷ്മമായി നിരീക്ഷിക്കുന്നത്? ഞങ്ങൾ രാവിലെ അവനിൽനിന്ന് തെളിയിച്ചെടുത്ത അഗ്നിജ്വാലകൾ ഇപ്പോഴും സെൻട്രൽ സ്റ്റേഡിയത്തിൽ വെളിച്ചവും ചൂടും പകർന്ന് നിൽക്കുന്നില്ലേ എന്നായിരിക്കും. ഞങ്ങളുടെ അയക്കാൻ പോകുന്ന കത്തുകൾ എത്തിച്ചേരാനിരിക്കുന്ന സകല ഭൂവിഭാഗങ്ങളും സന്ദർശിച്ചുകഴിഞ്ഞിട്ടാണ് തന്റെ വരവെന്ന് സൂചിപ്പിക്കുകയായിരിക്കും.

അഗ്നി അപ്പോഴും എരിഞ്ഞുകൊണ്ടേയിരിക്കുന്നു. ക്യാമ്പിന്റെ എല്ലാ ഭാഗത്തുനിന്നും പയനിയർമാർ വരിവരിയായി വരികയാണ്.

മോട്ടോർബോട്ട് തയ്യാറായി നിൽക്കുകയാണ്, അന്തർദ്ദേശീയ തിരമാലക്കൈകളിലേക്ക് ഏൽപിക്കുവാനുള്ള കുപ്പിത്തപാലിനെയും സന്ദേശ വാഹകരെയും പ്രതീക്ഷിച്ചുകൊണ്ട്.

തിരമാലകളിപ്പോൾ പല വർണ്ണങ്ങളിലുമുള്ള യൂണിഫോമുകൾ ധരിച്ചുകൊണ്ടിരിക്കുകയാണ്. വ്യത്യസ്ത പ്രദേശങ്ങളിലേക്ക് പോകുന്നവർക്ക് വ്യത്യസ്ത വർണ്ണങ്ങളിലുള്ള ഉടുപ്പുകൾ.

ഞങ്ങൾ ബോട്ടിൽ കയറി. കൈകൾ കോർത്തു പിടിച്ച് പാട്ടുകൾ പാടിക്കൊണ്ടേയിരുന്നു. ചിറകുകളിലെന്നപോലെ ബോട്ട് സഞ്ചരിക്കുകയാണ്. മുന്നിൽ വിശാലമായ സമുദ്രം. ദീപമാലകൾക്കൊണ്ടലംകൃതമായ ആർത്തെക്ക് ശുഭയാത്ര നേർന്നുകൊണ്ട് പിന്നിൽ നിന്നു തിളങ്ങുന്നു. മുന്നോട്ടു കുതിക്കുന്ന ഞങ്ങളുടെ ബോട്ടിനെ അനുധാവനം ചെയ്തുകൊണ്ടിരിക്കുന്ന വലിയൊരു കപ്പൽസമൂഹത്തിന്റെ പ്രതീതിയാണിപ്പോൾ ആർത്തെക്കിനെ കാണുമ്പോൾ തോന്നുന്നത്.

അതെ, ഞങ്ങളേറെപ്പോന്നിരിക്കുന്നു, പുറംകടലലേക്ക്.

"തയ്യാറാവുക." ഗ്രൂപ്പ് ലീഡർ ഞങ്ങളോടു പറഞ്ഞു. സന്ദേശക്കുപ്പികൾ ഓരോന്നോരോന്നായി തിരമാലകളെ ഏൽപ്പിച്ചു. എന്തൊരു ഊഷ്മളതയാർന്ന വികാരവായ്പോടെയാണെന്നോ കുട്ടികളുടെ സമാധാനസന്ദേശങ്ങളെ കടൽ സ്വീകരിച്ചത്! തിരകളെത്തഴുകിയുള്ള ആ യാത്ര ഞങ്ങളിൽ സുകൃതവർഷം പൊഴിക്കുകയായിരുന്നു. മണിക്കൂറുകൾ തന്നെ നീണ്ടു നിന്ന ആ കടൽസഞ്ചാരം എത്ര ജന്മം കഴിഞ്ഞാലും മറക്കാനാവില്ല.

അകലങ്ങളിലെ തീരരാജ്യങ്ങൾ മുക്കുവത്തൊഴിലാളികളിലൂടെ ഈ സന്ദേശങ്ങളെല്ലാം ഏറ്റു വാങ്ങുക പതിവാണത്രേ.

"ആർത്തെക്ക് അതിശയകരമായ കൗമാരകുതൂഹലങ്ങളുടെയും ഭാവിയെക്കുറിച്ചുള്ള പ്രത്യാശകളുടെയും അനുഭവസ്ഥാനമാണ്. ഇവിടെ ഭാവിയുടെ വാഗ്ദാനങ്ങളായ കുട്ടികൾ ഏകലോക സൃഷ്ടിയുടെ വക്താക്കളായും സമാധാനത്തിന്റെയും അന്തർദ്ദേശീയ ഐക്യദാർഢ്യത്തിന്റെയും ജേതാക്കളായും വളരുന്നു." അന്തർദ്ദേശീയ ലെനിൻ സമാധാന സമ്മാന ജേതാവായ മിർജം വിറേ ടൂമിനൻ എന്ന ഫിൻലാന്റുകാരന്റെ ഈ അഭിപ്രായം എത്രയോ അർത്ഥപൂർണ്ണമാണെന്ന് കുട്ടികൾക്ക് ബോദ്ധ്യപ്പെടുന്നു.

അതിദീർഘമായ കടലോരത്തുകൂടിയുള്ള യാത്ര അവിടത്തെ സാധാരണ സുഖാനുഭവങ്ങളിലൊന്നാണ്. പവിഴങ്ങളും രത്നങ്ങളും ലോഭമില്ലാതെ നിരന്നു കിടക്കുന്നു, തീരങ്ങളിലങ്ങോളമിങ്ങോളം!

ഒരിക്കൽ ഞങ്ങൾ ബീച്ചിലൂടെ സ്വയം മറന്നുല്ലസിച്ചു നടക്കുകയായിരുന്നു. കുറേ ദൂരമങ്ങനെ നടന്നിരിക്കണം. അതാ നിൽക്കുന്നു കരുത്തനായ ഒരു മനുഷ്യന്റെ അസാമാന്യ വലിപ്പത്തിലുള്ള ഒരു പ്രതിമ. കരിങ്കടലിലേക്കു നോക്കി ഉയർത്തി വീശുന്ന കൈ. 'അജ്ഞാതനായ

സമുദ്രസഞ്ചാരി' എന്നാണ് അദ്ദേഹത്തെ ഞങ്ങൾക്ക് പരിചയപ്പെടുത്തിയത്.

രണ്ടാം ലോകമഹായുദ്ധം കൊടുമ്പിരിക്കൊണ്ടിരിക്കുന്ന കാലം. നാസികൾ ക്രിമിയൻ പ്രദേശങ്ങളിൽ സംഹാരതാണ്ഡവമാടി. പല ഭാഗങ്ങളുമവർ പിടിച്ചടക്കി. രക്തപ്പുഴകളൊഴുകി. കുട്ടികളുടെ സ്വർഗ്ഗഭൂമിയെയുമവർ വെറുതെ വിടില്ല എന്ന നില വന്നു. ആ അത്യാപത്തിൽ നിന്ന് ആർത്തെക്കിനെ രക്ഷിക്കുവാൻ നാസിപ്പടയോട് 'മാ നിഷാദ' പാടിയ ധീരനാണയാൾ. കാട്ടാളത്തത്തിനെതിരെ ജീവൻകൊണ്ടുള്ള ഒരു പോരാട്ടമായിരുന്നു അത്. ആർത്തെക്ക് ഒരു വിധം രക്ഷപ്പെട്ടു. എന്നാൽ ആ പോരാട്ടഭൂമി അജ്ഞാതനായ ആ സമുദ്രസഞ്ചാരിയുടെ രക്തത്തിൽ കുതിരുക തന്നെ ചെയ്തു. അദ്ദേഹം അന്ത്യവിശ്രമം കൊള്ളുന്ന സ്ഥലത്താണ് അദ്ദേഹത്തിന്റെ സ്മാരകപ്രതിമ പിന്നീടുയർന്നത്. സഞ്ചാരികൾ അവിടെയെത്തുമ്പോൾ മൂകരായി നിന്നു പോകുന്നു. ആർത്തെക്കിലെ കുട്ടികൾ ചെറു സംഘങ്ങളായി വന്ന് ഗാഡ് ഓഫ് ഓണർ നടത്തുക പതിവാണ്. കാട്ടു ചെടികളുടെ ശാഖകളും വള്ളികളും കൊണ്ട് ഞങ്ങളൊരു പുഷ്പചക്രം ചമച്ചു. അത്യാദരപൂർവ്വം ആ പ്രതിമയുടെ പാദങ്ങളിൽ സമർപ്പിക്കുകയും ചെയ്തു.

ല്യൂറൽ ചെടികളുടെ ശാഖകൾകൊണ്ടുണ്ടാക്കുന്ന റീത്തു സമർപ്പണം റഷ്യൻ സമ്പ്രദായത്തിലുള്ള സൈനികബഹുമതിയുടെ സാദൃശ്യം വഹിക്കുന്നതായി പയനിയർ ലീഡർ പറഞ്ഞു തന്നു. "ഇതൊരു പ്രാചീന സമ്പ്രദായം കൂടിയാണ്. ആർത്തെക്കിന്റെ പാരമ്പര്യവും.

സൈപ്രസ്സ് മരങ്ങൾ അവിടെ പട്ടാളച്ചിട്ടയിൽ ഉപചാരമർപ്പിച്ചു കൊണ്ട് നിൽക്കുകയാണ്. അതിരുകളില്ലാത്ത വിശ്വപ്രേമത്തിന്റെ സംരചനാദൗത്യവുമായി എത്തുന്ന പിഞ്ചോമനകളെ നെഞ്ചേറ്റി ലാളിക്കുന്ന ആർത്തെക്കിനെ സംരക്ഷിച്ച ആ മഹാനുഭാവന് വീണ്ടും വീണ്ടും നമസ്ക്കാരമർപ്പിച്ചപ്പോൾ ഞങ്ങളുടെ കണ്ണുകളും അറിയാതെ നനഞ്ഞു പോയി എന്നതാണ് വാസ്തവം.

സ്വാനുഭവങ്ങളിലൂടെ ഉരുത്തിരിഞ്ഞ് വളർന്നു വന്ന സൗഹൃദത്തെ ശാശ്വതീകരിക്കുന്നതിനുള്ള പ്രതീകാത്മക പ്രവർത്തനങ്ങൾക്കൊണ്ട് സമ്പന്നമാണ് ആർത്തെക്ക് ജീവിതം. അവിടെയെത്തുന്ന പ്രകൃതിസ്നേഹികളായ കുട്ടികൾ സൗഹൃദപ്പാർക്കിന്റെ നിർമ്മാണത്തിലേർപ്പെടുന്നു. വിവിധ രാജ്യങ്ങളിൽനിന്നു വരുന്നവർ കൊണ്ടു വരുന്ന വിവിധയിനം വിത്തുകളും മുകുളങ്ങളും അവിടെ മരങ്ങളായും ചെടികളായും വളർന്നു നിൽക്കുന്ന കാഴ്ച അത്യന്തം

ആവേശകരമാണ്. ഞാൻ ചക്കക്കുരുവും മാങ്ങയണ്ടിയുമാണ് കൊണ്ടു പോയിരുന്നത്. അവ ആ മണ്ണിൽ മുളച്ചു പൊന്തിയിട്ടുണ്ടാ യിരുന്നു. വളർന്നു വലുതാകുമോ എന്തോ! കേരളത്തിന്റെ കാലാവസ്ഥ അങ്ങോട്ടു കൊണ്ടു പോകാൻ കഴിയില്ലല്ലോ.

എല്ലാത്തരം ചെടികളും മരങ്ങളും ഒരേ പോലെ ആ സൗഹൃദപ്പാർ ക്കിൽ വളർന്നു കാണുന്നില്ലെങ്കിലും ആകെക്കൂടി നോക്കുമ്പോൾ വിശാലമായ ഒരുൾക്കൊള്ളൽ കാണാൻ കഴിയും.

ഞങ്ങൾ 'കലീന'ക്കാർ ഒരു സ്മാരകോദ്യാനത്തിനും രൂപം നല്കി. സൗഹൃദത്തിന്റെ സ്മാരകം. എന്നെന്നും സ്നേഹത്തിന്റെ പൂക്കൾ വിരിയുന്ന ചെമ്പനീർത്തോട്ടം.

'കലീന' എന്നത് ഞങ്ങൾ ഇരുപത്തഞ്ചു കുട്ടുകാർ ഒരുമിച്ചു താമ സിക്കുന്ന അപ്പാർട്ടുമെന്റിന്റെ പേരാണ്. വളരെപ്പെട്ടെന്നു തന്നെ എല്ലാവരും ഏറെ അടുത്ത കൂട്ടുകാരായിത്തീർന്നെന്നു പറഞ്ഞല്ലോ. ജോർജ്ജിയയിൽനിന്നു വന്ന മിടുക്കികൾ നല്ല റോസാക്കമ്പുകൾ കൊണ്ടു വന്നിട്ടുണ്ടെന്ന് ആദ്യമേ ഞങ്ങളറിഞ്ഞു. ആദ്യ ദിവസം തന്നെ നിലമൊരുക്കി ഞങ്ങളവ നട്ടു. വേറെയും കുട്ടികൾ പലതരം റോസാക്കമ്പുകൾ കൊണ്ടു വന്നിരുന്നു. നിത്യവും ശ്രദ്ധയോടെ ഞങ്ങ ളവക്ക് വെള്ളമൊഴിച്ചു. റോസാക്കമ്പുകൾ പൊടിച്ചു വളരാൻ തുടങ്ങി.

ഞങ്ങളുടെ മുൻഗാമികൾ സമൃദ്ധമായി വളർത്തിയെടുത്ത ഉദ്യാ നത്തിൽത്തന്നെയായിരുന്നു പുതിയ സംരംഭവും. ചില പഴയ കൂട്ടുകാർ ഞങ്ങൾക്ക്-അജ്ഞാതരായ അവരുടെ പുതിയ കൂട്ടുകാർ ക്ക്-സ്നേഹപൂർവ്വം എഴുതിയിരുന്നു: "നിങ്ങൾ കാണുന്ന നമ്മുടെ

സൗഹൃദപ്പൂന്തോട്ടത്തിൽ ഞങ്ങൾക്കു മുമ്പേ വന്നവർ നട്ടു നനച്ചു വളർത്തിയ ചെടികളോടൊപ്പം കുറേ പുതിയ ചെടികൾ ഞങ്ങളും മുളപ്പിച്ചിട്ടുണ്ട്. അതിനായി ഞങ്ങളവിടെ ഒത്തു കൂടി. പിന്നെ പല ദേശങ്ങളിലേക്ക് പിരിഞ്ഞു പോവുകയും ചെയ്തു. ഞങ്ങളുടെ ചെടികൾ ഇപ്പോൾ നിങ്ങൾക്കു വേണ്ടി ധാരാളമായി പൂക്കുന്നുണ്ടായിരിക്കും. ആ പൂക്കളിലൂടെ ഞങ്ങളുടെ സ്നേഹവും സൗഹൃദവുമാണ് നിങ്ങളിലേക്കെത്തുന്നത്. ഞങ്ങൾക്കു മുമ്പേ വന്നവർ പകർന്നു തന്ന അതേ സൗഹൃദം തന്നെ...."

ആർത്തെക്ക് തലമുറകളായി സൗഹൃദം പങ്കിടുകയാണ്. സമാധാനം ശക്തിപ്പെടുത്തുകയാണ്. ശാന്തിമന്ത്രം ഉരുവിടുകയാണ്.

●

പതിനൊന്ന്

നാളത്തെ ആർത്തെക്ക്

ആർത്തെക്കിലെ എല്ലാ അനുഭവങ്ങൾക്കുമുണ്ട് അസാധാരണമായ ഒരാസ്വാദ്യത. സാധാരണ സംഭവങ്ങൾ കൂടിയും മോഹിപ്പിക്കുന്ന അസാധാരണത്വത്തിന്റെ പരിവേഷവുമായിട്ടാണ് പ്രത്യക്ഷപ്പെടുക. കുട്ടികളുടെ സ്വാതന്ത്ര്യത്തിന് അതിരില്ലാത്ത അംഗീകാരമാണവിടെ. ഒന്നും നിർബന്ധിച്ച് ചെയ്യിക്കുന്നില്ല. ഇന്നതൊന്നും ചെയ്യരുതെന്ന നിബന്ധനകൊണ്ട് വീർപ്പുമുട്ടിക്കുന്നുമില്ല. എന്നിട്ടും എത്ര അനായാസമാണ് കാര്യങ്ങൾ നിർവ്വഹിക്കപ്പെടുന്നത്!

ഒരു വിധ ശാസനകൾക്കും അടിച്ചേൽപ്പിക്കുന്ന നിയന്ത്രണങ്ങൾക്കും വശംവദരാകാതെ കഴിയണമെങ്കിൽ, അതിന് കുട്ടികൾക്ക് ഒരിടമേയുള്ളൂ; ആർത്തെക്ക്.

രസകരമായ ഒരു ഉപന്യാസമത്സരം അവിടെ കാലങ്ങളായി നടക്കുന്നുണ്ട്. വിഷയത്തിനാണ് പ്രത്യേകത. 'നാളെ ആർത്തെക്ക് എങ്ങനെയാകണം'.

കുട്ടികൾ എഴുതുന്നത് അവരുടെ മോഹങ്ങളാണ്. അവർ മനസ്സിനെ ഭാവനയുടെ ആകാശങ്ങളിലേക്ക് അലയാൻ വിടുന്നു. പലപ്പോഴും പ്രായോഗികതകളുടെ സീമയും വിട്ട് അവരുടെ മോഹക്കിളികൾ ഉയരങ്ങളിലേക്ക് പറന്നു പൊങ്ങും. പലരുടെയും കുറിപ്പുകൾ ഞങ്ങൾ വായിച്ചു രസിച്ചു.

യൂറി സ്ലോവോയോട്ടോവ് എഴുതിയിരിക്കയാണ്..... 'ആർത്തെക്കിൽ ഒരു വലിയ അക്വേറിയം ഉണ്ടാകണം. കടൽ മണലും പവിഴക്കല്ലുകളും കടൽച്ചണ്ടിയും ചിപ്പികളും എല്ലാം ചേർന്ന് ഒരു യഥാർത്ഥ ജലലോകം തന്നെയാകണമത്. മത്സ്യനിരീക്ഷണമെത്ര രസകരമാണ്! എങ്ങനെയാണ് കടൽപ്പായലുകൾ വളരുന്നത്? കടലിനെക്കുറിച്ച് പഠിക്കാൻ കടലോളം ജിജ്ഞാസയുമായി വരുന്നവർക്ക് എന്തൊരു സന്തോഷമായിരിക്കുമപ്പോൾ.'

സ്ക്കേറ്റിങ്ങ്, ഐസ് ഹോക്കി എന്നിവയിൽ അസൂയാർഹമായ പ്രകടനം കാഴ്ച്ച വെക്കുന്ന ലോക ജേതാക്കളാണ് സോവിയറ്റ് ജനങ്ങൾ. കൃത്രിമമായ ഹിമമൈതാനങ്ങളും ഹോക്കി ഫീൽഡും ആർത്തെക്ക് സ്റ്റേഡിയത്തിൽ ഉണ്ടായിരിക്കണമെന്നാണ് മിഷ നികിതിൻ ആഗ്രഹിക്കുന്നത്.

ഇവാൻ സ്ക്ലിഫോസിന് കടൽക്കരയിൽനിന്ന് കരടിമലയുടെ ഉച്ചിയിലേക്ക് കയറിപ്പോകാനൊരു കേബിൾ പാത വേണം. വ്യത്യസ്തമായ ഒരാശയമാണ് ഗാല്യ ഷിപോടോവ അവതരിപ്പിക്കുന്നത്. കരടിമലയുടെ മേടുകൾ പ്രശസ്തമായ ഒരു വന്യമൃഗസംരക്ഷണകേന്ദ്രമായിത്തീരണം. അവിടെ എല്ലാ വൻകരകളിൽനിന്നുമുള്ള മൃഗങ്ങളും പക്ഷികളും ഉണ്ടാകണം. ആസ്ത്രേലിയൻ കംഗാരുകളും, ആഫ്രിക്കൻ സിംഹങ്ങളും - അവൾ കൂട്ടിച്ചേർക്കുന്നു.

മറ്റൊരു സംഘം കുട്ടികളുടെ ആഗ്രഹം നോക്കുക. അവർ ആർത്തെക്കിന്റെ ജന്മശതാബ്ദിയാഘോഷം ഭാവനയിൽ കാണുകയാണ്. എല്ലാവരും സിംഫറോപോളിൽ എത്തിയ ശേഷമാണല്ലോ ഇക്കാലത്ത് ആർത്തെക്കിലേക്ക് വരുന്നത്. ആ സ്ഥിതി മാറും. വിമാനങ്ങളിലും ഹെലിക്കോപ്റ്ററുകളിലും അവരിവിടെ നേരിട്ട് വന്നിറങ്ങും. ഏറെയേറെ കുട്ടികൾക്ക് താമസിക്കാനുള്ള രമ്യഹർമ്മ്യങ്ങൾ അതിനിടെ പണിതിട്ടുണ്ടാകും. അവയുടെ സംവിധാനം 'അജാലൂഗ' എന്ന മഹനീയമായ അക്ഷരങ്ങളുടെ രൂപത്തിലായിരിക്കും. നിലവിലുള്ള ഉപരിതല ലോകം ഒരു പുതിയ ഭൂഗർഭലോകത്തോട് ബന്ധപ്പെട്ടിരിക്കും. ഭൂഗർഭലോകത്തുനിന്ന് കടലിലേക്ക് പ്രവേശിക്കാൻ സാധിക്കും. അക്വേറിയത്തിന്റെ മാതൃകയിൽ നെപ്ട്യൂൺ എന്ന പേരിൽ സമുദ്രസങ്കേതം ക്യാമ്പായി വികസിച്ചിരിക്കും. അവിടെ ക്യാമ്പിന്റെ മദ്ധ്യഭാഗത്ത് സമുദ്രദേവനായ 'നെപ്ട്യൂണി'ന്റെ പ്രതിമയുണ്ടാകും. ചന്ദ്രമണ്ഡലത്തിലുമുണ്ടായിരിക്കും ആർത്തെക്കിന്റെ ഭാഗമായുള്ള ഒരു ക്യാമ്പ്. ആർത്തെക്കിലെ ബഹിരാകാശ വാഹനത്താവളത്തിൽനിന്ന് അവിടേക്ക് റോക്കറ്റുകളിൽ പോകാം. കുട്ടികൾ തനിച്ചായിരിക്കും റോക്കറ്റുകൾ പറത്തുക. യൂണിഫോമിനുമുണ്ടാകും ചില സവിശേഷതകൾ. നെപ്ട്യൂൺ ദേവന്റെ കിരീടത്തിന്റെ മാതൃകയിലുള്ള തൊപ്പിയും അവർക്കുണ്ടാകും. ചന്ദ്രമണ്ഡലത്തിലെ ക്യാമ്പിലുള്ള കുട്ടികൾ മഞ്ഞ വസ്ത്രമാണ് ധരിക്കുക. പക്ഷേ, എല്ലാ ക്യാമ്പിലേയും എല്ലാ കുട്ടികളുടെയും സ്ക്കാർഫുകൾക്ക് ചുവന്ന നിറമായിരിക്കും.

കുട്ടികളുടെ മോഹനസങ്കല്പങ്ങൾ തന്നെയാണ് ആർത്തെക്കിനെ വളർത്തിയത്. അവർ സങ്കോചമില്ലാതെ എല്ലാ ആഗ്രഹങ്ങളും തുറന്ന് പ്രദർശിപ്പിച്ചത് ആർത്തെക്കിന്റെ ശില്പികളെ വളരെ

സഹായിച്ചു. കുട്ടികളെപ്പോലെ സ്വപ്നാടനക്കാർ വേറെയില്ലല്ലോ. അവരേറ്റവുമിഷ്ടപ്പെടുന്ന അവരുടെ ഈ വിശിഷ്ട സങ്കേതത്തിന്റെ ഭാവി എങ്ങനെയായിരിക്കണമെന്ന് മറ്റാരേക്കാൾ വ്യക്തമായി അവർ വ്യാഖ്യാനിക്കുന്നു.

1925ൽ ആർത്തെക്കിന്റെ ആരംഭകാലമുഖം എന്തായിരുന്നു! വെറും എട്ട് താൽക്കാലിക കൂടാരങ്ങൾ. ഇരുപതു കുട്ടികൾക്ക് വീതം താമസിക്കാവുന്ന നാലെണ്ണവും പത്ത് പേർക്ക് വീതം താമസിക്കാവുന്ന മറ്റൊരു നാലെണ്ണവും. പിന്നെ രണ്ടു ചെറിയ മുറികൾ. ഒന്ന് അടുക്കളയും ഊണുമുറിയുമായി ഉപയോഗിക്കാൻ. മറ്റേത് ഡോക്ടർക്കിരിക്കാൻ. പുസ്തകങ്ങളും കളിസാധനങ്ങളും സൂക്ഷിക്കാൻ, വായിക്കാൻ. ആദ്യത്തെ ക്യാമ്പംഗങ്ങൾ ആർഭാടജീവിതം ആസ്വദിച്ചവരല്ല. ഇന്ന് ആർത്തെക്കിൽ അനുഭവിക്കുന്ന സുഖജീവിതം അവരുടെ സ്വപ്നങ്ങൾക്കും അതീതമായിരുന്നു. എന്നാൽ കാടും കടലും സൂര്യനും ശുദ്ധവായുവും പൂക്കളുടെ സൗന്ദര്യവും സൈപ്രസ് മരങ്ങളുടെ കടുത്ത ഹരിതാഭയിൽ എല്ലാമെല്ലാം അവർക്ക് സ്വർഗീയസുഖങ്ങൾ തന്നെയാണ് നൽകിയത്.

ഞങ്ങളുടെ അഭിലാഷങ്ങൾ പലതും അവിടെ മടി കൂടാതെ ഞങ്ങൾ തുറന്നെഴുതി വെച്ചു. എല്ലാമെല്ലാം വലിയ വലിയ ആകാശക്കോട്ടകൾ!

എന്നാൽ അവിടെയും എന്നെ അത്യധികം അതിശയിപ്പിച്ച ഒരു സംഭവമുണ്ടായി. വിനിയേറ എന്ന പെൺകുട്ടിയുടെ ആഗ്രഹം. അതാണെന്നെ അതിശയിപ്പിച്ചത്.

"ആർത്തെക്ക് പഴയ പോലെത്തന്നെ നില നില്ക്കണം. പുതിയ കെട്ടിടങ്ങളും സന്നാഹങ്ങളും സൗകര്യങ്ങളും എല്ലാം പ്രകൃതിയെ ക്ഷീണിപ്പിക്കും. മാത്രവുമല്ല സാഹസികതയുടെ സൗഖ്യം ഏറെ കുറയുകയും ചെയ്യും."

വിനിയേറ അവളുടെ ആഗ്രഹം രഹസ്യമായി എന്നോടു പറയുകയായിരുന്നു.

അവൾ പിന്നെ തമാശ രൂപത്തിലായാലും ചോദിച്ചു:

"ആർത്തെക്ക് ബഹളങ്ങളുടെ ഒരു സാമ്രാജ്യമായി വികസിച്ചാൽ പാവം കരടിക്കുട്ടന് ഈ വെള്ളം മുഴുവൻ കുടിച്ചു വറ്റിക്കാനുള്ള സ്വസ്ഥത ലഭിക്കുമോ?

വിനിയേറ ഒരു പ്രത്യേക പ്രകൃതക്കാരിയായിരുന്നു. പലപ്പോഴും ഒറ്റക്കിരുന്ന് അയൂ-ഡാഗിനോട് സല്ലപിക്കുന്നവൾ. കരിങ്കടലിനെ ഉമ്മ വെക്കുന്ന വിസ്തൃതവിശാലമായ വിഹായസ്സിൽ എല്ലാം മറന്ന്

ലയിച്ചിരിക്കുന്നവൾ.

വിനിയേറയെ ഞാൻ യാദൃച്ഛികമായിട്ടാണ് പരിചയപ്പെട്ടത്. ബീച്ചിലേക്കുള്ള വഴിയിൽ വെച്ച്. അവൾക്ക് ഏറ്റവും ഹരം കടലായിരുന്നു. ബീച്ച് യാത്ര എന്റെയുമൊരു പതിവായിരുന്നു. പേര് പറഞ്ഞ് പരിചയപ്പെട്ട ശേഷം അവളെനിക്ക് നമസ്ക്കാരം പറഞ്ഞു.

"പ്രിവിയത് കവിത് സ്ക്കാ"

"പ്രിവിയത് "

"വ് കകോം ക്ലാസ്സേ തീ ഉചിഷ്സ്യാ?"

ഏതു ക്ലാസ്സിലാണ് നീ പഠിക്കുന്നത്?

"ജേവ്യച്ച്" ഒമ്പത്.

വിനിയേറക്ക് ഇംഗ്ലീഷ് പരിജ്ഞാനം കുറവാണ്. എങ്കിലും നാലഞ്ചു നാൾ കഴിഞ്ഞപ്പോൾ ഞങ്ങൾക്കു തമ്മിൽ ഞങ്ങൾക്കു മാത്രമറിയാവുന്ന ചില ഭാഷാരൂപങ്ങൾ പിറന്നു വീഴുകയായിരുന്നു.

ഒരു ദിവസം അവൾ പാറപ്പുറത്ത് കയറിയിരുന്ന് ആകാശം നോക്കി തപസ്സു ചെയ്യുമ്പോൾ ഞാനവളുടെ ചിത്രം എന്റെ സ്ക്കെച്ചുബുക്കിൽ പകർത്തി. ചിത്രം കണ്ടപ്പോൾ അളവറ്റ ആഹ്ലാദത്തോടെ അവൾ തുള്ളിച്ചാടി.

"റിസൂനക് ക്രസീവാ, കവീത് സ്കാ"

പടം നന്നായിരിക്കുന്നു. മാത്രമല്ല ആചിത്രം അവൾ എന്നിൽനിന്ന് അപഹരിക്കുകയും ചെയ്തു. പിന്നീടു പല ദിവസങ്ങളിലും അവളെനിക്ക് പോസ് ചെയ്തു കൊണ്ടിരിക്കുക പതിവായിരുന്നു.

വിനിയേറ പ്രകൃതിയുടെ ആരാധിക മാത്രമായിരുന്നില്ല, നല്ല നീന്തൽക്കാരിയുമായിരുന്നു. അവൾക്കായിരുന്നു പലപ്പോഴും നീന്തൽ മത്സരങ്ങളിൽ ഒന്നാംസ്ഥാനം ലഭിക്കാറുള്ളത്. നീന്തലും കുളിയും ആർത്തെക്കിലെ ഏറ്റവും ഹൃദ്യമായ അനുഭവങ്ങളാണ്.

സൂര്യപ്രകാശം, കടൽത്തീരം ഇതിന്റെയെല്ലാം പ്രതീകമാണ് ആർത്തെക്ക്. അവിടത്തെ കുളി തന്നെ പലവിധമാണ്. കടലിലെ കുളി, വെയിലിലെ കുളി, മണലിലെ കുളി, കാറ്റിലെ കുളി അങ്ങനെ പലതരം.

ക്യാമ്പ് കഴിഞ്ഞ് തിരിച്ചു പോകുമ്പോൾ എല്ലാ കുട്ടികളും കടൽത്തീരത്ത് സുലഭമായ വിവിധ ആകൃതിയിലും വർണ്ണങ്ങളിലുമുള്ള കൊച്ചു കൊച്ചു മിനുസപ്പെട്ട കല്ലുകൾ ഓർമ്മക്കായി വീട്ടിൽ കൊണ്ടു പോകാറുണ്ട്. കുട്ടികൾക്ക് സമ്മാനിക്കാൻ ആവശ്യമായത്രയും പാറക്കഷണങ്ങൾ അയ്യു ഡാഗ് കടലിനെ ഏൽപ്പിക്കുകയാണ്.

വർഷങ്ങളോളമെടുക്കും കടലിന്റെ കൈകൾ അവയെ മിനുസപ്പെടുത്തിയെടുക്കാൻ! അവിടെയെത്തുന്ന കൂട്ടുകാരുടെ സ്വഭാവത്തിലെ പരുപരുപ്പുകളും കുറഞ്ഞ കാലം കൊണ്ട് മിനുസപ്പെടുന്നുണ്ട്.

താമസസ്ഥലത്തുനിന്നും ഒരു കിലോ മീറ്ററോളം നടന്നു വേണം ബീച്ചിലെത്താൻ. ഇളം വെയിലും ഇളംകാറ്റിലും മുങ്ങിക്കുളിച്ചുകൊണ്ട് കൂട്ടത്തോടെ ഓടിച്ചാടിയുള്ള ആ പോക്കു തന്നെ ഏറെ രസാവഹമാണ്. കല്ലിൽത്തട്ടി വീഴാതിരിക്കാൻ വളരെ ശ്രദ്ധയും വേണം.

വലിയ വലിയ പലകകൾ അവിടെ സൂക്ഷിച്ചു വെച്ചിട്ടുണ്ട്. പാകത്തിനുള്ളവ എടുത്ത് തീരത്ത് സൂര്യസ്നാനത്തിലായി നിരത്തിയിടും. പിന്നെ സ്വിമ്മിങ്ങ് സ്യൂട്ടു ധരിച്ച് വെള്ളത്തിലേക്കൊറ്റ ചാട്ടമാണ്. നീന്തലറിയില്ലെങ്കിലും അറിയില്ലെന്ന് ഭാവിക്കുകയില്ല. ആ വെള്ളത്തിൽക്കിടന്ന് കുളിക്കാൻ അത്രക്ക് സുഖമാണ്, ചെറിയ ചെറിയ തിരകൾ ദേഹത്തു വന്നടിക്കുമ്പോൾ അവയുടെ തലോടലേറ്റ് വെറുതെ കിടന്നാൽ മതി. അവ അല്പദൂരം നമ്മെയും കൊണ്ടു പോകും. പിന്നെ തിരിച്ചെത്തിക്കുകയും ചെയ്യും.

നിഷിതക്ക് നല്ല പോലെ നീന്താനറിയാം. അവളൊരിടത്ത് മുങ്ങിയാൽ നിവരുന്നത് അപ്രതീക്ഷിതമായ മറ്റൊരിടത്താണ്. നിഷിത മുങ്ങിക്കഴിഞ്ഞാൽ ഓല്യ അവളെ പിടിക്കാൻ മുങ്ങിത്തപ്പൽ തുടങ്ങും. പലപ്പോഴുമവൾ വിജയിക്കാറില്ലെന്നതാണ് വാസ്തവം. ഷാന്ന എന്ന കൂട്ടുകാരിയാണ് കടലിൽ ഭയമില്ലാതെ നീന്താൻ എന്നെ പഠിപ്പിച്ചു തന്നത്. നിത്യവുമിങ്ങനെ ഒന്നൊന്നര മണിക്കൂർ നേരം നീന്തലും കുളിക്കലും കളിക്കലുമൊക്കെയായിക്കഴിയും.

പിന്നെയാണ് വെയിലത്തെ കുളി. കരക്കു കയറി നേരത്തെ കൊണ്ടുവന്നിട്ട പലകകളിൽ കിടക്കും. സൂര്യപ്രകാശം നല്ലവണ്ണം ഏൽക്കും. അങ്ങനെ കിടന്നു കൊണ്ട് അയൂ-ഡാഗിനെയും കരിങ്കടലിനെയും ആകാശത്തെയും എല്ലാം ആസ്വദിക്കുക രസമുള്ള അനുഭവമാണ്.

ചില ദിവസങ്ങളിൽ കടലാസ്സും ചായവുമെല്ലാം കൊണ്ടാണ് ബീച്ചിലേക്കെത്തുക. വരക്കുവാൻ ബഹുരസമാണ്. വെയിലിന് കനം കൂടുകയും കുറയുകയും ചെയ്യുന്നതനുസരിച്ച് അയൂ ഡാഗിനും മാറ്റങ്ങൾ വരും. നിറങ്ങളുടെ ഒരു ഇന്ദ്രജാലം തന്നെ അവിടെ പലപ്പോഴും കാണാം. കടലിന്റെയും ആകാശത്തിന്റെയും കഥ പറയുകയും വേണ്ട. അത്രക്ക് വേഗതയിലാണ് നിറങ്ങളുടെ മാറ്റം. നിമിഷങ്ങളുടെ വ്യത്യാസങ്ങൾ നേരിട്ടു കണ്ടറിയാൻ കഴിയുന്ന സന്ദർഭങ്ങളാണവ.

പലപ്പോഴും പുതിയ പുതിയ കൂട്ടുകാരെയും അവിടെ ലഭിക്കാറുണ്ട്. മർസ്ക്കോയ് ക്യാമ്പിലെ കുട്ടികളാണധികം വരിക. ചിത്രം

വരക്കുന്നത് കണ്ട് അവർ രസിച്ചു നിൽക്കുക പതിവാണ്. അവരുടെ അഭിപ്രായങ്ങളും പരിഗണിച്ചുകൊണ്ടായിരിക്കും പെയിന്റിങ്ങ് പുരോഗമിക്കുക. അവിടെ എത്തിച്ചേരുന്ന കുട്ടുകാരധികവും എനിക്ക് മോഡലിരിക്കാറുണ്ട്.

വരക്കുന്നവർക്കു മാത്രമല്ല ഈ തീരമൊരു ഹരം. സംഗീതക്കാരും വാദ്യക്കാരുമൊക്കെ മണിക്കൂറുകളോളം അവിടെ ചെലവഴിക്കും. മിക്കവാറും ദിവസങ്ങളിൽ ഗിത്താറുമായി അവിടെ എത്താറുള്ള ജയ്ഹ്ദനിനെ ഞങ്ങൾ മറക്കുകയില്ല. ഗിത്താർ വായിച്ചിരിക്കുമ്പോൾ സമയം പോകുന്നത് അവനറിയില്ല. ഞാനും ലാറിസയും മയങ്കും അതു കേൾക്കാൻ കൂടുതൽ താൽപര്യം കാണിക്കാറുണ്ട്. 'ആബാസൊല്യൂട്ട്' എന്ന ഉച്ചയുറക്കത്തിന്റെ നേരത്തും ഡോക്ടർ മാഡം കാണാതെ മുറിയിൽനിന്നും പുറത്തു ചാടി ഞങ്ങൾ അവന്റെ ഗിത്താർ വായന കേൾക്കാൻ ബീച്ചിലെത്താറുണ്ട്. ഗിത്താർ വായനക്ക് സ്കൂളിൽ ധാരാളം സമ്മാനങ്ങൾ നേടിയിട്ടുണ്ട്, ജയ്ഹ്ദൻ.

“ഈ ആബ്സൊല്യൂട്ട് ഒരു വല്ലാത്ത ബോറൻ തന്നെ അല്ലേ?” ജയ്ഹ്ലൻ ചോദിക്കാറുണ്ട്.

ഉച്ചയുറക്കത്തെക്കുറിക്കുന്ന ഈ അറു ബോറൻ ആബ്സൊല്യൂട്ട് പയനിയർ ലീഡർമാരുടെ സൃഷ്ടിയാണ്. അവരുണ്ടാക്കിയ കവിതയിലെ കഥാപാത്രം. ഉച്ചക്ക് ആർത്തെക്കിലെ കുട്ടികൾക്ക്മേൽ പറന്നു നടന്ന് അവൻ അവരെ ഉറക്കുന്നു.

“എന്റെ ഗിറ്റാർ കേട്ടാൽ അവനോടിപ്പോകും.”

“അതെ, അവൻ നമ്മുടെ തലക്കു മുകളിൽ പറക്കേണ്ട.”

ലാറിസ അഭിപ്രായപ്പെട്ടു.

എനിക്കും തോന്നി, “പ്രിയപ്പെട്ട ആബാസോല്യൂട്ട്, നീ ഞങ്ങളുടെ തലക്കു മുകളിൽ മാത്രമല്ല, അയ്യൂ ഡാഗിന്റെ തലക്കു മുകളിലും പറക്കരുത്. അവനുറങ്ങിയാൽ വെള്ളം കുടിച്ചു വറ്റിക്കുന്ന പ്രവൃത്തി മുടങ്ങും.

നീ സൈപ്രസ്സ് മരങ്ങളുടെ മുകളിലും പറക്കരുത്. ഉറക്കത്തിൽ അവയുടെ സംഘനൃത്തം മുടങ്ങും.

നിന്റെ ചിറകുകൾ കടലലമാലകൾക്കു മുകളിലും ചലിക്കരുത്. കടലിന്റെ സംഗീതം കേൾക്കാതെ ഞങ്ങൾക്കിവിടെ കഴിയുക വയ്യ.

ഉച്ചയുറക്കത്തിന്റെ വിരസതയിൽനിന്ന് രക്ഷ നേടാൻ മുറികളിൽ നിന്ന് ‘ഒളിച്ചോടുന്ന’ കുട്ടികളെക്കൊണ്ട് ബീച്ച് നിറയാൻ തുടങ്ങി. സംഗീതവും നൃത്തവും പെയിന്റിങ്ങും കളികളും സൊറ പറച്ചിലും കൊണ്ട് അവിടം മുഖരിതമാവുകയും ചെയ്തു.

പയനിയർ ലീഡർമാർ ഇതൊക്കെ കാണാറുണ്ടെങ്കിലും കാണാത്ത ഭാവം നടിക്കുകയായിരുന്നു. ആർത്തെക്ക് കുട്ടികളുടെ സാമ്രാജ്യമാണല്ലോ. അവർക്കിഷ്ടമുള്ളതാണല്ലോ അവിടെ നടക്കേണ്ടത്. അവരുടെ ആഗ്രഹങ്ങൾക്കൊത്ത് വേണം ആർത്തെക്ക് വളരുവാൻ. വിലക്കുകളില്ലാത്ത ഒരു ലോകം അവിടെ ഉയരട്ടെ.

ഇതെല്ലാം ആയിരുന്നിരിക്കണം അവരുടെ ചിന്ത.

●

പന്ത്രണ്ട്

സംഗമഭൂമിയിലെ സാധകം

ലോകരാഷ്ട്രങ്ങളുടെ സംഗമഭൂമിയാണ് ആർത്തെക്ക്. വിവിധങ്ങളായ ജീവിതരീതികളും സംസ്കാര വിശേഷങ്ങളുമെല്ലാം അവിടെ പരസ്പരം ലയിച്ചു ചേരുന്നു. ഏകലോകത്തെ കുട്ടികൾ അറിയുകയല്ല, അനുഭവിക്കുകയാണവിടെ. ഇടുങ്ങിയ ദേശസ്നേഹവും ദേശാഭിമാനവും വിശാലമായ ഏകലോകഭാവനയിൽ വിലയം പ്രാപിക്കുന്നു. വൈവിദ്ധ്യങ്ങളും വൈചിത്ര്യങ്ങളുമെല്ലാം ഉപരിപ്ലവങ്ങൾ മാത്രമാണെന്ന് ബോധ്യമാകുന്നു. എല്ലാ ക്യാമ്പംഗങ്ങളിലൂടെയും അവരവരുടേതു മാതൃരാജ്യങ്ങളാണ് ആ മഹാ റിപ്പബ്ലിക്കിൽ പുനർജ്ജനിക്കുന്നത്.

ജൂൺ ഇരുപത്തൊന്നിനായിരുന്നു ഭാരതദിനാഘോഷം. ഒരു ചെറിയ ഭാരതം തന്നെ അന്നവിടെ രൂപം കൊള്ളണം. അതിനുള്ള ഒരുക്കങ്ങൾ ഞങ്ങൾ വളരെ നേരത്തെത്തന്നെ ആരംഭിച്ചു. ചിത്രങ്ങളിലൂടെ ഒട്ടു വളരെ കാര്യങ്ങൾ ആവിഷ്ക്കരിക്കാനാകുമല്ലോ. അതിന്റെ ചുമതല എനിക്കായിരുന്നു.

സമ്മേളനമുറിയുടെ ഒരു വശം മുഴുവൻ ചില്ലുചുമരാണ്. വളരെ വിശാലമായ ക്യാൻവാസ്. കേരളത്തിന്റെ കലാരൂപങ്ങൾ കൊണ്ട് തുടങ്ങാം.

കേരളത്തിലെയും ചില കിഴക്കൻ സംസ്ഥാനങ്ങളിലെയും കുട്ടികൾ മാത്രമാണ് ചിത്രകലക്കുള്ള പുരസ്ക്കാരം നേടിക്കൊണ്ട് ഇന്ത്യയിൽനിന്ന് ആർത്തെക്കിലെത്താൻ ബാക്കിയുണ്ടായിരുന്നത്. അതുകൊണ്ടു തന്നെ കേരളത്തെക്കുറിച്ച് ധാരാളം അറിയാനുള്ള ആഗ്രഹം അവിടത്തുകാർക്കുണ്ട്.

"വരക്കൂ, ഇഷ്ടം പോലെ വരക്കൂ"

മാഡം നീന ആവോളം ആവേശം പകർന്നു. എനിക്കും ഹരമായി. വരക്കാൻ തുടങ്ങിയാൽ മറ്റെല്ലാം മറക്കുക എന്റെ സ്വഭാവത്തിന്റെ ഭാഗമായിക്കഴിഞ്ഞിരുന്നു. സാമഗ്രികളെല്ലാമെടുത്ത് തയ്യാറാകേണ്ട

താമസം, കുട്ടികൾ ഓടിക്കൂടുകയായി.

ചില്ലിന്റെ മുകൾ ഭാഗം മുതലാണ് വരച്ചു തുടങ്ങിയത്. റഷ്യൻ കുട്ടികളുടെ സഹായമനസ്ഥിതി ഞാനൊന്നു കൂടി അനുഭവിച്ചറിഞ്ഞ സന്ദർഭമായിരുന്നു അത്. അവരെന്നെ സഹായിക്കുകയാണ്. വലിയ ബക്കറ്റിൽ നിറച്ച് വെള്ളം കൊണ്ടു വന്നിരിക്കുന്നു. കസേരയിൽ കയറി നില്ക്കുന്ന എനിക്ക് ചായക്കൂട്ടുകൾ കൈയകലത്തിൽ പിടിച്ചു തരുന്നു. ബ്രഷും തുടക്കാൻ തുണിയും എല്ലാം എടുത്തു തന്ന് അവരും ചിത്രരചനയെ സഹായിക്കുകയാണ്.

ഞങ്ങൾ താമസിക്കുന്ന 'ലിസ്നോയ്' ക്യാമ്പിൽനിന്നു മാത്രമല്ല, 'ഗോർണി', 'മർസ്ക്കോയ്'"കിപാരിഷ്ണി' എന്നീ ക്യാമ്പുകളിൽനിന്നും ധാരാളം കുട്ടികൾ അവിടെ എത്തിയിരിക്കുന്നു.

വള്ളംകളിയാണ് ഞാനാദ്യം വരച്ചത്. എത്ര വേണമെങ്കിലും വിസ്തരിക്കാമല്ലോ എന്ന സൗകര്യം അതിനുണ്ടല്ലോ. വലിയ വലിയ ചുണ്ടൻ വള്ളങ്ങളെയും അലങ്കാരവള്ളങ്ങളെയും വർണ്ണത്തിൽ ആവിഷ്ക്കരിച്ചു. വിശാലമായ കായലും ആകാശവും അമിട്ടുകൾ പൊട്ടി വിരിഞ്ഞതു പോലെ ബഹുവർണ്ണമായ ജനക്കൂട്ടവും മെല്ലെ മെല്ലെ ചില്ലിൽ തെളിഞ്ഞുകൊണ്ടേയിരുന്നു. സമൃദ്ധമായ തെങ്ങിൻ തോട്ടങ്ങൾ പശ്ചാത്തലഭംഗി വർദ്ധിപ്പിച്ചു. ഒന്നുരണ്ടു തെങ്ങുകൾ ഞാൻ ക്ലോസപ്പിൽ വരച്ചു ചേർത്തു.

"ആ വരച്ചതെന്താണ്" വാല്യത്തയുടെതാണ് ചോദ്യം. അവളൊരു പക്ഷേ തെങ്ങ് കണ്ടിട്ടുണ്ടാകില്ല.

കേരവൃക്ഷമാണതെന്ന് ഞാൻ പരിചയപ്പെടുത്തി.

"കേരളത്തിന്റെ പ്രകൃതിഭംഗിക്ക് മാറ്റു കൂട്ടുന്ന കല്പവൃക്ഷം. തെങ്ങ് എന്നാണ് ഞങ്ങൾ മലയാളികളതിനെ പറയുക."

കുട്ടികളിൽ കൗതുകം വിരിയുകയായിരുന്നു. പല ഭാഷകളും ഒരുമിച്ചിട കലർന്നാണ് കേൾക്കുന്നത്. സംസാരവിഷയം തെങ്ങു തന്നെയാണെന്നെനിക്കു മനസ്സിലായി.

ബക്കറ്റിലെ വെള്ളം മാറ്റേണ്ടതുണ്ടായിരുന്നു. ഞാൻ താഴെയിറങ്ങി ടാപ്പിനടുത്തേക്ക് നടന്നു.

തിരിച്ചു വന്നപ്പോഴാണത്ഭുതം. എന്റെ തെങ്ങുകൾക്ക് കൊമ്പുകളും ചില്ലകളും!

ചിരിയടക്കാനെനിക്കായില്ല. പൊട്ടിപ്പോവുക തന്നെ ചെയ്തു.

പ്രതികൾ അവിടെത്തന്നെയുണ്ട്. അവർ വല്ലാതെയായി.

"എന്തു പറ്റി കവിതേ?" അവർ എന്നെയൊന്നു സഹായിച്ചതല്ലേ എന്ന മട്ടിൽ നോക്കുന്നു.

ഞാൻ പതുക്കെ തെങ്ങിന്റെ ശാഖകൾ മായ്ച്ചു കളയാൻ തുടങ്ങി.

“തെങ്ങ് പന പോലെ ഒറ്റത്തടിയാണ്. അതിന് ശാഖകൾ വേണ്ട.”

സഹായികളുടെയും കൂട്ടുകാരുടെയും കണ്ണുകളിൽ അത്ഭുതത്തിന്റെ നക്ഷത്രക്കുഞ്ഞുങ്ങൾ. അവ തെളിയുകയും മിന്നുകയും ചെയ്യുന്നു.

“സോറി കവിതാ”

കൊഞ്ചിക്കൊണ്ട് വാല്യത്തയും ആന്ദ്രേയും അങ്ങനെ പറഞ്ഞപ്പോൾ സൗഹൃദത്തിന്റെ ചെടിയിൽ കുറേക്കൂടി പൂക്കൾ വിരിയുകയായിരുന്നു.

ആനയുടെ ആഭരണങ്ങൾ അവർക്ക് പുത്തൻ അതിശയങ്ങളായിരിക്കുന്നു. ലോകത്തൊരിടത്തും ഇത്രയും ആർഭാടമായി ആനകൾ അണിഞ്ഞൊരുങ്ങാറുണ്ടാകില്ല എന്നാണ് കുട്ടികളുടെ അഭിപ്രായം.

നെറ്റിപ്പട്ടവും കോലവും സുവർണ്ണ അലുക്കുകളിട്ട വർണ്ണക്കുടകളും മയിൽപ്പീലിക്കണ്ണുകൾകൊണ്ട് വൃത്താകാരത്തിൽ അലങ്കരിക്കപ്പെട്ട ആലവട്ടവും വെൺചാമരവും എല്ലാമായപ്പോൾ അലങ്കാരസമൃദ്ധി തന്നെയായി.

“ഇതു പോലെ നൂറോളം ആനകൾ വരിവരിയായി നിരന്നു നിൽക്കുന്ന ആറാട്ടുപുഴ പൂരത്തിന്റെ ചിത്രപ്പേജുകൾ പത്രങ്ങളിൽ ഞാനവർക്ക് കാണിച്ചു കൊടുത്തു. തൃശ്ശൂർ പൂരത്തിന്റെ ചിത്രക്കാർഡുകളും കുട്ടികൾക്കു ഞാൻ സമ്മാനിച്ചു. കൊച്ചു കേരളത്തിന്റെ അതിശയങ്ങളിൽ അവർ അമ്പരന്നു നിന്നു.

ചില ചിത്രകാരികൾ വർണ്ണങ്ങളെക്കൊണ്ട് കേരളീയ ദൃശ്യങ്ങൾക്ക് അവരുടെതായ വ്യാഖ്യാനങ്ങൾ നല്കാൻ തുടങ്ങി.

ഒന്നോ രണ്ടോ ദിവസംകൊണ്ട് പൂർത്തിയാകുന്ന ചുമതലയല്ലല്ലോ ഞാൻ ഏറ്റെടുത്തിരിക്കുന്നത്. ദിവസങ്ങൾ നീങ്ങിക്കൊണ്ടേയിരുന്നു. തെയ്യവും തിറയും പാക്കനാർക്കളിയും കഥകളിയുമെല്ലാം ചില്ലിൽ അരങ്ങേറുകയായിരുന്നു.

ഈ ദിവസങ്ങളത്രയും ക്യാമ്പിൽ എനിക്ക് സവിശേഷ പരിഗണനയായിരുന്നു. ഭക്ഷണത്തിനായി റിംഗിൽ പോകേണ്ടതില്ല. കൂട്ടുകാർ വരക്കുന്നിടത്തു കൊണ്ടു തന്നു. തരുന്നത് ബാക്കി വെച്ചാൽ അവർ പിണങ്ങും. എന്നെ തീറ്റുന്ന ജോലി പലപ്പോഴും ഏറ്റെടുത്തിരുന്നത് ഇറയായിരുന്നു. ആപ്പിളും മറ്റും ചെറിയ കഷണങ്ങളായി മുറിച്ച് വായിൽ വെച്ചു തന്നു അവൾ.

ഈ സൗഹൃദങ്ങളൊക്കെ എങ്ങനെയാണ് മറക്കുക? ഇതു പോലുള്ള അനുഭവങ്ങൾ ഇനി എവിടെനിന്നാണ് ലഭിക്കുക.

അതുകൊണ്ടു തന്നെ ദിവസങ്ങൾക്ക് സെക്കന്റുകളുടെ ദൈർഘ്യം പോലുമുണ്ടായില്ല. ഒരു ജന്മം മുഴുവനും ഓർത്തോർത്ത് ആഹ്ലാദിക്കാനുള്ള സാന്ദ്രങ്ങളായ അനുഭവങ്ങളാണവ എല്ലാവർക്കും നല്കിയത്. ഒരു നാട്ടിലെ സാധാരണ കാര്യങ്ങൾ മറ്റു നാട്ടുകാർക്ക് അസാധാരണവും അത്ഭുതകരവുമായ കാര്യങ്ങളായി മാറുക സാധാരണമാണ്. ഞങ്ങൾക്ക് റഷ്യൻ കുട്ടികളുടെ പരമ്പരാഗത വസ്തുങ്ങളെല്ലാം വളരെ ആകർഷകങ്ങളായി തോന്നി. അവർക്ക് ഞങ്ങളുടേയും.

നിഷിതയുടെ ദുപ്പട്ട റഷ്യൻ കുട്ടികൾക്ക് വളരെ ഇഷ്ടമായി. റോസിൽ സ്വർണ്ണവരകളുള്ള ആ ദുപ്പട്ട ധരിക്കുന്ന സമ്പ്രദായം നിഷിത കാണിച്ചു കൊടുത്തു. പിന്നെ ശാഠ്യമായി. എല്ലാവർക്കും അത് ധരിക്കണം. പെൺകുട്ടികൾ മാത്രമല്ല അതിന് ആഗ്രഹിച്ചത്. കൂടുതൽ മോഹം ആൺകുട്ടികൾക്കായിരുന്നു. അന്നു മുഴുവനും കോല്യ ദുപ്പട്ടയും തലയിലിട്ട് നടക്കുകയായിരുന്നു.

സോവിയറ്റ് കുട്ടികളെ കീഴടക്കാൻ കഴിവുള്ള ഒരു സുപ്രധാന സമ്മാനം ഞാൻ കരുതി വച്ചിരുന്നു. വിവിധ നിറങ്ങളിലുള്ള കുങ്കുമങ്ങൾ. കുങ്കുമത്തിന്റെ ഉപയോഗം അവർക്ക് അറിയില്ല. ഒരു ദിവസം ആബ്സൊല്യൂട്ടിന്റെ കയ്യിൽനിന്ന് ഒരു വിധം രക്ഷപ്പെട്ട് ഞാൻ കണ്ണു തിരുമ്മി നോക്കുമ്പോൾ മുന്നിൽ ഇരിക്കുന്നു ഇറയും മിർഗുലും. അവരുടെ കയ്യിൽ കുങ്കുമച്ചെപ്പാണ്. അവരത് പരിശോധിക്കുകയാണ്. ഇംഗ്ലീഷറിയാത്തതിനാൽ അവർക്കെന്നോട് വേണ്ട വിധം സംസാരിക്കാനും ആകുന്നില്ല. പകരം ഒരു ചിരി. ആ ചിരിയിൽ എല്ലാമുണ്ട്.

ഞാൻ ആ ചെപ്പ് വാങ്ങി തുറന്ന് കുറച്ചെടുത്ത് ഇറയുടെ വെളുവെളുത്ത നെറ്റിയിൽ തൊട്ടു കൊടുത്തു. ഒരു വലിയ സിന്ദൂരതിലകം. അവളുടെ ചിരിയിൽ ആ സിന്ദൂരഛവി മുഖമാകെ പരക്കുകയാണ്. ഞാൻ ചെയ്യുന്നത് ശ്രദ്ധാപൂർവ്വം വീക്ഷിച്ചിരുന്ന മിർഗുൽ അതുപോലെത്തന്നെ അവളുടെ നെറ്റിയിലും സിന്ദൂരമണിഞ്ഞു. ആ ചുകപ്പു നിറം ഇറയെ അത്യധികം ആകർഷിച്ചുവെന്നു തോന്നുന്നു. കിടക്കവിരികൾ കുടഞ്ഞ് വിരിക്കാനുള്ള സമയമേ ഞാനെടുത്തു കാണുകയുള്ളൂ. അതിനിടെ ഇറ ആ കുങ്കുമം മുഴുവൻ വാരിയെടുത്ത് അവളുടെ കവിളുകളിൽ പൂശി സുന്ദരിയാകാൻ ശ്രമിക്കുകയായിരുന്നു. "ആഹാ, കവീൻകാ, പസ്മാത്ര്യേയ്"

"കവിതാ, നോക്കൂ"

ഞാൻ നോക്കി. കണ്ടത് 'അതിസുന്ദരി'യായ ഇറയേയും. പിന്നീട് എത്ര പണിപ്പെട്ടുവെന്നോ അവളുടെ കവിളൊന്ന് വൃത്തിയാക്കിയെടുക്കാൻ. മുഴുവനും വൃത്തിയാക്കുവാൻ അവളൊട്ടു സമ്മതിച്ചതുമില്ല.

കുങ്കുമത്തിലുണ്ടായിരുന്ന ഗിൽറ്റിന്റെ മിന്നിച്ചയും മുഖത്തു വഹിച്ചുകൊണ്ട് നടക്കുക അവൾക്കൊരു രസമായിരുന്നു.

ഇറയുടെ നാട്ടിൽ കുങ്കുമപ്പൊട്ടുകളില്ല. ഇപ്പോഴവിടെ പൊട്ടിനു പോലും കുങ്കുമനിറം അവശേഷിച്ചിരിക്കുകയില്ലെന്നുണ്ടോ!

എല്ലാ കത്തിലും ഞാനിത്തിരിയെങ്കിലും കുങ്കുമം പൊതിഞ്ഞു വെക്കണമെന്നത് ഇറയുടെ നിയമമായിരുന്നു. അങ്ങനെ ചെയ്തില്ലെങ്കിൽ അവളുടെ പരിഭവം അടുത്ത എഴുത്തിൽ വായിക്കേണ്ടി വരും. ലെനിൻഗ്രാഡ് എന്ന പേര് പഴയ സെന്റ് പീറ്റേഴ്സ് ബർഗിന് വഴി മാറിക്കൊടുക്കുന്ന ഈ അവസരത്തിൽ ആ നാട്ടുകാരിയായ അവൾക്ക് ഞാൻ വേണ്ടി വരുന്നുവല്ലോ ഇത്തിരി 'ചെമപ്പ്'അയച്ചു കൊടുക്കാൻ എന്നത് ചരിത്രത്തിന്റെ ഒരു തമാശയായി തോന്നുന്നു.

പുതിയ അനുഭവങ്ങളുടെ ഒരു തള്ളിക്കയറ്റം തന്നെയാണ് ആർത്തെക്കിൽ എന്നുമുണ്ടായിരുന്നത്. ഒരാളുടെ സാധാരണ അനുഭവം അനേകർക്കവിടെ അസാധാരണമായിരുന്നു. ഒരിക്കൽ ഉണ്ടായ യൂണിഫോം മാറ്റം എല്ലാവർക്കും നന്നേ രസിച്ചു. ചെങ്കല്ലു നിറമുള്ള ട്രൗസറും ഇളം നീല ഷർട്ടും. വേഷം കൊണ്ട് എല്ലാവരും ആൺകുട്ടികൾ. 'ആൺകുട്ടികളാ'യിത്തീരാനുള്ള കുറേ കൂട്ടുകാരികളുടെയെങ്കിലും മോഹം അതോടെ പൂവണിയുകയായിരുന്നു. ആൺകുട്ടികളുടെ വികൃതികളും കളികളും അനുകരിച്ചുകൊണ്ട് കുറച്ചു നാളങ്ങനെ കഴിഞ്ഞു കൂടാൻ എല്ലാവർക്കും കഴിഞ്ഞു. വസന്തകാലം വന്നപ്പോൾ കാക്ക കാക്കയായി, കുയിൽ കുയിലായി എന്നു പറഞ്ഞതുപോലെ അടുത്ത യൂണിഫോം മാറ്റത്തിൽ ആൺകുട്ടികൾ ആൺകുട്ടികളും പെൺകുട്ടികൾ പെൺകുട്ടികളുമായി.

എല്ലാവർക്കും ഒരു പോലെ നിർബന്ധമായ ഒരു കാര്യമുണ്ട് ആർത്തെക്കിൽ. പ്രഭാതത്തിലുള്ള വ്യായാമമാണത്. ഏഴര മുതൽ എട്ടു വരെ. എല്ലാ കുട്ടികൾക്കും വ്യായാമത്തിൽ നല്ല താൽപര്യമുണ്ട്. നിത്യ പരിചയം കൊണ്ട് താൽപര്യം വളർന്നിട്ടുമുണ്ട്. റഷ്യയിൽ മിക്ക കുട്ടികളും നല്ല ജിംനാസ്റ്റുകളാണ്. മാനസിക വികാസത്തോടൊപ്പം ശാരീരിക വളർച്ചക്കും റഷ്യൻ ജനത നല്ല പ്രാധാന്യം കൊടുക്കുന്നുവെന്ന് ആർത്തെക്കിലെത്തിയ കുട്ടികളിൽനിന്ന് ഞാൻ മനസ്സിലാക്കി. ഭാരതത്തിലെ യോഗാഭ്യാസത്തെക്കുറിച്ച് നിഷിത അവർക്ക് പറഞ്ഞു കൊടുക്കുകയുണ്ടായി. ചില യോഗാഭ്യാസമുറകളും അവളവർക്ക് പരിചയപ്പെടുത്തിക്കൊടുത്തു. പുതിയതെന്തും സ്വായത്തമാക്കാനുള്ള റഷ്യൻ കൂട്ടുകാരുടെ കഴിവും ആഗ്രഹവും അനന്യസാധാരണം തന്നെ. ഞാൻ കേരളത്തിലെ കാര്യം ഓർത്തു പോയി. നമ്മുടെ ജീവിതത്തിൽ എന്തുകൊണ്ട് കായികകാര്യങ്ങൾക്ക് - പ്രഭാത

വ്യായാമത്തിനു പോലും - യാതൊരു പരിഗണനയും നൽകപ്പെട്ടു ന്നില്ല? സ്കൂളുകളിലും ഈ ദിശയിലുള്ള പ്രവർത്തനങ്ങളൊന്നുമില്ല. റഷ്യൻ കുട്ടികൾക്ക് അത്ഭുതം. കായികാഭ്യാസവും പരിശീലനവും കളികളും നിർബന്ധമല്ലാത്ത ഒരു വിദ്യാലയത്തെക്കുറിച്ച് അവർക്ക് സങ്കല്പിക്കാൻ പോലും കഴിയില്ല. സ്പോർട്സിൽ എനിക്കുണ്ടായിരു ന്ന താൽപര്യക്കുറവ് പിന്നീടവർക്ക് ക്ഷന്തവ്യമായിത്തീർന്നു എന്നു പറഞ്ഞാൽ മതിയല്ലോ.

നിർബന്ധമായിട്ടൊന്നുമില്ല. കായികരംഗത്തെന്നല്ല ഏതു രംഗത്തും ആർക്കും എങ്ങനെയും പ്രവർത്തിച്ച് വളരാനോ വളരാതി രിക്കാനോ ഉള്ള സ്വാതന്ത്ര്യം ഞങ്ങൾക്ക് ഇന്ത്യയിലുണ്ട്.

പി. ടി. ഉഷയെക്കുറിച്ച് കേട്ടിട്ടില്ലേ? ലോക സ്പ്രിന്റ് റാണി യാണവർ. അവർ കേരളത്തിന്റെ സന്താനമാണ്. എല്ലാവർക്കും ഉഷമാരാകാൻ കഴിയില്ല. അതാണ് ഞാൻ പറഞ്ഞത് ആകാനും ആകാതിരിക്കാനും സ്വാതന്ത്ര്യമുണ്ടെന്ന്. തുറന്ന മനഃസ്ഥിതിയുടെയും പൊളിച്ചെഴുത്തിന്റെയും വഴിത്താരയിലൂടെ നിങ്ങളും അവിടേക്കാണോ പ്രയാണത്തിന് കുതിക്കുന്നത്?

പലതരം കളികളുണ്ട് ആർത്തെക്കിൽ. 'സ്നൈപ്പർ' ആണ് അതി ലേറ്റവും ഹൃദ്യം. ആർത്തെക്കിന്റേതു മാത്രമായി അത് അറിയപ്പെടുന്നു. ഏറ്റവും ലളിതമായൊരു കളിയാണത്. ഒരു പന്ത്, അത് കളിക്കാൻ രണ്ടു സംഘം ആളുകളും. ഒരു തരം ഏറുപന്തുകളി തന്നെയാണ് സ്നൈപ്പർ എന്നു പറയാം. എതിരാളിയെ പന്തുകൊണ്ട് എറിയുക തന്നെയാണ് കളിയുടെ ക്രിയാംശം. എന്തൊരു മത്സരമാണെന്നോ. ആദ്യം ഡിറ്റാച്ചുമെന്റുകൾ തമ്മിലും പിന്നീട് ഗ്രൂപ്പുകൾ തമ്മിലും മത്സരിക്കും. ലോകത്തിലെ തന്നെ ആദ്യത്തെ ബഹിരാകാശസഞ്ചാ രിയായിരുന്ന യൂറി ഗഗാറിൻ ആർത്തെക്കിൽ വരികയും കുട്ടികളുടെ കൂടെ സ്നൈപ്പർ കളിക്കുകയും ചെയ്തിട്ടുണ്ട്. അദ്ദേഹത്തിനോടുള്ള ബഹുമാനാർത്ഥം 'ഗഗാറിൻ സമ്മാന'ത്തിനു വേണ്ടി സ്നൈപ്പർ ടൂർണ്ണമെന്റ് നടത്തുന്ന പതിവ് ആർത്തെക്കിലുണ്ട്.

ആർത്തെക്ക് യഥാർത്ഥ സ്പോർട്സിന്റെ ഭൂമിയാണ്. അവിടെ എല്ലാവരും സ്പോർട്സ് ഇഷ്ടപ്പെടുന്നു. നാല്പത് ദിവസം കൊണ്ട് എനിക്കും അങ്ങനെ ആകാതിരിക്കാൻ കഴിഞ്ഞില്ല. കൂട്ടുകാരുടെയും പരിസരത്തിന്റെയും പ്രേരണ അത്രമാത്രം ശക്തമായിരുന്നു.

നാലു മണിക്ക് ലഘുഭക്ഷണശേഷമാണ് ആർത്തെക്കിലെ കായികരംഗം ഉണരുന്നത്. വിശാലമായ സ്റ്റേഡിയത്തിലും അപ്പാർ ട്ട്മെന്റുകളോട് അനുബന്ധമായുള്ള കോർട്ടുകളിലും കളികളും പരി ശീലനങ്ങളും അരങ്ങു തകർക്കുകയായി. ആദ്യമാദ്യം കളിക്കാനുള്ള

താൽപര്യത്തേക്കാളേറെ കളി കാണാനുള്ള താല്പര്യമാണ് എനിക്കുണ്ടായിരുന്നത്. ചെറിയ ചെറിയ കളികളിൽ കൂട്ടുകാർ എന്നെ പ്രേരിപ്പിച്ച് പങ്കെടുപ്പിക്കും.

ഒരു വര. അതിൽ നിന്നുകൊണ്ട് പിന്നിലുള്ള വൃത്തത്തിലേക്ക് പന്തെറിയണം. പന്ത് വൃത്തത്തിൽ വീണാൽ സ്കോർ ലഭിക്കും. ഞാനെറിഞ്ഞാൽ ഒരിക്കലും വീഴുകയില്ല എന്നതാണ് സത്യം. എന്നിട്ടും ഞാൻ ജയിക്കും. പോയിന്റ് ലഭിക്കുകയും ചെയ്യും. എന്നെ നിരാശപ്പെടുത്താതിരിക്കാൻ റഷ്യൻ കുട്ടികൾ ചെയ്യുന്ന വേലയാണത്. അങ്ങനെയല്ല എന്നു പറയാൻ എനിക്ക് പിറകിൽ കണ്ണുകളില്ലല്ലോ.

ഓട്ടത്തിൽ ഞാനെപ്പോഴും പിന്നിലാകും. അപ്പോഴെല്ലാം എന്റെ മുഖത്ത് പരക്കുന്നത് ഇളിഭ്യച്ചിരിയായിരിക്കും.

കൂട്ടുകാർ എന്നെ ആശ്വസിപ്പിക്കുകയേ പതിവുള്ളൂ. 'സാരമില്ല, കൂട്ടുകാരീ, അടുത്ത തവണ മുന്നിലെത്തണം.' അവർ പ്രോത്സാഹിപ്പിക്കും.

റഷ്യൻ കുട്ടികളുടെ ഇത്തരത്തിലുള്ള പെരുമാറ്റങ്ങൾ ആതിഥ്യമര്യാദയുടെ പേരിൽ അവർ കാണിക്കുന്നതല്ല. അവർ എല്ലാവരോടും പെരുമാറുന്നത് അപ്രകാരമാണ്. അവർ ജീവിതത്തിൽ സാധകം ചെയ്തെടുത്ത ഗുണങ്ങൾ. അവക്കു തുല്യം അവ മാത്രം.

●

പതിമൂന്ന്

ആർത്തെക്കിലെ ഭാരതം

കൊള്ളകയും കൊടുക്കകയും ചെയ്യുക. അതാണല്ലോ ക്യാമ്പുകൾ കൊണ്ട് ഉദ്ദേശിക്കുന്നത്. പരമാവധി കൊണ്ടു. കൊടുത്തു. അതാണ് ഞങ്ങൾക്കുണ്ടായ നേട്ടവും. പ്രവർത്തനങ്ങളെല്ലാം തന്നെ ചിട്ടപ്പെടുത്തിയിരുന്നത് ഈയൊരു ലക്ഷ്യം മുന്നിൽ കണ്ടുകൊണ്ടായിരുന്നു.

'ഭാരതദിനം' ആഘോഷിക്കുന്നതിനുള്ള ഒരുക്കങ്ങൾ തകൃതിയായി നടന്നുകൊണ്ടിരിക്കുകയാണ്. ഒരു ചെറിയ റഷ്യൻ നാടകം റഷ്യൻ കുട്ടികളും ഇന്ത്യൻ കുട്ടികളും ചേർന്ന് അവതരിപ്പിക്കാൻ നിശ്ചയിച്ചു എനിക്ക് ഒരു 'മിലീത്സിയ' (കൊള്ളക്കാരൻ)യുടെ വേഷമാണ് കിട്ടിയത്. അഭിനയം എത്ര നന്നായി എന്ന് പറയാനാവുകയില്ല. ഇന്ത്യൻ കുട്ടി റഷ്യൻ സംഘത്തോടൊപ്പം നാടകം അഭിനയിച്ചു എന്നതാണ് മെറീനാമാഡത്തെ പരിചയപ്പെട്ടത്. ആ റഷ്യക്കാരി ഒരു നൃത്ത വിദഗ്ധയാണ്. അവർ ഞങ്ങൾക്ക് ചില റഷ്യൻ നാടോടിനൃത്തങ്ങൾ പരിചയപ്പെടുത്തിത്തന്നു. നൃത്തങ്ങളുടെ നാടോടിപ്പാട്ടുകൾ പാടുന്ന സംഘത്തിൽ നിഷിതയും ചേർന്നു. വാല്യത്തയും സ്ലാവയും അവതരിപ്പിച്ച നൃത്തങ്ങൾ വളരെ ആസ്വാദ്യകരങ്ങളായിരുന്നു. എല്ലാ കലകളുടെയും അമ്മ നൃത്തം തന്നെ എന്ന് എല്ലാവരും മനസ്സിലാക്കുകയായിരുന്നു. കലീനയിലെ എല്ലാ അംഗങ്ങളും പങ്കെടുത്ത സമൂഹഗാനം കാണികളുടെ പ്രശംസക്ക് പാത്രമായി.

പ്രദർശനഹാളിൽ ചില്ലു ചുവരിലെ ചിത്രങ്ങൾ വരച്ചു കഴിഞ്ഞപ്പോൾ നീനമാഡവും മെറീനമാഡവും കൂടി ഒരു വലിയ ഷീറ്റ് പേപ്പർ കൊണ്ടു വന്നു. അത് എതിർവശത്തെ ചുവരിൽ ഒട്ടിക്കുകയും ചെയ്തു.

അതിൽ കാടിന്റെ ചിത്രം വരക്കണം. കാരണം ഞങ്ങളുടെ ക്യാമ്പിന്റെ പേരു തന്നെ കാട് എന്നർത്ഥം വരുന്ന 'ലിസ്നോയ്' എന്നാണ്. വലിയ കുന്നുകൾ കാവൽ നില്ക്കുന്ന താഴ്വരകളെയാണ് ആവിഷ്ക്കരിക്കാൻ ശ്രമിച്ചത്. ഇട തൂർന്ന കാട്ടുമരങ്ങൾ, പൊന്തക്കാടുകൾ,

നീർച്ചാലുകൾ, വന്യമൃഗങ്ങൾ എന്നിവയെല്ലാമുള്ള വലിയൊരു കാട്. സഹായത്തിന് എല്ലാ കൂട്ടുകാരും ഉണ്ടായിരുന്നു. യൂറി കവാർ എന്ന ഫോട്ടോഗ്രാഫർ ഞങ്ങളുടെ എല്ലാ പ്രവർത്തനങ്ങളും അപ്പോഴും പകർത്തുന്നുണ്ടായിരുന്നു.

'ഭാരതദിനം' വലിയൊരു വിജയമാക്കുവാൻ 'ലിസ്നായ'യിലെ റഷ്യൻ കൂട്ടുകാരും കൊണ്ടു പിടിച്ചു ശ്രമിക്കുന്നുണ്ട്. മറ്റു നാലു ക്യാമ്പുകളിലെ കുട്ടികളും വരും. അവരിൽ പല രാജ്യക്കാരും ഉണ്ടായിരിക്കും. അതുകൊണ്ടു തന്നെയാകണം ആവേശത്തിമിർപ്പുകൊണ്ട് 'ഇന്ത്യാദിനം' ഞങ്ങളുടെ ക്യാമ്പിലെ റഷ്യാക്കാരുടെയും ദിനമായി മാറി.

പ്രദർശനഹാൾ മോടി പിടിപ്പിക്കുക പ്രധാന പണിയായിരുന്നു. ഇന്ത്യാക്കാരായ ഞങ്ങൾ കൊണ്ടു പോയിരുന്ന സാധനങ്ങളെല്ലാം പുറത്തെടുക്കുന്നതു കാണാൻ റഷ്യൻ കൂട്ടുകാർ ചുറ്റും കൂടി. ഞാൻ ധാരാളം മയിൽപ്പീലികൾ കൊണ്ടു പോയിരുന്നു. അവ പുറത്തെടുത്തപ്പോൾ കിർഗീസിയക്കാരിയായ ഓല്യയുടെ കണ്ണുകളിൽ ആയിരം മയിലുകൾ ഒരുമിച്ച് പീലി വിടർത്തിയാടുന്നതു കാണാനായി.

"ഹുറേയ്...പാവ്‌ലീൻ, പാവ്‌ലീൻ"

അവൾ തുള്ളിച്ചാടി.

പീലികളെല്ലാം ഒരുമിച്ച് വാരിയെടുത്ത് അവൾ ട്രൗസറിന്റെ പിന്നിൽ ഉറപ്പിച്ചു. ഓല്യ അപ്പോൾ ഒരു മയിലു തന്നെ. ചിലർക്ക് പ്രദർശനമൊന്നു കഴിഞ്ഞു കിട്ടിയാൽ മതി, മയിലുകളാകണം.

കഥകളിയുടെ ഒരു മാസ്ക്ക് ഞാൻ പുറത്തെടുത്തു. ഒരുവളത് തട്ടിപ്പറിച്ച് മുഖത്തിനു നേരെ പിടിച്ച് ആടിത്തുടങ്ങി.

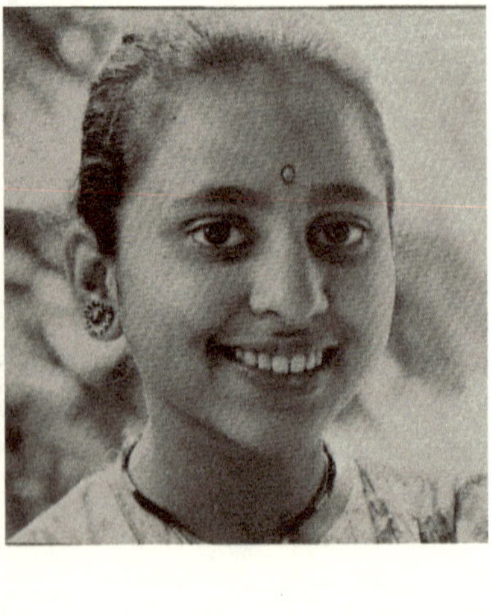

ഇതിങ്ങനെ കളിക്കാനുള്ളതല്ല പൊയ്മുഖമല്ല. കേരളത്തിലെ പ്രസിദ്ധമായ കഥകളിയിലെ കഥാപാത്രത്തിന്റെ മുഖമാണ്. കഥകളിയിലെ അമാനുഷവേഷങ്ങളുടെ ധാരാളം ഫോട്ടോകൾ ഞാനവൾക്ക് കാണിച്ചു കൊടുത്തു. മനുഷ്യന്റെ മുഖമാണിങ്ങനെ മേക്കപ്പുകൊണ്ട് അത്ഭുതകരമായി പരിവർത്തനം കൊള്ളുന്നതെന്ന് ആ കുട്ടികൾക്ക് വിശ്വസിക്കാനേ ആയില്ല. ഞാൻ ഉണ്ണായി വാരിയരെക്കുറിച്ച് പറഞ്ഞു. കേരള കലാമണ്ഡലത്തിന്റെ ചിത്രം കാണിച്ചു കൊടുത്തു. ഓട്ടൻ തുള്ളൽ, മോഹിനിയാട്ടം, കൈകൊട്ടിക്കളി എന്നിവയുടെ വർണ്ണചിത്രങ്ങളും പുറത്തെടുത്തു. പത്മശ്രീ അമ്മന്നൂർ മാധവ ചാക്യാർ കൂത്തു പറയുന്നതിന്റെ ചിത്രവും ഞാനവർക്ക് കാണിച്ചു കൊടുത്തു. അദ്ദേഹം എന്റെ നാട്ടുകാരനാണെന്നും അഭിമാനത്തോടെ ഞാനവരെ അറിയിച്ചു.

എന്റെ ഗ്രാമം. നടവരമ്പ്. നടവരമ്പിന്റെ കുറേ മുഖങ്ങൾ പകർത്തിയ എന്റെ പെയിന്റിങ്ങുകളും ഞാൻ പരിചയപ്പെടുത്തി. ഇതെന്റെ വീട്, ഇതെന്റെ ഗ്രാമത്തിലെ ക്ഷേത്രം, ഇതവിടുത്തെ നെൽപ്പാടങ്ങൾ, ഇത്.....

കൂട്ടുകാർ വിസ്മയത്തോടെ എല്ലാം കേട്ടുകൊണ്ടിരുന്നു. ഇന്റർപ്രെറ്റർ കൂടുതൽ വിശദീകരണങ്ങൾ നല്കുന്നുണ്ടായിരുന്നു.

'കുട്ടികളുടെ സാമ്രാജ്യ'ത്തിൽ ചെന്ന ശേഷം വീണ്ടും നാടിനെയും വീടിനെയും ഓർത്ത് ഗൃഹാതുരത്വത്തിന് അടിപ്പെട്ട നിമിഷങ്ങളായിരുന്നു അവ. അച്ഛൻ, അമ്മ, ചോറ്, കഞ്ഞി. പപ്പടം അങ്ങനെയങ്ങനെ...

നിഷിതയും ലാറിസയും ശൈലേഷും മയങ്കുമെല്ലാം അത്ഭുതപ്പെട്ടികൾ തുറക്കുകയായിരുന്നു. നിഷിതയുടെ റോസ് നിറമുള്ള ദുപ്പട്ട ചുവരിൽ തൂക്കിയിട്ടു. രാജസ്ഥാനി ചോളിയും ചുരിദാറും പൈജാമയും സാരിയും സൽവാറും ജൂബ്ബയും അവയെല്ലാമണിഞ്ഞ പാവക്കുട്ടികളും നിരന്നു. കഥക്, ഒഡിസി, ഭരതനാട്യം, മോഹിനിയാട്ടം, കുച്ചുപ്പുടി ഇവയുടെയെല്ലാം ശില്പങ്ങളും ചിത്രങ്ങളും ചുവരുകളിലും മേശകളിലുമായി നിരന്നു. രാജസ്ഥാനിന്റെയും ഉത്തർ പ്രദേശിന്റെയും ഗുജറാത്തിന്റെയും അലങ്കാരപ്പണികൾ ചെയ്ത പരവതാനികളും കമ്പളങ്ങളും ലാറിസ നിലത്തു വിരിച്ചു.

ശൈലേഷ് ഒരു പൊടിക്കൈക്ക് മുതിരുകയാണ്. അവൻ നല്ല കാപ്പിപ്പൊടി കൊണ്ടു വന്നിരുന്നു. കുറഞ്ഞ സമയത്തിനകം കട്ടൻ കാപ്പി റെഡി. എല്ലാവരും രുചിച്ചു നോക്കി. പിന്നെ ആർത്തിയോടെ കുടിക്കുകയായിരുന്നു. റഷ്യൻ കുട്ടികൾക്ക് കാപ്പി വളരെ ഇഷ്ടമായി.

അലങ്കാരപ്പണികൾ രാത്രിയിലും ഏറെ നേരം തുടർന്നു. പലവിധ തോരണങ്ങളും ഉണ്ടാക്കി. മഞ്ഞ നിറമുള്ള പിൻ കർട്ടനിൽ ഇന്ത്യയുടെ 'ത്രിവർണ്ണ പതാക' ഭംഗിയിൽ ഉറപ്പിച്ചു. ചന്ദനത്തിരികളും കൊളുത്തി വച്ചു. തിരികളുടെ ഗന്ധം കുട്ടികളെ ഏറെ അതിശയിപ്പിക്കുക തന്നെ ചെയ്തു.

ഒരുക്കങ്ങളെല്ലാം പൂർത്തിയായപ്പോൾ പാതിരാ കഴിഞ്ഞു.

പിറ്റേന്ന് രാവിലെ പതിവു പോലെ ബ്യൂഗിൾ ഞങ്ങളെ ഉണർത്തി. ഇന്ത്യക്കാർ വേഗം പോയി കുളിച്ചു വന്നു. രാവിലെ കുളിക്കാൻ മടിയുള്ള റഷ്യക്കാരെയും അന്ന് കുളിപ്പിക്കണമെന്ന് ഞങ്ങൾക്കൊരു വാശി. അവർ മനസ്സില്ലാമനസ്സോടെ അനുസരിച്ചു. അവർക്കെല്ലാം വേഷം കൊണ്ട് ഭാരതീയരാകണം, പിന്നെ അതിനുള്ള ശ്രമമായി. ഷാന്നയും ഇറയും തനി കേരളീയ പെൺകുട്ടികളായി. നിഷിതയും ലാറിസയും കൂട്ടുകാരുടെ കൈത്തലങ്ങളിൽ മൈലാഞ്ചി കൊണ്ട് ചിത്രപ്പണികൾ ചെയ്തു.

ഞങ്ങളഞ്ചു പേരും പ്രാദേശിക പരമ്പരാഗത വേഷത്തിൽ അണിഞ്ഞൊരുങ്ങി. ജമീലയും, അക്രമും, അനാറയും, നാദിയയും, വിനിയേറയും, മാനാമിസ്താന്യയും അവരോടൊപ്പം അയൽപക്കത്തെ ക്യാമ്പിലെ നൂറു കണക്കിനു കുട്ടികളും ഞങ്ങൾ താമസിക്കുന്ന കെട്ടിടത്തിലേക്ക് ഓടിപ്പാഞ്ഞെത്തി.

"സ്ദ്റാസ്ത് വുയ്, ഇൻജീസ്"

ജമീലയാണ്. അവളെന്നെ അത്യുത്ഭുതത്തോടെ നോക്കുന്നു. അവളെന്റെ പാവാടയിലെ സ്വർണ്ണ വരകൾ തൊട്ടു നോക്കി. കുങ്കുമപ്പൊട്ടിനോടുള്ള ആരാധന അവൾക്കിപ്പോഴും തീക്ഷ്ണമാണ്. അവളെന്നെ ആകെക്കൂടി പിടിച്ചു കുലുക്കി. എന്റെ കൈകളിലെ കുപ്പിവളകൾ പൊട്ടിച്ചിരിച്ചു. അവൾ ഇതു പോലെ എന്നെ ആദ്യമായി കാണുകയാണ്.

പിന്നെ ഞങ്ങളെല്ലാവരും വർണ്ണത്തുമ്പികളായി പുറത്തേക്ക് പറന്നു. പുറത്തെ റോസത്തോട്ടത്തിൽ സ്വച്ഛന്ദ വിഹാരം. അവിടന്ന് പേരുമ്പോൾ കൈ നിറയെ ചുവന്നതും വെളുത്തതുമായ റോസാപ്പൂക്കൾ.

പ്രവേശന കവാടത്തിൽത്തന്നെ 'ലോകസമാധാനത്തിനും സൗഹൃദത്തിനും കുട്ടികൾ' എന്ന ബാനർ പൂക്കളെക്കൊണ്ടലങ്കരിച്ചു. അവിടെ അതിനിടക്ക് ഡോക്ടർ മെറീനയും ലഗേജ് മുറിയുടെ സൂക്ഷിപ്പുകാരി ഇറീനമാഡവും ആരോഗ്യകേന്ദ്രത്തിലെ മാമന്മാരും മുതിർന്ന പല വിശിഷ്ട വ്യക്തികളും എത്തിയിരുന്നു.

'ഇറീനാമാമ'ക്ക് സ്നേഹം നിയന്ത്രിക്കാൻ പലപ്പോഴും കഴിയാറില്ല. അവർ എന്നെക്കണ്ടപ്പോൾ ഓടി വന്ന് കെട്ടിപ്പിടിച്ചുമ്മ വെച്ചു.

"പ്രവിയത്, മാ മാ"

"പ്രവിയത്, ജേവുഷ്ക്കാ"

മാമക്ക് ഞാൻ കൊടുത്ത പാവയെപ്പറ്റി അവർ പറഞ്ഞു.'"ഓല്യ'യെ എന്റെ യഥാർത്ഥ ഓല്യ വന്നപ്പോൾ അവൾക്ക് കൊടുത്തു. "

ആ ബാബുഷ്ക്ക (അമ്മൂമ്മ)യുടെ മുഖത്ത് സന്തോഷം തിരയടിച്ചുയരുന്നത് എനിക്ക് കാണാമായിരുന്നു.

എത്യോപ്യക്കാരും വിയറ്റ്നാംകാരും, മംഗോളിയക്കാരും ആയ പുതിയ കുട്ടികൾ എത്തിയിരുന്നു. എല്ലാവരും സ്വന്തം ദേശീയ വേഷത്തിലും ആയിരുന്നു. ആ സുഹൃത്തുക്കളിൽ ചിലരുടെ ചുരുണ്ട്, സ്പ്രിങ്ങ് പോലുള്ള മുടിയിൽ തൊട്ടുഴിയാൻ പലരും തിരക്കു കൂട്ടി. വിയത്നാമിൽനിന്നെത്തിയ കുട്ടികൾ ഹോച്ച്മിന്റെ വീരഗാഥകൾ പാടി. ഗാന്ധിജിയെ അവർ എത്ര സ്നേഹത്തോടെയാണ് ഓർമ്മിച്ചത്!

എല്ലാവരും ഞങ്ങളൊരുക്കിയ ആ കൊച്ച് ഇന്ത്യയിലേക്ക് കടന്നു

വരികയാണ്. വിശിഷ്ടാതിഥിയായ ആർത്തെക്ക് ഡയരക്ടർ വാസ് ല്യേവും എത്തി. ക്യാമ്പിനു മുന്നിലുള്ള അങ്കണത്തിൽ ഇന്ത്യയുടെയും സോവിയറ്റ് യൂണിയന്റെയും പതാകകൾ ഉയർത്തപ്പെട്ടു. ഇരുരാജ്യങ്ങളുടെയും ദേശീയഗാനങ്ങൾ ആലപിക്കപ്പെട്ടു.

"ദാ സ്ക്റാസ്റ്റ് വൂയത്ത് ഇൻജിയസ്ക്കോ-സവിയത് സ്ക്കയാദ്രൂഷ്ബാ"

ഇന്തോ സോവിയറ്റ് സൗഹൃദം നീണാൾ വാഴട്ടെ. ആ ശബ്ദം ആർത്തെക്കിൽ മുഴുവൻ മുഴങ്ങി.

മലമടക്കുകളിലും ആഴിത്തിരമാലകളിലും ആകാശവീഥികളിലും മാറ്റൊലിക്കൊണ്ടു.

കേരളത്തിന്റെ സുഗന്ധം പ്രസരിപ്പിക്കുന്ന ചന്ദനമാല ഞാൻ വാസ് ല്യേവിനെ അണിയിച്ചു. നിഷിത അദ്ദേഹത്തെ തിലകം ചാർത്തി. ലിസ്നോയിയുടെ ഡയറക്ടറും ഞങ്ങളുടെ ഇന്റർപ്രെറ്ററുമായ സിര്യോഷക്ക് പനിനീർഹാരവും ബോക്കെയും നല്കി. "ഈ സ്ഥലം ഒരു കൊച്ച് ഇന്ത്യയാക്കുന്നതിൽ നമ്മുടെ ഇന്ത്യൻ കൂട്ടുകാർ വിജയിച്ചിരിക്കുന്നു. ലോകം ഒരു കുടുംബം എന്നു വിശ്വസിക്കുന്ന മഹത്തായ സാംസ്ക്കാരിക പാരമ്പര്യമുള്ള ആ ജനതയെ നമുക്ക് വളരെയേറെ അടുത്തറിയാൻ കഴിഞ്ഞിരിക്കുന്നു. പ്രിയപ്പെട്ട കുട്ടികളേ, നമുക്ക് മനുഷ്യരാശിയുടെ സമാധാനത്തിനായി യത്നിക്കാം. ഒരുമിച്ച് മുന്നോട്ടു പോകാം."

മി. വാസ് ല്യേവിന്റെ പ്രസംഗത്തിന്റെ രത്നച്ചുരുക്കം ഇതായിരുന്നു.

പ്രദർശനഹാൾ എല്ലാവരുടെയും പ്രശംസ പിടിച്ചു പറ്റി. ഡയറക്ടറും വിശിഷ്ടവ്യക്തികളും ഓരോ ഇനത്തെക്കുറിച്ചും പ്രത്യേകം പ്രത്യേകം അന്വേഷിച്ചു. പിന്നീട് കുട്ടികളുടെ തീരാത്ത വരവായി. വള്ളംകളിയുടെയും തിരുവാതിരപ്പാട്ടിന്റെയും സംഗീതം കുട്ടികൾക്ക് ഏറെ ആസ്വാദ്യകരമായി. നാടൻ പാട്ടുകളുടെ കാസറ്റുകൾ ഞാൻ കൊണ്ടു പോയിരുന്നു. പാട്ടുകൾ മാത്രമല്ല, ചെണ്ടമേളവും പഞ്ചവാദ്യവും ആ അന്തരീക്ഷത്തിൽ പലവുരു ആവർത്തിച്ചുകൊണ്ടിരുന്നു. പാട്ടിന്റെയും മേളത്തിന്റെയും ഈണത്തിൽ ആൺ പെൺ ഭേദമില്ലാതെ എല്ലാ കുട്ടികളും നൃത്തം വെക്കാൻ തുടങ്ങി. ചന്ദനത്തിരിയുടെയും സാമ്പ്രാണിയുടെയും സുഗന്ധപ്പുക അവിടമെങ്ങും പരന്നിരുന്നു. ഞങ്ങൾ, എല്ലാ മതിൽക്കെട്ടുകളും തകർത്തെറിഞ്ഞ് ആനന്ദത്തിൽ ആറാടുകയായിരുന്നു. സ്നേഹത്തിന്റെയും മനുഷ്യത്വത്തിന്റെയും സമത്വത്തിന്റെയും ചിലമ്പൊലികൾ 'കുട്ടികളുടെ സാമ്രാജ്യത്തി'ൽ മാറ്റൊലിക്കൊള്ളുകയായിരുന്നു. നിഷിതയും ആന്ദ്രേയും

ഉസ്ബക്കിസ്ഥാനി സംഗീതവും ഹിന്ദി പാട്ടുകളും പാടി. ലാറിസയും അൽമാസും ഇന്ത്യയുടെ നാടോടിപ്പാട്ടുകൾ പാടി. അസർബൈജാനിലെ കുട്ടികൾ തിരുവാതിരക്കളിയുടെ ശീലുകൾക്ക് മേളക്കൊഴുപ്പ് നല്കിയ ഇടക്കയുടെ നാദ വൈവിധ്യങ്ങൾ തങ്ങളുടെ നാടൻ വാദ്യോപകരണങ്ങളിലൂടെ അനുകരിച്ചു. മയങ്ക് ഇന്ത്യയിലെ രാജാവിന്റെ വേഷം കെട്ടി. ഓല്യയും വാജിമും അൽമാസും പരിചാരകരായി.

സാമ്രാജ്യത്വവാദികളും യുദ്ധക്കൊതിയന്മാരും വർഗ്ഗീയവിഘടനവാദക്കാരും എല്ലാം ഞങ്ങളുടെ കൊട്ടും പരിഹാസത്തിനിരയായി.

എല്ലാം ഇന്നലെക്കഴിഞ്ഞതു പോലെ തോന്നുന്നു. ഇന്നിപ്പോൾ 1991 സെപ്തംബറിൽ ആമൂലാഗ്രം മാറിക്കഴിഞ്ഞതായി മനസ്സിലാക്കുന്ന സോവിയറ്റ് യൂണിയനിൽ അന്ന് കുട്ടികൾ അനുഭവിച്ചതു പോലുള്ള ആഹ്ലാദം നൽകാൻ ആർത്തെക്കിന് ശക്തിയുണ്ടാകുമോ? ഒന്നേ ആശിക്കാനുള്ളു. ആർത്തെക്കിൽ ഒരു മാറ്റംമറിച്ചിലും ഉണ്ടാകരുതേ! ഏതു വ്യവസ്ഥിതിയിലായാലും ശരി ആർത്തെക്ക് ആർത്തെക്കായിത്തന്നെ നിലനല്ക്കണം, എന്റെ മനസ്സ് പറയുന്നു

●

പതിനാല്

പത്രം, ചിത്രം പിന്നെ ഒരു ചുമയും.

ഒരു ദിവസം രാവിലെ കുട്ടികളെല്ലാം ഒരു വലിയ മുറിയിൽ ഒത്തുകൂടി. ചുവരിൽ വളരെ വിസ്തൃതമായ വെള്ളക്കടലാസ്സ് പിടിപ്പിച്ചിരിക്കുന്നു.

"നമ്മളെല്ലാം ചേർന്ന് ഒരു പത്രം നിർമ്മിക്കാൻ പോവുകയാണ്. ആർത്തെക്കിന്റെ വർത്തമാനപത്രം. നിങ്ങളെല്ലാം 'സ്വന്തം ലേഖകരാ'ണ്. ആർത്തെക്കിനെക്കുറിച്ച് എന്തു വേണമെങ്കിലും എഴുതാം. യാതൊരു തരത്തിലുമുള്ള സെൻസറിങ്ങുമില്ല. എത്ര വേണമെങ്കിലും വിശദീകരിക്കാം. എങ്ങനെ വേണമെങ്കിലും സംഗ്രഹിക്കാം. ഭാഷയും ഏതുമാകാം...."

ഉണ്ടായ സന്തോഷത്തിനതിരില്ല. മനസ്സിലെ ഏറ്റവും വലിയ ആഗ്രഹമാണ്; ഒരു പത്രപ്രവർത്തകയാകുകയെന്നത്. സംഭവങ്ങൾ പത്രത്താളുകളിൽ ജീവൻ വെച്ച് വരുന്നത് കാണുക, എന്തൊരാത്മ സംതൃപ്തി!

കാലങ്ങളായി അവിടെയെത്തിയ കുട്ടികൾ തയ്യാറാക്കിയ പത്രങ്ങൾ നീനാമാഡം ഞങ്ങൾക്കു കാണിച്ചു തന്നു. കുറച്ചൊന്നുമല്ല, ശേഖരിച്ചു വച്ചിട്ടുള്ളത്. വലുപ്പം കൊണ്ട് 'ആർത്തെക്ക് പത്രങ്ങൾ' ഏറ്റവും മുന്നിലാണ്. ആവിഷ്ക്കരണത്തിലെ മൗലികതയും വൈവിധ്യങ്ങളും ആരെയും അത്ഭുതപ്പെടുത്തുക തന്നെ ചെയ്യും.

'കിറോവ്' പ്രവിശ്യയിലെ ഫെഡ്യറോഡിൻ എഴുതുന്നു, "സൗഹൃദത്തിന്റെ ശക്തിയെ അഭിനന്ദിക്കാനും മനസ്സിലാക്കാനും ഞാൻ ആർത്തെക്കിൽനിന്ന് പഠിച്ചു. ബ്യൂഗിളും ഡ്രമ്മും വായിക്കാൻ അഭ്യസിച്ചു. പയനിയർ റാലികളിലും പയനിയർ പ്രവർത്തനങ്ങളിലും പങ്കെടുത്തു.

"സാധാരാണവും അസാധാരാണവുമായ പല പ്രവർത്തനങ്ങളും ആർത്തെക്കിൽ ഞങ്ങൾ നടത്തി. ആർത്തെക്കിന്റെ സൗന്ദര്യം അനുപമമാണ്. വിവരണാതീതവുമാണ്....." ഓല്യ കൊകോറിന

കുറിച്ചിരിക്കുന്നു.

"സങ്കല്പങ്ങളുടെ സഫലീകരണമാണ് ആർത്തെക്ക് ജീവിതം. സ്നൈപ്പർ അടക്കമുള്ള കളികളും സ്പോർട്സ് മത്സരങ്ങളും ഒരിക്കലും മറക്കാനാവില്ല. അവയെല്ലാം ഞാൻ എന്റെ നാട്ടിലെ കൂട്ടുകാർക്ക് പറഞ്ഞു കൊടുക്കും." ബൈലോ റഷ്യയിലെ സാഷ പ്രതികരിക്കുന്നു.

"ഞങ്ങളുടെ രാഷ്ട്രം ആർത്തെക്കിനെ ഞങ്ങൾക്കു തന്നു. എല്ലാ കുട്ടികളും ഒരു കുടുംബത്തിലെ അംഗങ്ങളെപ്പോലെ സൗഹാർദ്ദത്തോടെ ജീവിച്ചു. ഇതൊരു റിപ്പബ്ലിക്കാണ്. കുട്ടികളുടേതു മാത്രമായ റിപ്പബ്ലിക്ക്. അതിമഹത്തായ ഈ ദാനത്തിനായി എന്റെ രാജ്യത്തോട് ഞാൻ നന്ദി പറയുന്നു." ഗോർക്കി നഗരത്തിലെ വൊലോദ്യദെറേവ് ആണ് ലേഖകൻ.

"സംഗീതമാണെന്റെ ജീവൻ. ആർത്തെക്ക് ഒരു സംഗീതസാഗരമാണ്. ക്രിമിയയെ രക്ഷിക്കാനായി പൊരുതി മരിച്ച 'അജ്ഞാത സഞ്ചാരി'യുടെ സ്മാരകത്തിനു മുന്നിലുള്ള റോൾകോൾ സെറിമണി ഞാനെന്നും ഓർമ്മിക്കും...." മാഷ താന്യേകേയേവ് അനുസ്മരിക്കുന്നു.

"നാമിവിടെ ചെയ്യുന്നതു പോലെ നമ്മുടെ ഗ്രഹത്തിലെ എല്ലാ ഭാഗങ്ങളിലുമുള്ള കുട്ടികളുമായി സൗഹൃദം സൃഷ്ടിക്കാൻ ഞങ്ങളാഗ്രഹിക്കുന്നു. പാടുവാനും, അഭിനയിക്കാനും, നൃത്തം ചെയ്യുവാനും ആഗ്രഹിക്കുന്നു. ബോംബുകളും ന്യൂക്ലിയർ മിസൈലുകളും നമുക്ക് വേണ്ട. ഇത്തരമൊരു സുന്ദര സാഹചര്യത്തിൽ അവയെക്കുറിച്ച് ചിന്തിക്കുന്നതു പോലും ഭയാനകമാണ്."

ഞങ്ങൾക്കു മുമ്പേ ആർത്തെക്കിലെത്തിയ കുട്ടികളുടെ സംഘത്തിലെ ലക്ഷ്മിയുടെ അഭിപ്രായമാണിത്.

ഒരിക്കലാർത്തെക്കിലെത്തുന്നവൻ പിന്നെയെപ്പോഴും ആർത്തെക്കിന്റേതാണ്. വർത്തമാനപത്രങ്ങളിലൂടെ കടന്നു പോയപ്പോൾ എനിക്കു തോന്നിയതിതാണ്.

എല്ലാവരും റിപ്പോർട്ടിങ്ങ് തുടങ്ങി. റഷ്യനും ഇംഗ്ലീഷും, ഹിന്ദിയും എന്നു വേണ്ട നാനാ തരം പ്രാദേശിക ഭാഷകളിലെല്ലാം വാർത്തകൾ വാർന്നു വീഴുകയായി. ചെറിയ ചെറിയ കഥകളും കവിതകളും ചിത്രങ്ങളുമെല്ലാം താളുകളിൽ സ്ഥലം പിടിച്ചു. എല്ലാവരും ഒരുമിച്ചാണ് രചന.

കുറച്ചെഴുതിക്കഴിഞ്ഞ് ചിലർ വെറുതെയിരിക്കുന്നത് കാണാം. നല്ല പദങ്ങളും വാക്യങ്ങളും ആലോചിച്ചുകൊണ്ടുള്ള ഒരു തരം തപസ്സാണ്. വെട്ടിത്തിരുത്തലുകൾ കഴിയുന്നത്ര ഒഴിവാക്കണമെന്ന് നിഷ്ക്കർഷിച്ചിരുന്നു.

ലേഖകന്മാരുടെ എണ്ണം പരിമിതമല്ലാത്തതുകൊണ്ട് നിമിഷങ്ങൾക്കകം ആദ്യത്തെ കടലാസ്സ് നിറഞ്ഞു. നിറയുന്നതിനു മുറക്ക് വീണ്ടും വീണ്ടും വന്നുകൊണ്ടേയിരുന്നു. അവസാനത്തെ പത്രവും പൂർത്തിയായിട്ടും ലേഖകൻമാരുടെ മനസ്സൊഴിഞ്ഞില്ല. വാർത്തകൾ ഒരു മഹാപ്രവാഹമായി ഒഴുകാനിരിക്കുകയായിരുന്നു. പെയ്തു തീരാത്ത മേഘങ്ങൾ പോലെയാണ് പിരിഞ്ഞു പോയത്.

ഇത്രയുമോ ഇതിലധികവുമോ എന്നെ ചലിപ്പിച്ച അനുഭവമായിരുന്നു സമൂഹചിത്രരചനയുടേത്. പലരും ചേർന്ന് ഒരു ചിത്രം വരച്ച് മുഴുമിപ്പിക്കുക, അങ്ങനെയൊരനുഭവം എനിക്കാദ്യമായിരുന്നു. ഫയർ സ്ക്വയറിൽ വരക്കാനുള്ള കുട്ടികളെല്ലാം എത്തിച്ചേർന്നു. വിശാലമായ നിലം തന്നെയാണ് ക്യാൻവാസ്. വർണ്ണപ്പൊടികൾ നിറച്ച ടിന്നുകൾ ധാരാളമുണ്ട്. ഇഷ്ടമുള്ള വിഷയം തെരഞ്ഞെടുക്കാനുള്ള സ്വാതന്ത്ര്യവും തന്നിട്ടുണ്ട്.

കുറേ സമയം ചെറിയ ചെറിയ ചർച്ചകൾക്കായി ചെലവഴിക്കേണ്ടി വന്നു. എന്തായാലും വരക്കാൻ പോകുന്ന ചിത്രത്തെക്കുറിച്ച് ഒരേകദേശ ധാരണ രൂപപ്പെട്ടു വരണമല്ലോ. ചോക്കുകൊണ്ട് ഔട്ടു ലൈനിട്ടു. ഭൂഗോളം സമാധാനപ്പക്ഷികൾ വിവിധ രാജ്യങ്ങളിലെ കുട്ടികൾ. അതു ചെയ്തത് ഞാനാണ്. കുട്ടികളെ വരക്കാൻ തുടങ്ങിയപ്പോൾ എല്ലാവരും ചേർന്നു. സ്വന്തം രാജ്യക്കാരെയും പരിചയമുള്ള മറ്റു രാജ്യക്കാരെയും എല്ലാവരും വരച്ചു. പിന്നെ താമസമുണ്ടായില്ല. വർണ്ണച്ചെപ്പുകൾ തുറക്കപ്പെടുകയായി. വരച്ചു കഴിഞ്ഞാൽ ചിത്രം എങ്ങനെയിരിക്കണമെന്ന് വ്യക്തമായ രൂപമില്ല. എങ്കിൽ പോലും വരക്കുകയാണ്. നിറപ്പൊടികൾ സ്വന്തം ഭാവനക്കനുസരിച്ച് തൂവുകയാണ് കുട്ടികൾ.

നമ്മുടെ നാട്ടിലെ കളമെഴുത്താണ് എനിയ്ക്കോർമ്മ വന്നത്. ഞാനതവിടെ പറയുകയും ചെയ്തു. സമ്പ്രദായം നോക്കിയാൽ കളമെഴുത്തും ഒരു സമൂഹ ചിത്രരചന തന്നെ. പക്ഷേ വ്യത്യാസമുണ്ട്. കളമെഴുത്തു കലാകാരന്മാർ തികച്ചും യാന്ത്രികമായിട്ടാണല്ലോ വർണ്ണരൂപങ്ങൾ പൊടികൾകൊണ്ട് മെനഞ്ഞെടുക്കുന്നത്. ഇന്നിടത്ത്, ഇത്ര നീളത്തിൽ, ഇന്ന നിറത്തിൽ, ഇന്നതു വേണമെന്ന് മുൻകൂട്ടി നിശ്ചയിച്ച് തുടർന്നു വരുന്ന പരമ്പരാഗത രീതിയാണത്. ആ സൃഷ്ടികൾ പകർപ്പുകളെന്നേ പരിഗണിക്കാൻ സാധിക്കുകയുള്ളൂ. കളമെഴുതുന്ന ആളുകൾ അതുകൊണ്ടു തന്നെ സ്രഷ്ടാക്കളാകുന്നില്ല. എന്നിരുന്നാലും പലർ കൂടി ചെയ്യുന്ന ചിത്രരചന എന്ന സ്വാഭാവം അതിനുണ്ട്.

ധൂളീചിത്രരചന നാലഞ്ചു മണിക്കൂറുകൊണ്ടാണ് ഞങ്ങൾ പൂർത്തിയാക്കിയത്. ആ പരിശ്രമം വലിയ വിജയമായിത്തീർന്നു. ഏറ്റവും അടിയിൽ ആർത്തെക്കിന്റെ ചിഹ്നവും കൂടി ആലേഖനം ചെയ്യപ്പെട്ടു.

വരച്ചു കഴിഞ്ഞിട്ടും ഞങ്ങൾക്കവിടെനിന്ന് പോകാൻ തോന്നുന്നില്ല. ചറുപിറാ ആസ്വാദകർ എത്തിക്കൊണ്ടേയിരിക്കുന്നു. എല്ലാവരും അഭിപ്രായങ്ങൾ പ്രകടിപ്പിക്കുന്നുമുണ്ട്. അതു കേട്ടു നിൽക്കുക വളരെ രസമാണ്. "ചിത്രം വളരെമനോഹരമായിരിക്കുന്നു. പക്ഷേ നീയിങ്ങനെ മണിക്കൂറുകളോളം വെയിലു കൊണ്ടാൽ നിന്റെ ചുമ വീണ്ടും വരും. ഇപ്പോൾ ചുമക്കുന്നില്ലല്ലോ, കവിതാ?" മെറീനാ ഡോക്ടറാണ്. അവരെന്നെ കളിയാക്കുകയാണ്. എനിക്കൊരു കുസൃതി തോന്നി. മലയാളത്തിൽ ഞാനതു കാച്ചി വിടുകയും ചെയ്തു.

"എനിക്കിപ്പോഴുമുണ്ട് ചുമ; ഇനിയും മരുന്നു വേണം."

മലയാളം കേട്ട് ഡോക്ടറും കുട്ടികളും കൂട്ട കൂടാ ചിരിച്ചു. ഡോക്ടറുടെ മറുപടി റഷ്യനിൽത്തന്നെയായിരുന്നു. ആരും അതൊട്ട് പരിഭാഷപ്പെടുത്തിയുമില്ല. അവസാനത്തെ വാക്ക് പിടുത്തം കിട്ടി.

"ഹരഷോം" ശരി.

ചുമ എനിക്ക് ലവലേശം ഉണ്ടായിരുന്നില്ല. മരുന്നിന്റെ സ്വാദും പരിചരണത്തിന്റെ സുഖവും ആസ്വദിക്കാൻ വേണ്ടിയാണ് ഞാൻ തുടരെത്തുടരെ മെറീനയുടെ അടുത്ത് കൃത്രിമച്ചുമയുമായി ചെല്ലാറുള്ളതെന്ന് അവർ മനസ്സിലാക്കിയിട്ടുണ്ട്. മരുന്നല്ല, ചില തരം ലോസ്സഞ്ചറുകളും പലഹാരങ്ങളുമാണ് അവരെനിക്ക് തരാറുള്ളത്. കൂടെ കള്ളച്ചിരിയും. "നിന്റെ ചുമ പൂർണ്ണമായും വിട്ടു മാറാനുള്ള മരുന്നല്ല തരുന്നത്, എന്തായാലും അന്നന്നത്തേക്ക് ശമനം കിട്ടുന്നുണ്ടല്ലോ."

മരുന്നിന് ഞാൻ ഫീസു നൽകണമെന്ന് മെറീനക്ക് നിർബന്ധമാണ്. പണമായിട്ടല്ല, പടമായിട്ട്. എന്നും അവർ വരപ്പിക്കുമായിരുന്നു.

ചുമക്കുള്ള മരുന്ന് എന്നെ ഏറെ സന്തോഷിപ്പിച്ചു എന്നത് നേര്. പേൻ നശീകരണത്തിനുള്ള ചികിത്സയായിരുന്നു ഏറ്റവും വെറുപ്പുണ്ടാക്കിയത്. മാഡം എല്ലാവരുടെയും തലമുടി പരിശോധിക്കാറുണ്ട്. ഇടക്കിടെ അത് തുടരും. പേനുണ്ടോ എന്നാണ് നോക്കുന്നത്. പരിശോധനയിൽ ഒരു പേൻ പോലും പാടില്ല. അതാണവിടുത്തെ ചിട്ട.

'പേൻ നശീകരണ യജ്ഞം' ആരംഭിക്കുന്നത്, നതാഷ എന്ന മാമമേഡമാണ്. കാരത്തിന്റെ മണമുള്ള ഒരു തരം ഷാംപൂ അവർ തലയിൽ പുരട്ടിത്തരും. മൂക്കിലേക്ക് തുളച്ചു കയറുന്ന ഒരു മണമാണതിനുള്ളത്. ഒരു നീണ്ട തുണികൊണ്ട് മുടി കെട്ടി വെച്ചിട്ട് അവർ പോകും. ആ ഇരുപ്പ് അര മണിക്കൂർ നേരം തുടരണം. ആരെങ്കിലും

അനങ്ങുന്നുണ്ടോ, തലമുടിക്കെട്ടഴിക്കുന്നുണ്ടോ എന്നെല്ലാം പരിശോധിക്കാൻ മാമ വേഗം വരികയും പതിവാണ്.

ഇരിപ്പ് ഞങ്ങൾക്ക് മുഷിപ്പായിരുന്നു, ദേഷ്യമായിരുന്നു. ദേഷ്യം സഹിക്ക വയ്യാതാവുമ്പോൾ അത് മാമയുടെ നേരെയാകും. ചിലപ്പോൾ ഞങ്ങൾ അവരുടെ ചുളുങ്ങിത്തൂങ്ങിയ കൈകളിൽ ഓരോ നുള്ളു കൊടുക്കും. ആ കുസൃതി അവർക്കു പക്ഷേ ഇഷ്ടമായിരുന്നു. നിഷിത ഹിന്ദിയിലും ഞാൻ മലയാളത്തിലും അവരെ മുഖത്തു നോക്കിത്തന്നെ ചീത്ത പറഞ്ഞിട്ടുണ്ട്. അവർ 'വാട്ട്, വാട്ട്' എന്ന് ചോദിക്കും. അവർക്ക് 'വാട്ട്' എന്ന ഇംഗ്ലീഷു വാക്കു മാത്രമേ ശരിക്ക് അറിയൂ എന്ന് തോന്നുന്നു.

ഞങ്ങളാണെങ്കിൽ കൊഞ്ചിക്കൊണ്ട് 'നത്തിങ്ങ് മാമാ' എന്നു പറയും. മാമ സ്വർണ്ണപ്പല്ലുകൾ കാട്ടി ചിരിക്കും. വശ്യതയുള്ള ചിരി.

അവസാനം തലയിലെ തുണിക്കെട്ട് മാറ്റുമ്പോൾ വീരചരമമടഞ്ഞ അസംഖ്യം പേനുകളെ കാണാം.

"പേനുകളെ ഞങ്ങളും കൊല്ലാറുണ്ട്" ഞാൻ മാമയോടും മറ്റുള്ളവരോടുമായി പറഞ്ഞു."ഞങ്ങൾക്ക് മുപ്പത്തിമുക്കോടി ദൈവങ്ങളുള്ളതിൽ പേൻ ദൈവം പെടുമോ എന്ന് തിട്ടമില്ല. പെടില്ലായിരിക്കണം. അല്ലെങ്കിൽ കൊല്ലാൻ കഴിയുകയില്ലല്ലോ."

ഇതുപോലൊരു സന്ദർഭത്തിലാണ് മാമാ മാഡം എർവ്വിൻ ക്വിൻ

എന്ന അമേരിക്കക്കാരൻ കുട്ടിയുടെ കഥ പറഞ്ഞുതന്നത്. "എർവ്വിൻ ഒരു വായാടിയാണ്. അവൻ വർത്തമാനം തുടങ്ങിയാൽ നിർത്തുന്ന പണിയില്ല.

ഒരിക്കൽ അവന് വയറുവേദന വന്നു. ഡോക്ടർമാർ അത് അപ്പെന്റിസിറ്റിസ് ആണെന്ന് മനസ്സിലാക്കി. 'യാൾട്ട'യിലെ ആശുപത്രിയിൽ വെച്ച് അവന് അടിയന്തിര ശസ്ത്രക്രിയയും നടത്തി. തിരിച്ച് ക്യാമ്പിലെത്തിയപ്പോൾ സുഹൃത്തുക്കളോട് അവൻ പറയുകയാണ്, ...എനിക്ക് പെട്ടെന്ന് അപ്പെന്റിസിറ്റിസിന്റെ ആക്രമണമുണ്ടായി. ഉടൻ തന്നെ ഒരു സോവിയറ്റ് സർജൻ എന്നെ ശസ്ത്രക്രിയക്ക് വിധേയനാക്കി. ഇതാ റഷ്യയിൽ വെച്ച് സംഭവിച്ചതിൽ ഞാൻ സന്തോഷവാനാണ്. എന്തുകൊണ്ടെന്നാൽ അമേരിക്കയിൽ വെച്ചാണ് ഈ ഓപ്പറേഷൻ നടന്നെങ്കിൽ എന്റെ അച്ഛനമ്മമാർക്ക് വലിയൊരു സംഖ്യ ചെലവ് വരുമായിരുന്നു."

അമേരിക്കക്കാരന്റെ ലാഭചിന്ത ഞങ്ങളെ ചിരിപ്പിച്ചു, മണ്ണ കപ്പം വരെ ചിരിപ്പിച്ചു. അതിലേറെ ചിന്തിപ്പിക്കുകയും ചെയ്തിരിക്കുന്നു.

●

പതിനഞ്ച്

കഥ പറയുന്ന കാഴ്ച്ചകൾ; മല കയറ്റവും

ആർത്തെക്ക് ജീവിതത്തിൽ സഞ്ചാരത്തിന് വലിയ പ്രാധാന്യമാണുള്ളത്. എന്നും യാത്രയുണ്ടാകും. രസകരമായ യാത്രകൾ. പുതിയ പുതിയ അനുഭവങ്ങളിലൂടെ ഒരു നൂറു കൂട്ടം അറിവുകൾ ലഭിക്കുകയായി. പ്രകൃതി നിരീക്ഷണം പ്രധാനമായി കാണുന്ന സഞ്ചാരം കൊണ്ട് ഉയർന്ന തോതിലുള്ള ഹൃദയവികാസമാണ് അനുഭവപ്പെടുക. നാമറിയാതെ നമ്മുടെ മനസ്സിന്റെ ഉള്ളറകൾ തുറക്കപ്പെടുന്ന പ്രതീതി.

മലകയറ്റം വലിയൊരനുഭവമായിരുന്നു. എല്ലാ കുട്ടികൾക്കും ജേതാക്കളാകുവാൻ കരടിമല നിന്നു കൊടുക്കും. കുട്ടികളുടെ പാദസമ്മർദ്ദം ഏൽക്കാതെ ഒരു ദിവസം പോലും കഴിച്ചു കൂട്ടുവാൻ അയൂ-ഡാഗിന് വയ്യ.

വലിയ പർവ്വതാരോഹക സംഘത്തെപ്പോലെ ഞങ്ങളും ഒരുക്കങ്ങൾ നടത്തി. പുറത്ത് തൂക്കിയിടാവുന്ന ബാഗ് ആവശ്യമുള്ള എല്ലാ സാധനങ്ങളും അതിൽ നിറച്ചു. ട്രൗസറും ബനിയനുമാണ് വേഷം. ബനിയനിൽ 'ആർത്തെക്ക്' എന്ന് ആലേഖനം ചെയ്യപ്പെട്ടിരുന്നു. തലയിൽ വെള്ളത്തൊപ്പി. കയ്യിൽ വാട്ടർബോട്ടിൽ. ഒരിക്കലും സംഗീതത്തെ വിട്ടു പിരിയാനാവാത്ത ചിലരുണ്ട്. കൂട്ടത്തിൽ അവരുടെ കയ്യിൽ ഗിറ്റാർ തുടങ്ങിയ സംഗീതോപകരണങ്ങൾ. അതി രാവിലെയാണ് യാത്ര പുറപ്പെട്ടത്. എല്ലാവരിലും വലിയ ഉത്സാഹമായിരുന്നു. സൂര്യപ്രകാശത്തിന്റെ കുരുന്നു കുഞ്ഞുങ്ങൾ ഞങ്ങളോടൊപ്പം മല കയറാനുണ്ടായിരുന്നു.

സൈപ്രസ്സ് മരങ്ങളുടെ പൊക്കം ഞങ്ങൾക്ക് കണ്ടറിയാനായി. എത്രതരം മരങ്ങളും ചെടികളുമാണ് അയൂ-ഡാഗിന്റെ താഴ്വരകളിലെന്നു പറയുക വയ്യ. കയറ്റം സാവധാനത്തിലാണ് തുടങ്ങുന്നത്. കരിയിലകൾ വീണ് ജീർണ്ണിച്ച് മണ്ണിനോട് ചേരുന്ന നിലങ്ങൾ. പലതരം പക്ഷികളുടെ സ്വരങ്ങൾ ഓർക്കസ്ട്രയൊരുക്കുകയാണവിടെ.

കിളികൾക്കുണ്ടോ കാലദേശവ്യത്യാസങ്ങൾ? ഉണ്ടായിരിക്കണം. ഒന്നുറപ്പാണ്, നമ്മുടെ നാട്ടിലെ പല പക്ഷികളെയും ഞാനവിടെ കണ്ടു. അവയും ക്യാമ്പിൽ പങ്കെടുക്കാൻ വന്നതാണോ ആവോ! ആവോ!ഏകദേശം അര മുക്കാൽ മണിക്കൂറു കഴിഞ്ഞപ്പോഴേക്കും എല്ലാവരും വിയർത്തു കുളിച്ചിരുന്നു. ആദ്യത്തെ ഊക്കെല്ലാം പോയ മട്ടുണ്ട്. ചിലരുടെ വാട്ടർബോട്ടിലെല്ലാം കാലിയായിക്കഴിഞ്ഞു. "വളരെ സാവധാനം നടന്നാൽ മതി. ചുറ്റുപാടുകളൊക്കെ കണ്ടും രസിച്ചും മനസ്സിലാക്കിയും ആണ് നടക്കേണ്ടത്. ..."

എന്നെല്ലാം ഗ്രീഷ ഉപദേശിച്ചിരുന്നു. ആദ്യത്തെ മൂച്ചിൽ ആ ഉപദേശമൊക്കെ ആരും ഗൗനിച്ചില്ല. പിന്നെപ്പിന്നെ എല്ലാവരും ഗ്രീഷയിലേക്ക് എത്തുകയായിരുന്നു.

ബഹുവിധ വർണ്ണങ്ങളിൽ വിടർന്ന പൂക്കളെക്കൊണ്ട് കാട്ടുവഴികൾ സുന്ദരങ്ങളും സുരഭിലങ്ങളും ആയിരുന്നു. വലിയ വലിയ മരങ്ങളിൽ ഓടിക്കയറിയ വള്ളികളും സമൃദ്ധമായി പൂത്തിട്ടുണ്ട്. പാറക്കെട്ടുകളിലൂടെ പാദസ്വരം കിലുക്കിക്കൊണ്ട് ഒഴുകിപ്പോകുന്ന കൊച്ചു കൊച്ചു നീർച്ചാലുകൾ ഞങ്ങളോട് പറഞ്ഞതെന്താണ്?

"ഇപ്പോഴിവിടെ വസന്തമല്ല. ഇനിയുമിനിയും എത്രയോ പൂക്കളാണ് വിരിയാനുള്ളത്. അതു പക്ഷേ അയ്യൂ-ഡാഗിനറിയില്ല. കുട്ടികൾ വരുമ്പോഴെല്ലാം വസന്തമാണെന്നാണ് അവൻ കരുതുന്നത്. അതെ, വസന്തത്തിലിവിടെ ഇരട്ട വസന്തമാണ്.

കാട്ടരുവിയുടെയും പക്ഷികളുടെയും ശബ്ദസൗകുമാര്യങ്ങൾക്കൊത്ത് കൂട്ടുകാർ സംഗീതോപകരണങ്ങൾ വായിച്ചു. അങ്ങനെ തുടങ്ങിയ സംഗീതം ആർത്തെക്കിന്റെ സംഗീതമായി പരിണമിച്ച് അവിടമെങ്ങും മുഴങ്ങാൻ തുടങ്ങി. അത്യഗാധങ്ങളും അതിഭീകരങ്ങളുമായ കൊക്കകൾ പോലും ആ സമാധാനഗാനം ഏറ്റു പാടി.

ഞങ്ങളുടെ സഹനശക്തി പരീക്ഷിക്കപ്പെടുക തന്നെയായിരുന്നു. കിതപ്പും ക്ഷീണവുമൊന്നും വക വെക്കാതെ വളഞ്ഞു പുളഞ്ഞു മുകളിലേക്കു നീങ്ങുന്ന കാട്ടു വഴിയിലൂടെ ഞങ്ങൾ ചിതറിത്തെറിച്ചും കൂട്ടുപിരിഞ്ഞും നടന്നു നീങ്ങി. തുറസ്സായ സ്ഥലങ്ങളിൽ കാറ്റിന്റെ സംഗീതവും ആസ്വദിച്ചുകൊണ്ട് ഞങ്ങൾ സ്വതന്ത്രമായി വിഹരിച്ചു. ഞങ്ങളോടൊപ്പം മല കയറുന്ന വെയിലിന്റെ കുഞ്ഞുങ്ങൾ വളരെ ക്ഷീണിച്ചവയും അയ്യൂ-ഡാഗിന്റെ മഞ്ഞു പുതപ്പിനെ മുഴുവനായി ഉരുക്കിക്കളയാൻ കെല്പില്ലാത്തവയും ആയിരുന്നു. അതുകൊണ്ടു തന്നെ ഇടക്കൊരു സ്ഥലത്ത് വട്ടമിട്ടിരുന്ന് ഞങ്ങൾ അഗ്നിയെ ആരാധിക്കാൻ തീരുമാനിച്ചു. 'ബോൺ ഫയർ' എന്നാണ് അവർ അതിനെ പറഞ്ഞത്. ചെറിയ കമ്പുകളും വിറകുകളും ശേഖരിച്ച്

കൊണ്ടു വന്ന് തീ കൂട്ടി. ചുറ്റും വട്ടമിട്ടിരുന്ന് തിന്നാനും പാടാനും തുടങ്ങി. അധികനേരം ആ ഇരിപ്പ് തുടർന്നില്ല. ചിലരെഴുന്നേറ്റ് നൃത്തം തുടങ്ങി. പിന്നെ വീണ്ടും മുകളിലേക്ക്.

കരടിയുടെ നടുമ്പുറത്തെത്തിയപ്പോഴേക്കും ഞങ്ങൾ ആഹ്ലാദത്തിന്റെയും ഏറ്റവും ഉയരത്തിലെത്തിയിരുന്നു. മരക്കൊമ്പുകളിൽ ചാടിക്കളിച്ച് രസിച്ചുകൊണ്ടിരുന്ന കൂട്ടുകാർ ചെറിയ പരുക്കുകളോടെയാണ് മുകളിലെത്തിയത്. അവിടെ സിരേറ്റാഷയുണ്ടായിരുന്നു. ഞങ്ങൾക്കു മുമ്പേ വിവിധ ക്യാമ്പുകളിൽനിന്നെത്തിയ കൂട്ടുകാരും. അവരെ തിരിച്ചറിയാൻ തന്നെ പ്രയാസം. നിറങ്ങളിൽ മുങ്ങിക്കുളിച്ചാണിരിപ്പ്. കാട്ടുമൃഗങ്ങളെയും പക്ഷികളെയുമെല്ലാം മുഖത്തും ശരീരഭാഗങ്ങളിലും വരച്ചിട്ടിരിക്കുന്നു. ആഹ്ലാദം പങ്കു വെക്കുന്നതിനായി അവിടെ അനുവദിക്കപ്പെട്ടിരുന്ന സ്വാതന്ത്ര്യമാണെന്ന് മനസ്സിലായി. തുറന്നു വെച്ചിരുന്ന വർണ്ണമിശ്രിതങ്ങൾക്കൊണ്ട് വന്നവർ വന്നവർ മറ്റുള്ളവരുടെ ശരീരം ക്യാൻവാസാക്കിത്തുടങ്ങി.

"ഞങ്ങൾക്കിതുപോലൊരാഘോഷമുണ്ട്. വർണ്ണങ്ങളുടെ ആഘോഷം. .." തുടങ്ങിയത് ഞാനാണെങ്കിലും പൂർത്തിയാക്കിയത് മയങ്കാണ്. ആരുടെ ദേഹത്തേക്കും വർണ്ണങ്ങൾ ചാമ്പിത്തെറിപ്പിച്ചുകൊണ്ട് ആഹ്ലാദിക്കുന്ന 'ഹോളി'യെക്കുറിച്ച് കൂട്ടുകാരോടു വിസ്തരിച്ചു. പുലിക്കളിയെക്കുറിച്ചും ഞാൻ സൂചിപ്പിച്ചു. ആളുകൾ പുലികളായി വേഷമണിയും. പിന്നെ താളമേളങ്ങളോടെയുള്ള നൃത്തമാണ്.

അയ്യൂ-ഡാഗിന്റെ മുകളിൽ നിന്നാൽ ഒന്നാംതരം കാഴ്ച്ചയാണ്. കടലൊരു 'കാലിഡോസ്ക്കോപ്പ്' തന്നെ. സൂര്യപ്രകാശം കടൽവെള്ളത്തിൽ നിർമ്മിക്കുന്ന വർണ്ണചിത്രങ്ങൾ അനുനിമിഷം അനവധിയാണ്. രാജാവും പ്രജകളുമില്ലാത്ത ആ ആർത്തെക്ക് സാമ്രാജ്യത്തെ ഒരുമിച്ചങ്ങനെ കാണുമ്പോൾ എന്തൊരാനന്ദമാണ്. കുറച്ചകലെ ചില ക്രിമിയൻ പട്ടണങ്ങളുടെ രൂപരേഖകളും കാണാം.

പിന്നെ വലിയൊരു പക്ഷിയുടെ ചിറകുകൾക്കിടയിലൂടെയെന്നപോലെ ഞങ്ങൾ ഓടിയും ചാടിയും ഇഴുകിയും പൂമരങ്ങളിലൂഞ്ഞാലാടിയും താഴേക്കിറങ്ങി. അതെ, അയ്യൂ-ഡാഗ് ഒരു വലിയ പക്ഷി തന്നെ ആകുകയായിരുന്നു;ഞങ്ങളെ വാത്സല്യപൂർവ്വം തലോടിക്കൊണ്ട്, സംരക്ഷിച്ചുകൊണ്ട്, ചിറകിലൊതുക്കിക്കൊണ്ട്.

ഒരു മഹായുദ്ധത്തിന്റെ അതിക്രൂരമായ വേട്ടയാടൽ ഏറ്റിട്ടുള്ളവയാണ് ആർത്തെക്കിനു ചുറ്റുമുള്ള പ്രദേശങ്ങളൊക്കെയും. യുദ്ധവിപത്തുകൾ അവിടെ ആരും പുസ്തകത്താളുകളിൽനിന്ന് പഠിക്കേണ്ടതായിട്ടില്ല. ജീവിച്ചിരിക്കുന്ന മനുഷ്യർക്കു മാത്രമല്ല ആ പ്രദേശത്തിന്റെ ഓരോ മണൽത്തരിക്കുമുണ്ട് വിശദീകരിക്കാനുള്ള

അനുഭവങ്ങളനവധി. ആ മണ്ണിൽ പിടഞ്ഞു വീണ മനുഷ്യജീവികളെല്ലാം ആ ജനതയാൽ ഇന്ന് ആരാധിക്കപ്പെടുന്നു.

അവിടെ കുറേ സ്ഥലങ്ങളെല്ലാം ചുറ്റി നടന്നു കണ്ട എനിക്ക് ഒരു കാര്യം ബോദ്ധ്യമായി. ഇനിയൊരു യുദ്ധത്തിലേക്ക് ഏറ്റവും അവസാനം എത്തിച്ചേരുന്നവർ സോവിയറ്റ് യൂണിയൻകാരായിരിക്കും. ലോകസമാധാനത്തിന് മറ്റെന്തിനെക്കാളും മുൻഗണന കൊടുക്കുന്ന ഭരണാധികാരികൾ അവിടെ ഉണ്ടായിരിക്കുന്നതിനും കാരണമതായിരിക്കും. സെവാസ്റ്റാപോൾ എന്ന നഗരം മുഴുവൻ ഞങ്ങളൊരു ദിവസം കൊണ്ട് ചുറ്റി നടന്നു കണ്ടു. ഒരോട്ടപ്രദക്ഷിണം തന്നെയായിരുന്നു അതെന്നു പറയാം. ഒരു ബസ്സ് കുട്ടികൾ. കൂടെ സിര്യോഷയും നീനയും ഉണ്ട്.

സെവാസ്തോപോളിലെ കടൽത്തീരത്തുനിന്ന് നോക്കിയാൽ ഒരു വലിയ സ്തംഭം വെള്ളത്തിൽ ഉയർന്നു നില്ക്കുന്നതു കാണാം. സ്തംഭത്തിന്റെ മുകൾഭാഗത്ത് ചിറകടിച്ചുയരാൻ ശ്രമിക്കുന്ന ഒരു പക്ഷിയുണ്ട്. ശില്പമാണത്.

"രണ്ടാം ലോകമഹായുദ്ധകാലത്ത് അഞ്ച് വലിയ റഷ്യൻ കപ്പലുകൾ നാസ്സികളുടെ ആക്രമണത്തിൽ മുങ്ങിപ്പോയ സ്ഥലമാണത്. ആയിരക്കണക്കിന് മനുഷ്യജീവനും അവിടെ നശിപ്പിക്കപ്പെട്ടു. അവരുടെ സ്മരണക്കു വേണ്ടി നിർമ്മിച്ചിട്ടുള്ളതാണ് ആ സ്തംഭം." മാഡം വിശദീകരിച്ചു. ഞങ്ങൾ പിന്നെയും നടന്നു.

'മുന്നോട്ട്' എന്ന അർത്ഥത്തിൽ ചൂണ്ടുകൈയുമായി നില്ക്കുന്ന മഹാനായ ലെനിന്റെ ഒരു കൂറ്റൻ പ്രതിമയുടെ അടുത്തെത്തി. വലിയൊരു സ്തംഭത്തിന്റെ മുകളിലാണ് ആ പ്രതിമ. അടുത്തു തന്നെ ചുകന്ന ഒരു കൊടിയും ഉയർത്തപ്പെട്ടിരിക്കുന്നു. ചുറ്റും നാലു മനുഷ്യരൂപങ്ങൾ കാവലിരിക്കുന്ന ശില്പങ്ങളുമുണ്ട്. തറ വെളുത്ത മാർബിൾ കൊണ്ട് പൊതിഞ്ഞിരിക്കുന്നു. ധാരാളം റോസാപൂക്കൾ അവിടെ സമർപ്പിക്കപ്പെടുന്നുണ്ട്. ഞങ്ങളും പുഷ്പാരാധന നടത്തി.

'സെവാസ്തോപോൾ' ധാരാളം സഞ്ചാരികളെ ആകർഷിച്ചുകൊണ്ടിരിക്കുന്ന സ്ഥലമാണെന്ന് മനസ്സിലായി. പല റിപ്പബ്ലിക്കുകളിൽ നിന്നുമുള്ള ആളുകളെ ഞങ്ങളവിടെ കണ്ടു. ധാരാളം സ്ത്രീകളും കുട്ടികളും റോഡിലൂടെ നടന്നു നീങ്ങുന്നതു കണ്ടു. മദ്ധ്യവയസ്സ് കഴിഞ്ഞ സ്ത്രീകൾ വല്ലാതെ തടിച്ചവരാണ്. ചെറുപ്പക്കാരികൾ ഭൂരിപക്ഷവും കൊലുന്നനെയുള്ളവരാണ്. പരിഷ്ക്കാരത്തിന് കുറവൊന്നുമില്ല. ഹൈഹീൽ ചെരുപ്പും വാനിറ്റി ബാഗും മുട്ടിനൊപ്പമുള്ള ഉടുപ്പും എല്ലാമുണ്ട്. തടി കൂടുതലാണെങ്കിലും റഷ്യയിലെ സ്ത്രീകൾക്ക് മദ്ധ്യവയസ്സ് കഴിഞ്ഞാലും നല്ല ആരോഗ്യമുണ്ടെന്നാണ് ഡോക്ടർ മറീന പറഞ്ഞത്. വളരെ

ആസ്വാദ്യകരമായ തണുത്തു കൊഴുത്ത ഐസ്ക്രീം നുണഞ്ഞുകൊണ്ടാണ് ഞങ്ങളുടെ നടത്തം. കഴിയുന്നത്ര ആളുകളെ പരിചയപ്പെടാനും അവരോട് സംസാരിക്കാനും ഞങ്ങൾ മുൻകൈയെടുത്തു.

കാഴ്ച്ചകൾ കണ്ട് രസിച്ച് മ്യൂസിയത്തിലെത്തിയതറിഞ്ഞില്ല. 'ചെർണ്ണോമോർസ്ബ്കോഗോ' ഫ്ളോട്ട് എന്നാണ് മ്യൂസിയത്തിന്റെ പേര്. പഴയ മാതൃകയിലുള്ള വലിയൊരു കെട്ടിടം. ഭീമാകാരങ്ങളായ പീരങ്കികളാണ് സന്ദർശകരെ സ്വാഗതം ചെയ്യുക. ഒരു കുരുക്ഷേത്ര ഭൂമിയാണതെന്നു പറഞ്ഞുവല്ലോ. യുദ്ധകാലത്ത് ഇരുവിഭാഗക്കാരുമുപയോഗിച്ചിരുന്ന പുതിയ രീതിയിലുള്ള യുദ്ധോപകരണങ്ങൾ അവിടെ സൂക്ഷിച്ചിട്ടുണ്ട്. ചുമരിൽ പഴയ വാളുകളും പരിചകളും. വാതിലുകളെല്ലാം ദാരുശില്പവേലകൾ കൊണ്ടലംകൃതമാണ്. മിനുസമുള്ള തറ. അരണ്ട വെളിച്ചമേയുള്ളൂ. ചില്ലുകൂടുകൾക്കുള്ളിൽ തോക്കുകൾ, കുന്തങ്ങൾ, ചെറിയ പീരങ്കികൾ. യുദ്ധത്തിൽ പങ്കെടുത്ത അഡ്മിറൽമാരുടെ കോട്ടും തൊപ്പിയും ബാഡ്ജുകളും മറ്റും വെച്ചിട്ടുണ്ട്. അക്കാലത്തെ ചില വർത്തമാനപത്രങ്ങളും കാണാനായി.

പഴയ വസ്തുക്കൾ സൂക്ഷിക്കുന്നതിൽ ബദ്ധശ്രദ്ധരാണ് സോവിയറ്റ് യൂണിയനിലെ ജനങ്ങൾ. പുറത്തേക്കു കടക്കുന്ന വാതിലിനടുത്തുമുണ്ട് വലിയൊരു ടാങ്കും പീരങ്കിയും. വളരെയധികം കേട്ടു വന്നവയാണവ. കഴിഞ്ഞുപോയ യുദ്ധത്തിന്റെ ദുരന്തവും പേറി അവ അവിടെ കിടക്കുന്നു. സന്ദർശകരെ ചരിത്രത്തിന്റെ തടവുകാരാക്കുന്നതിൽ അവിടത്തെ പ്രദർശന വസ്തുക്കൾക്ക് വലിയ കഴിവുണ്ട്.

വീണ്ടും മറ്റൊരു മ്യൂസിയത്തിലേക്ക്. 'ബ്യദിനോക് ദ്യോറം.' അതും ഒരു സ്മാരക മ്യൂസിയമാണ്. യുദ്ധത്തിന്റെ യഥാതഥമായ ഭീകരദൃശ്യം കൃത്രിമമായി അവിടെ സൃഷ്ടിക്കപ്പെട്ടിരിക്കുന്നു. കറങ്ങിച്ചലിക്കുന്ന ഒരു പ്ലാറ്റ്ഫോമിൽ സന്ദർശകർ കയറി നിൽക്കുന്നു. അകം നിറച്ചിരുട്ടാണ്. പതുക്കെ കർട്ടൻ നീങ്ങുകയായി. യുദ്ധം തകർത്തു കളഞ്ഞ ഒരു പ്രദേശം അവിടെ കാണുന്നു. യുദ്ധത്തിന്റെ ഭീകരദൃശ്യം തന്നെയാണത്. നിങ്ങളൊരു യുദ്ധം തന്നെ നേരിൽ കാണുകയാണ്. സെവാസ്തോപോൾ തന്നെയാണ് സ്ഥലം. നശിപ്പിക്കപ്പെട്ട ഗോതമ്പു വയലുകൾ, ചെറിയ കുടിലുകൾ. ചെളിയും പാറക്കല്ലുകളും നിറഞ്ഞ കുന്നിൻപുറങ്ങൾ. പീരങ്കികളും, അലറിപ്പായുന്ന ടാങ്കുകളും. പകച്ച പേക്കോലങ്ങളായ മനുഷ്യർ. എത്ര വർണ്ണിച്ചാലും കാണുമ്പോഴുള്ള അനുഭവം പുനഃസൃഷ്ടിക്കപ്പെടുകയില്ല.

പ്ലാറ്റ്ഫോം ആവശ്യമായ വേഗതയിൽ ചലിക്കുകയാണ്. അതുകൊണ്ടു തന്നെ എല്ലാ അംശങ്ങളും നല്ല പോലെ കാണാനായില്ലെന്ന് വരില്ല. നമുക്ക് മുമ്പിലും പിന്നിലുമുള്ള സന്ദർശകരുടെ

തടസ്സവും ഉണ്ടാകില്ല.

പ്രദർശനം ഒരുക്കിയിരുന്നതിലെ സാങ്കേതിക വശങ്ങളിലാണ് എന്റെ ശ്രദ്ധ വീണത്. കട്ടൗട്ടുകളും മോഡലുകളും കൊണ്ടാണ് അതൊരുക്കിയിരിക്കുന്നത്. വെളിച്ചക്രമീകരണവും സമർത്ഥമായി പ്രയോജനപ്പെടുത്തിയിട്ടുണ്ട്.

തുറമുഖത്തിലൂടെയായിരുന്നു പിന്നെയുള്ള യാത്ര. ആകെ നീലിച്ചു കിടക്കുന്ന കടൽ. തികഞ്ഞ ശാന്തത. കപ്പലുകൾ നങ്കൂരമടിച്ച് കിടക്കുന്നത് കുറച്ചകലെയാണ്. ബോട്ടുകൾ നിരന്നു കിടക്കുന്നു. അവിടെയും പീരങ്കിയുടെ ചെറിയ മാതൃകകൾ വെച്ചിട്ടുണ്ട്.

കാഴ്ച്ചകൾ കണ്ട് നടന്ന് നടന്ന് ഞങ്ങൾ നിത്യവും ബാലെയും നാടകവുമെല്ലാം അരങ്ങേറുന്ന 'റുഷ്കിൻ ഡ്രാമാറ്റിചേസ്ക്കിൻ' തിയ്യറ്ററിനു മുന്നിലെത്തി. ആധുനിക സൗകര്യങ്ങളെല്ലാമുള്ള തിയ്യറ്റർ. കടലിൽനിന്നടിക്കുന്ന കുളിർക്കാറ്റേറ്റുകൊണ്ട് അവിടമെല്ലാം ഞങ്ങൾ ചുറ്റിക്കറങ്ങി.

പിന്നീട് ഭൂതകാലത്തിന്റെ വേരുകളിലേക്കുള്ള യാത്രയായിരുന്നു. ചരിത്രം കഥ പറയുന്ന പുരാവസ്തു ഗവേഷണ കേന്ദ്രം. 'തെർസോനേവ്സാകോഗോ ടെറിട്ടറി' എന്നാണതിന്റെ പേര്. പ്രവേശനത്തിന് ടിക്കറ്റ് വേണം. എല്ലാവരും ഉള്ളിൽ കടന്നു. ഒറ്റ നോട്ടത്തിൽ വിശാലമായ കുറേ സ്ഥലം. പുരാതന സംസ്ക്കാരത്തിന്റെ നഷ്ടാവശിഷ്ടങ്ങൾ അവിടെ സൂക്ഷിക്കപ്പെട്ടിരിക്കുന്നു. കുറേയധികം സമയം ചെലവഴിച്ച് കാണണം. സ്വന്തമായി കാണാവുന്നവയത്രയും കണ്ടതിനു ശേഷം ഗൈഡിന്റെ സേവനം പ്രയോജനപ്പെടുത്തുക. അതാണ് നല്ലതെന്ന് എനിക്ക് തോന്നി.

കുറേ കെട്ടിടങ്ങളുടെ അവശിഷ്ടങ്ങളാണ് പ്രത്യക്ഷത്തിൽ നാമവിടെ കാണുന്നത്. പഴക്കവും മറ്റും പറഞ്ഞു തന്നു തന്നെ മനസ്സിലാക്കണം. കെട്ടിടങ്ങളുടെ നിർമ്മാണരീതികളും അതിനുപയോഗിച്ച സാമഗ്രികളുമെല്ലാം നമുക്കു മനസ്സിലാകും. ധാരാളം കെട്ടിടങ്ങളുടെ അവശിഷ്ടങ്ങളുണ്ട്. ഓരോ കെട്ടിടത്തോടു ചേർന്നും വലിയ കുഴികൾ; കിണറുകളായിരുന്നിരിക്കണം. ചുറ്റും കെട്ടിയിട്ടുണ്ട്. കല്ലുകൾക്ക് ചന്ദനനിറമാണ്. അലങ്കാരപ്പണികൾ നടത്തിയ കുറേ കുടങ്ങളും പാത്രങ്ങളും കണ്ടു. ഒരു ജനതയുടെ സംസ്ക്കാരം മുഴുവൻ പുരാവസ്തു ഗവേഷകന്മാർക്ക് അവയിൽനിന്ന് വായിക്കാൻ കഴിയുമായിരിക്കും.

അതികൗതുകത്തോടു കൂടിയായിരുന്നു ഞങ്ങളുടെ നടപ്പ്. പല കൂട്ടങ്ങളായി കുട്ടികൾ പിരിഞ്ഞിരുന്നു. കുറേ നീങ്ങിയപ്പോൾ ഒരു വലിയ തൂണിനു സമീപമെത്തി. അതുപോലുള്ള കുറേ തൂണുകൾ അവിടെ നിലത്തു വീണു കിടക്കുന്നുണ്ട്. അതൊരു കെട്ടിടമായിരുന്നെന്ന്

ഒറ്റ നോട്ടത്തിൽ മനസ്സിലാകും. പ്രാചീന സെവാസ്തോപോളിലെ മനുഷ്യർ കൂട്ടം കൂടിയിരുന്ന് ചർച്ചകളും വാദപ്രതിവാദങ്ങളും അവിടെ വെച്ച് നടത്തിയിരുന്നു. ആ എടുപ്പുകൾക്ക് അധികം അകലത്തല്ലാതെ വേറെയും കുറേ തൂണുകൾ കണ്ടു. ആ തൂണുകൾക്കൊരു സവിശേഷത യുണ്ട്. അവയുടെ മുകളറ്റത്ത് സ്ത്രീകളുടെ രൂപം കൊത്തി വെച്ചിരുന്നു. സ്ത്രീകളുടെ സഭയായിരുന്നിരിക്കണം അത്. അത്ഭുതകരമായ ശില്പലാവണ്യം കൊണ്ട് അവ അനുഗൃഹീതങ്ങൾ തന്നെ. ചെറിയ ചെറിയ മുറികളുടേതെന്ന് തോന്നിക്കാവുന്ന തറകളും അവിടെയുണ്ടായിരുന്നു. കല്ലുകൾക്കൊണ്ട് കെട്ടിയവയാണെല്ലാം. അടുക്കളയും കിടപ്പുമുറികളും മറ്റുമായിരുന്നിരിക്കണം.

മറ്റൊരിടത്ത് അമ്പതോളം ഭരണികൾ. പഴകിയ ചുവപ്പുനിറമാണവക്ക്. മനം കവരുന്ന കൊത്തുപണികളുമുണ്ടവയിൽ. അവക്ക് പരന്ന അടപ്പുകളുമുണ്ട്. മുന്തിരിവീഞ്ഞ് ഒഴിച്ചു വെക്കാനുപയോഗിക്കുന്ന ജാറുകളാണത്രേ അവ. അതേമാതൃകയിലുള്ള ജാറുകൾ ഇന്നും റഷ്യൻ ഗ്രാമങ്ങളിൽ കാണാം.

ഭീമാകാരമായ ഒരു മണിയായിരുന്നു അടുത്ത കാഴ്ച. രണ്ടു വലിയ തൂണുകൾക്കു തമ്മിൽ ബന്ധിപ്പിച്ചിരിക്കുന്ന ഇരുമ്പുദണ്ഡിലാണ് ഏകദേശം ഒരാൾ ഉയരമുള്ള ആ മണി തൂക്കിയിട്ടിരിക്കുന്നത്. സമയമറിയിക്കാനുള്ള സംവിധാനമായിരുന്നുവത്രേ അത്. പുരാവസ്തു ഗവേഷകന്മാരുടെയും ചരിത്രപണ്ഡിതന്മാരുടെയും സവിശേഷ ശ്രദ്ധ പതിഞ്ഞിട്ടുള്ള സ്ഥലങ്ങളാണവ.

പ്രാചീന സ്മാരകങ്ങൾ തീരെ പ്രകൃതമാറ്റം വരാതെ സൂക്ഷിക്കുന്ന കാര്യത്തിൽ സോവിയറ്റ് യൂണിയൻകാർ പ്രദർശിപ്പിക്കുന്ന ശ്രദ്ധ എടുത്തു പറയേണ്ടതാണെന്നു തോന്നുന്നു. നമ്മുടെ നാട്ടിലെ ആളുകൾ അത്തരം സ്ഥലങ്ങളെ കൃത്രിമമായി ഭംഗി പിടിപ്പിക്കാൻ ശ്രമിക്കുന്നവരാണ്. കേരളത്തിൽത്തന്നെ എത്രയോ ക്ഷേത്രങ്ങളിലെ ദാരുശില്പങ്ങളും കൽപ്രതിമകളും സംരക്ഷകർ തന്നെ പെയിന്റടിച്ച് തനിമ

നഷ്ടപ്പെടുത്തിയിരിക്കുന്നു. ചരിത്രപ്രാധാന്യമുള്ള പല സ്ഥലങ്ങളും എപ്രകാരമാണോ കണ്ടെത്തിയിരിക്കുന്നത് അപ്രകാരം തന്നെ നില നിർത്തിക്കൊണ്ട്, ചരിത്രസത്യങ്ങൾ വായിച്ചെടുക്കേണ്ടതിനു പകരം പുതിയ നിർമ്മാണസംരംഭങ്ങളുമായി സമീപിച്ച് തന്നിഷ്ടപ്രകാരം ചരിത്രം സൃഷ്ടിക്കാനാണല്ലോ പലരുടെയും സമാരംഭങ്ങൾ.

യുദ്ധോപകരണങ്ങൾ പോലും പഴയ പടി തന്നെ സൂക്ഷിക്കപ്പെട്ടി രിക്കുന്നത് കണ്ടാൽ അത്ഭുതം തോന്നും. ഇടിഞ്ഞു വീണ തുടങ്ങിയ, അധികം പഴക്കമില്ലാത്ത ഒരു കൃസ്ത്യൻ പള്ളിയും ഞങ്ങളവിടെ കണ്ടു. പൊളിഞ്ഞ ഒരു ജനാലയിലൂടെ ഞങ്ങൾ അകത്തേക്കു നോക്കി. വളരെ വിശാലമായ ഒരു മുറി. അതിലധികമൊന്നും തോന്നിയില്ല. രണ്ടാം ലോകമഹായുദ്ധകാലത്ത് റഷ്യൻ പട്ടാളക്കാർ അവിടെ ആരാധന നടത്താറുണ്ടെന്ന് ഗൈഡ് പറഞ്ഞു. മതവിശ്വാസത്തിന് വലിയ പ്രാധാന്യമൊന്നും നല്കപ്പെടാത്ത കമ്മ്യൂണിസ്റ്റ് ഭരണത്തിൻ കീഴിലും ആ പള്ളി അതു പോലെ നില നില്ക്കുന്നുവെന്നത് ശ്ലാഘനീ യമല്ലേ?

ഭക്ഷണം മറന്നുകൊണ്ടായിരുന്നു ഞങ്ങളുടെ യാത്ര. ഹോട്ടലിൽ പോയാൽ വിഭവസമൃദ്ധമായ ഭക്ഷണം ആസ്വദിക്കാം. എന്നാൽ ആരും അതിനൊരുക്കമില്ല. കാഴ്ച കണ്ടു രസിച്ചാൽ മതി.

'ബുദിനോക്ക് പനോരമ'യിൽ റഷ്യൻ വിപ്ലവത്തിലെയും ലോക മഹായുദ്ധത്തിലെയും റഷ്യൻ നേതാക്കളുടെ പ്രതിമകളുണ്ട്. പ്രശസ്ത രായ റഷ്യൻ സാഹിത്യകാരന്മാരും അവിടെ പ്രതിമകളായി നില്ക്കുന്നു. അവരെ ഓരോരുത്തരെയും പ്രത്യേകം ശ്രദ്ധിച്ചുകൊണ്ടും അവരുടെ ജീവിത കഥകൾ ഗൈഡുകളിൽ നിന്ന് കേട്ടുകൊണ്ടും മരച്ചുവട്ടിലിരു ന്ന് ഞങ്ങൾ റൊട്ടിയും വെണ്ണയും കട്ട്ലറ്റും പച്ചക്കറികളും പഴങ്ങളും തിന്ന് ഒരേ സമയം മനസ്സിന്റെ വിശപ്പും ശരീരത്തിന്റെ വിശപ്പും ശമിപ്പിച്ചു.

സെവാസ്തോപ്പിളിനെക്കുറിച്ചുള്ള ഇരുപതു മിനിട്ടു നീണ്ടുനിന്ന ഒരു ഡോകുമെന്ററി ചിത്രം ഞങ്ങളവിടെ കണ്ടു. സന്ദർശിച്ച സ്ഥല ങ്ങളെക്കുറിച്ച് കൂടുതൽ വിവരങ്ങൾ ചിത്രത്തിലൂടെയാണറിഞ്ഞത്.

പിന്നീടെത്തിയത് വലിയൊരു പാർക്കിലേക്കാണ്. വിവിധ പ്രായത്തിലുള്ള കുട്ടികൾ കളിക്കുന്നു. വിദേശീയരായ ഞങ്ങളെ കണ്ടപ്പോൾ ചിലർ കളി നിർത്തി ഓടി വന്നു. റഷ്യൻ കുട്ടികൾ അവർക്ക് ഞങ്ങളെ പരിചയപ്പെടുത്തി. അവർക്ക് ഇന്ത്യക്കാരെ വളരെ ഇഷ്ടമാണ്. ചിലർ വന്ന് തൊട്ടു നോക്കുന്നു; വേറെ ചിലർ ഉടു പ്പിലേക്കാണ് ശ്രദ്ധിക്കുന്നത്. എല്ലാവരും സൗഹൃദപൂർവ്വം പുഞ്ചിരിച്ചു. പലരും ഞങ്ങളെ വീട്ടിലേക്ക് ക്ഷണിക്കുകയാണ്. സമയമില്ലല്ലോ?

അവരെ നിരാശപ്പെടുത്താതെ എന്തു ചെയ്യും? ക്ഷണം സ്നേഹപൂർവ്വം നിരസിച്ചു. ആപ്പിൾ കഷണങ്ങൾ ഞങ്ങൾ അവർക്കും അവർ ഞങ്ങൾക്കും കൈമാറി. ഒരുമിച്ചിരുന്ന് ഐസ്ക്രീം നുണഞ്ഞു. ആ കൂട്ടുകാരോട്ടു കൂടിയിരുന്നപ്പോൾ ജീവിതത്തിലെ അപൂർവ്വമായ നിമിഷങ്ങൾ എത്ര വേഗതയിലാണ് കടന്നു പോയതെന്നറിഞ്ഞില്ല. നിനച്ചിരിക്കാതെ ലഭിച്ച അതിഥികൾ 'ദസ് വിതാനിയ'(നമസ്ക്കാരം) പറഞ്ഞു പിരിയുമ്പോൾ അന്നത്തെ സൂര്യനും പകലിനോട് യാത്ര പറയുകയായിരുന്നു.

●

പതിനാറ്

ബാബുഷ്ക്ക മുതൽ നെപ്റ്റ്യൂൺ വരെ

റസ്, ദ്വാ, ത്രി, ചിത്തിര്യ്, പ്യാച്ച്, ഷേസ്ച്, സ്യേം, റോസ്യം, ജേവ്യച്ച്, ജേസ്യച്ച്... ഇങ്ങനെ ദ്വാസ്ച്ച് വരെയും ഞാൻ ക്രമം തെറ്റാതെ ഇറയുടെ മുന്നിൽ കൈ കെട്ടി നിന്ന് ഉറക്കെ പറഞ്ഞു കേൾപ്പിച്ചു.

"വെൽ ഡൺ, കവിത് സ്ക്കാ" അവൾ കൈകൊട്ടിച്ചിരിച്ചുകൊണ്ട് പറഞ്ഞു. പിന്നെ അവളുടെ കാതിൽ കിടന്ന ആഭരണം അഴിച്ച് എന്റെ കാതിലിട്ടു തന്നു.

"ഇത് നമ്മുടെ സ്നേഹസ്മരണക്കായി എന്നും സൂക്ഷിച്ചു വെക്കൂ. എത്ര വേഗത്തിലാണ് ഒന്നു മുതൽ ഇരുപത് വരെ റഷ്യനിൽ എണ്ണാൻ നീ പഠിച്ചത്!" എന്നവൾ ഇംഗ്ലീഷിൽ പറഞ്ഞു. അതെ, ഞാനും അതിശയിച്ചു പോയി. എത്ര വേഗത്തിലാണ് പഠിച്ചത്! കാന്റീനിൽ ഭക്ഷണം വിതരണം ചെയ്യുകയെന്ന ചുമതല നിർവ്വഹിക്കുന്നതോടൊപ്പം പഠനവും നടന്നു. പ്രവൃത്തിയിലൂടെയുള്ള പഠനം!

നമ്മുടെ നാട്ടിലെ നഴ്സുമാരെപ്പോലെ വെള്ളത്തൊപ്പിയും യൂണിഫോമും ധരിച്ചുകൊണ്ട് എത്തിയപ്പോഴേ ഇറ പറഞ്ഞു, "വിളമ്പലിലൂടെ നമുക്കിന്ന് പഠനവുമാകാം. വലിയ പ്ലെയ്റ്റിൽ കട്ലറ്റും ഇറച്ചിയും സൂപ്പും പഴങ്ങളും എല്ലാം നിരത്തി, നിർദ്ദിഷ്ട മേശപ്പുറത്ത് കൊണ്ടു വെക്കണം. മേശകൾക്ക് നമ്പറുണ്ട്. അത് എഴുതി വെക്കുകയും ചെയ്തിരിക്കുന്നു. പ്ലെയിറ്റുമായി ആദ്യം ഞാൻ ഇറയുടെ മേശക്കരികിൽ എത്തണം. എത്രാം നമ്പർ മേശപ്പുറത്താണ് വയ്ക്കേണ്ടതെന്ന് അവൾ പറയും. "കവീത് സ്ക്കാ, നമ്പർ പ്യാച്ച്"

എന്റെ ഉള്ളിൽ പാഞ്ചും അഞ്ചുമായിരുന്നു. യാതൊരു സംശയവുമില്ലാതെ അഞ്ചാം നമ്പർ മേശപ്പുറത്ത് വിഭവങ്ങൾ വെച്ച് ഞാൻ തിരിച്ചെത്തി. പിന്നീടവൾ പറഞ്ഞ സംഖ്യചിത്തിര്യ.ചാറും ചതുർത്ഥിയും എന്റെ രക്ഷക്കെത്തി. 'ജേവ്യച്ച്' പറഞ്ഞപ്പോൾ ഞാൻ കുഴയുക തന്നെ ചെയ്തു. ഒമ്പത് എന്ന് എങ്ങനെയാണ് തിരിച്ചറിയുക?

ഇറ ആംഗ്യം കൊണ്ട് സൂചന നല്കി. അവിടന്ന് മേശപ്പുറം വരെയും തുടർന്ന് ഇറയുടെ സമീപം വരെയും ജേവ്യച്ച്, ജേവ്യച്ച് എന്ന് ഞാൻ തുടർച്ചയായി ജപിച്ചുകൊണ്ടിരുന്നു.

ഇതായിരുന്നു പഠനമാതൃക!

സോവിയറ്റ് യൂണിയനിലെ സ്ക്കൂളുകളിൽ പഠനം പ്രവൃത്തിയോട് ബന്ധപ്പെട്ടിരിക്കുന്നു. അവിടത്തെ അദ്ധ്യാപകർ അറിവ് വിളമ്പുന്നവരല്ല അനുഭവിപ്പിക്കുന്നവരാണെന്ന് ആ കൂട്ടുകാരിൽനിന്ന് എനിക്ക് മനസ്സിലായി. പരീക്ഷയെ ഒരിക്കലും ഭയപ്പെടേണ്ടി വരാത്ത കുട്ടികൾ ജോലിക്കു വേണ്ടി അലഞ്ഞു തിരിയുന്ന ഗതികേടിലും എത്തുന്നില്ല. നമ്മുടെ നാട്ടിലെ വിദ്യാഭ്യാസത്തിൽ പരീക്ഷക്ക് നൽകിയിരിക്കുന്ന ഉയർന്ന സ്ഥാനവും അഭ്യസ്തവിദ്യരുടെ തൊഴിലില്ലായ്മയുടെ രൂക്ഷതയും വിസ്തരിച്ചപ്പോൾ അവിടത്തെ കുട്ടികൾ അന്തം വിട്ടു നിന്നു.

'ബാബുഷ്ക്ക'യാണ് റഷ്യൻ കുട്ടികളുടെ ആദ്യത്തെ ഗുരുനാഥ എന്നു പറയാം. മുത്തശ്ശി തന്നെ ബാബുഷ്ക്ക.അമ്മയെക്കാൾ കുട്ടികൾക്ക് കൂടുതൽ അടുപ്പം ബാബുഷ്ക്കയോടാണ്. ബാബുഷ്ക്കയുടെ പരിലാളനമേറ്റ് അവർ വളരുന്നു.അച്ഛനമ്മയും ജോലിക്കു പോയാൽ മുത്തശ്ശിയാണ് അവരുടെ സംരക്ഷക.

നമ്മുടെ നാട്ടിൽ നില നിന്നിരുന്ന കൂട്ടുകുടുംബ സമ്പ്രദായത്തെക്കുറിച്ച് മുതിർന്നവർ പറഞ്ഞ് നാം ധാരാളം കേട്ടിട്ടുണ്ടായിരിക്കും. പടിഞ്ഞാറൻ സംസ്ക്കാരത്തിന്റെ ഗതിയിൽപ്പെട്ട് നമ്മുടെ നാട്ടിലെ കുടുംബങ്ങൾ വളരെ ചെറുതായിപ്പോയിട്ടുണ്ട്. പ്രായം ചെന്നവർ ഒറ്റപ്പെട്ടു പോവുകയും.

സോവിയറ്റ് യൂണിയനിലെ കുട്ടികളെല്ലാം മുത്തശ്ശിമാർക്ക് കത്തെഴുതാനാണ് കൂടുതൽ തിടുക്കം കാണിക്കുന്നത്. ഇത്ര ശക്തമായ കുടുംബബന്ധങ്ങൾ അവർക്കിടയിലുണ്ടെന്ന് ഞാൻ മനസ്സിലാക്കിയിരുന്നില്ല.

ഞാൻ അവിടത്തെ കൂട്ടുകാർക്ക് പരിചയപ്പെടുത്തിക്കൊടുക്കാൻ എന്റെ നാട്ടിൽ നിർമ്മിച്ച വാസനസോപ്പിന്റെ ചില കട്ടകൾ കൊണ്ടുപോയിരുന്നു. കുട്ടികൾക്ക് ചന്ദ്രിക സോപ്പിന്റെ വാസന വളരെ ഹൃദ്യമായി. സമൃദ്ധമായ അതിന്റെ പതയിലും അവർ ഏറെ ആകർഷിക്കപ്പെട്ടു. ഒരുവൾക്ക് ഞാൻ പുതിയൊരു കട്ട സമ്മാനിച്ചു.

"നാട്ടിൽ കൊണ്ടു പോയി നീയിതാർക്കു കൊടുക്കും?"

ഉത്തരം പെട്ടെന്നായിരുന്നു.

"ബാബുഷ്ക്കക്ക്."

എല്ലാം സ്റ്റേറ്റിന്റേതായിരിക്കുകയും ഉള്ളതെല്ലാം ഏറെക്കുറെ ഓരേ പോലെ വിതരണം ചെയ്യപ്പെടുകയും എന്ന സാമൂഹ്യക്രമം നിലവിലുണ്ടായിരുന്ന സോവിയറ്റ് യൂണിയനിലെ കുട്ടികൾക്ക് കേവലം ഒരു ദരിദ്ര രാജ്യമായ ഭാരതത്തിലെ ഭിക്ഷക്കാരനു പോലും എളുപ്പം അനുഭവിക്കാവുന്ന ടോയിലറ്റ് സോപ്പിന്റെ ആർഭാടം ഒരു വലിയ അതിശയം തന്നെ. എന്നാൽ ഈ വരികൾ ഞാനിവിടെ കുറിക്കുന്ന ഈ ദിവസങ്ങൾ സോവിയറ്റ് യൂണിയന്റെ മറ്റൊരു മുഖമാണ് കണ്ടു കൊണ്ടിരിക്കുന്നത് എന്നും അറിയുക. സ്വാതന്ത്ര്യവാഞ്ഛ അവരെ എവിടേക്കാണ് കൊണ്ടു ചെന്നെത്തിക്കുക? കമ്മ്യൂണിസത്തോട് വിട പറയുന്ന സോവിയറ്റ് യൂണിയനിലെ ജനജീവിതം എന്റെ കൂട്ടുകാർ എങ്ങനെയാണ് കാണുന്നതെന്ന് എഴുത്തുകളിലൂടെ അറിയാനുള്ള സൗകര്യം കൂടി ഇപ്പോൾ ഇല്ലാതായിരിക്കുകയാണ്.വ്യക്തികളുടെ മേൽവിലാസങ്ങളെ മാറ്റി മറിക്കുന്ന സംഭവവികാസങ്ങളല്ലേ അവിടെയിപ്പോൾ ഉണ്ടായിക്കൊണ്ടിരിക്കുന്നത്!

ചാരനിറമുള്ള ശരീരത്തിൽ കറുത്ത വരകൾ വരച്ചു ചേർക്കുന്ന നീണ്ട രോമങ്ങളുള്ള ഒരു കൊച്ചു മുയൽ എന്റെ അലമാരക്കകത്തിരിക്കുന്നു. ചുവപ്പു കലർന്ന നീലപ്പളുങ്കു കണ്ണുകൾ! ഈ മുയലിനെ കാണുമ്പോൾ എനിക്ക് മാഷയെ ഓർമ്മ വരും. ഇവനെ സമ്മാനിച്ച മാഷയെ. മുയലിന്റെ മുഖം തന്നെയാണ് മാഷക്കും. ഞാൻ സമ്മാനിച്ച ചായപ്പെൻസിലുകൾകൊണ്ട് എന്റെ ചിത്രം വരച്ച ആറു വയസ്സുകാരി മാഷ.

അതെ, മുയലും മാഷയും എന്നെ ഒരായിരം തവണ അവിടേക്ക് എത്തിക്കുന്നു. ആർത്തെക്കിനടുത്തുള്ള 'സാനിട്ടോറിയ'ത്തിലേക്ക്. മന്ദബുദ്ധികളും വികലാംഗരുമായ ശിശുക്കൾ അവരുടെ പോരായ്മകളൊന്നുമറിയാതെയാണ് ജീവിക്കുന്നതവിടെ.

ആർത്തെക്കിൽ വരുന്നവരെല്ലാം ഇവിടെ വരും. ഇവരുമായി കുറേ മണിക്കൂറുകൾ ചെലവഴിക്കും. അതൊരു പതിവാണ്. ഗൈഡ് ഞങ്ങളെ ഓർമ്മിപ്പിച്ചു.

അതേ, പ്രത്യേക കാലങ്ങളിൽ കൂട്ടമായി എത്തിച്ചേരുന്ന ദേശാടനക്കിളികളെപ്പോലെ ആർത്തെക്കിൽനിന്ന് കുട്ടികളെത്തുന്നത് കാത്തിരിപ്പാണവർ. ബലൂണുകളും ചായപ്പെൻസിലുകളും പാവക്കുട്ടികളും മിഠായികളും... അങ്ങനെ എന്തെല്ലാം സമ്മാനങ്ങളുമായിട്ടാണ് ഞങ്ങളെത്തിയത്!

ഹാളിൽ നിരത്തിയിട്ട കട്ടിലുകളിൽ ഇരിക്കുകയും കിടക്കുകയും ചെയ്യുന്ന കുട്ടികൾ! അവർക്കിടയിൽ പരിചാരികമാർ. പ്രഗത്ഭരായ ഡോക്ടർമാരാണ് അവരെ ചികിത്സിക്കുന്നത്.

ഒരു നിമിഷം ഞാൻ നമ്മുടെ രാജ്യത്തെ പതിവു ദൃശ്യങ്ങളോർത്തു പോയി. മഹാനഗരങ്ങളുടെ സുഖജീവിതങ്ങൾ വലിച്ചെറിയുന്ന മാലിന്യങ്ങളിൽ ചിറകൊടിഞ്ഞ് വീണു കിടക്കുന്ന മറ്റൊരു ജീവിതമേഖല. രാജപാതകൾക്കിരുവശവും അടിഞ്ഞു കിടക്കുന്ന ചവറു ജീവിതങ്ങൾ.

ജീവിതത്തിന്റെ രണ്ടു മുഖങ്ങൾക്കു തമ്മിൽ ഇത്ര വലിയ അന്തരം സോവിയറ്റ് യൂണിയനിൽ ഉണ്ടായിരുന്നില്ല തന്നെ.

ആ കുട്ടികൾ ഞങ്ങളെക്കണ്ടപ്പോൾ അത്ഭുത പൂർവ്വം നോക്കുകയും നിഷ്ക്കളങ്കമായി പുഞ്ചിരിക്കുകയും ചെയ്തു. പിഞ്ചു കൈകൾ കൊണ്ട് മാടി വിളിച്ചു. അവർക്കെറിഞ്ഞു കൊടുത്ത വർണ്ണബലൂണുകൾ പിടിച്ചെടുത്ത് ഞങ്ങളുടെ നേർക്കു തന്നെ എറിഞ്ഞു തന്നു. അതൊരു കളിയുടെ തുടക്കമായിരുന്നു. കുറേ നേരമതു തുടരുകയും ചെയ്തു. അതിനോടകം ബഹു വർണ്ണ ബലൂണുകൾ ഹാളിനകത്ത് പാറി നിറഞ്ഞു. ഓരോരുത്തരെയായി പരിചയപ്പെടുകയായിരുന്നു. അറിയാവുന്ന കൊച്ചു കൊച്ചു റഷ്യൻ വാക്കുകളിൽ അവരോട് വർത്തമാനം പറഞ്ഞുകൊണ്ടുമിരുന്നു. ഞാനും മാഷയും അടുത്തതങ്ങനെയാണ്.

നിഷിത, ഐബ്യക് എന്ന കുട്ടിയുടെ ചിത്രം വരച്ച് അവനു നല്കി. അതിരില്ലാത്ത സന്തോഷപ്രകടനം. അവളുടെ നെറ്റിയിലെ പൊട്ടിന്റെ മേലായി പിന്നെ അവന്റെ നോട്ടം. ലാറിസയുടെ കഴുത്തിലെ അലങ്കാരപ്പണി ചെയ്ത മാല കണ്ടിട്ട് അത്ഭുതം കൂറി നിൽക്കുകയാണ് താന്യ. അവളുടെ സ്വർണ്ണത്തലമുടി ഇന്ത്യൻ മട്ടിൽ കെട്ടിവെച്ചു കൊടുത്തപ്പോൾ അതനുകരിച്ച് മറ്റു പെൺകുട്ടികളും ആനന്ദിച്ചു.

"സ്ക്കോൾക്ക മൾച്ചിക്കോവ് ത്സുത് റസ്, ദ്വാ, ത്രീ.....

സ്ക്കോൾക്ക ജേ്യവ്യച്ചക്ക് ത്സുത് വൺ. ടൂ, ത്രീ.......

സ്ക്കോൾക്ക സ്ത്രേ്യവ്വീവ് ലോസ് നസ് ഐംസ് വൈദ്രെ,

നാഷ് സപീയവ് നാഷ് പ്രിപിയവ് പഫ്ദര്യായ്........

അവിടത്തെ കുട്ടികളുടെ നഴ്സറിഗാനം ഞങ്ങളൊരുമിച്ച് പാടി. വലിയ സന്തോഷത്തോടെ അവരും ഏറ്റു പാടി. പാട്ടിനൊപ്പം താളത്തിൽ കയ്യടിച്ച് രസിക്കുകയും ചെയ്തു. പരിചാരകരായ സ്ത്രീകൾ അവർക്കായി കൊണ്ടു വന്ന ഭക്ഷണം ഞങ്ങൾ അവർക്കു പകർന്നു കൊടുത്തപ്പോൾ ആ കുട്ടികളുടെ സന്തോഷം ഞങ്ങളിൽ കുളിരു പകരുകയായിരുന്നു.

ഇങ്ങനെ വളരുന്ന കുട്ടികൾ ലോകത്തൊരിടത്തുമുണ്ടാകില്ലെന്നു തന്നെയാണ് എനിക്കു തോന്നുന്നത്. കുറേ അനാഥക്കുട്ടികൾ എല്ലാ സുഖങ്ങളും അനുഭവിച്ച് വളരുന്ന അപൂർവ്വം കേന്ദ്രങ്ങൾ നമ്മുടെ

നാട്ടിലും ഉണ്ടാകും. എന്നാൽ പല കുറവുകളോടെയും ജനിക്കുന്ന എല്ലാ കുട്ടികളെയും സനാഥരാക്കുന്ന വ്യവസ്ഥിതി, അത് ഇവിടെ മാത്രമേയുണ്ടായിരുന്നുള്ളൂ. സോവിയറ്റ് യൂണിയനിൽ. എത്ര വലിയ അനുഭവം! ആ സാനിട്ടോറിയത്തിൽ നിന്നും മനസ്സ് വേർപെടുത്താൻ പ്രയാസമായിരുന്നു. ആ കുട്ടികൾ ഞങ്ങളൊരുമിച്ച് മുയലുകൾക്ക് തീറ്റ കൊടുത്തും കിളികൾക്ക് പിറകേ ഓടിയും കിളിക്കൂടുകൾ പരിശോധിച്ചും പൂക്കൾ പറിച്ച് മാലയുണ്ടാക്കിയും ചിത്രം വരച്ചും ആടിയും പാടിയും മണിക്കൂറുകളെത്രയാണ് ചെലവഴിച്ചത്.!

ദിവസങ്ങൾ പറന്നു പോവുകയാണ്. അമിതവേഗതയിലുള്ള പറക്കൽ. മനസ്സ് പിടയുന്നു. എത്ര കുറേശ്ശയായി എടുത്തിട്ടും പെട്ടെന്ന് തീർന്നു പോകുന്ന ഏറ്റവും ഇഷ്ടപ്പെട്ട പലഹാരം പോലെ കാലം....

ഉച്ചക്ക് ആബ്സോല്യൂട്ടിന്റെ സമയം. കൂട്ടുകാർ ഒരുക്കങ്ങളിലാണ്. " എത്ര നാളായി വയർ നിറച്ച് ചപ്പാത്തി തിന്നിട്ട്! ഇപ്പോൾ കിട്ടിയാൽ ഒരു പത്തെണ്ണമെങ്കിലും ഞാൻ അകത്താക്കും." ലാറിസയാണ് പറയുന്നത്. ഞങ്ങളുടെ വായിലും വെള്ളമൂറി. കഞ്ഞിയും ചെറുപയർ ഉപ്പേരിയുമാണ് എന്റെ മനസ്സിൽ ഓടി വന്നത്.

ആബ്സോല്യൂട്ടിന്റെ പിടുത്തത്തിൽ ഞങ്ങൾ മയങ്ങി വീണത് സ്വന്തം നാടുകളിലേക്കു തന്നെയാകണം.

"പതിയോം, പതിയോം. ബച്ചോം പതിയോം. കുട്ടികാളേ, പതിയോം"

ഗ്രീഷ അലമുറയിടുന്നത് കേട്ടാണ് ഞെട്ടിയുണർന്നത്. മണി നാലു കഴിഞ്ഞിരിക്കുന്നു. ഗ്രീഷ വാതിൽ തുറന്ന് അകത്തു കയറി. "കുട്ടികാളേ, വെക്കപ്പ്."

ഗ്രീഷയുടെ മലയാളം കേട്ട് ഞാൻ പൊട്ടിച്ചിരിച്ചു. കാര്യം എല്ലാവർക്കും മനസ്സിലാകുന്നുണ്ട്. കൂട്ടുകാർ ചുണ്ടിൽ ചിരിയുമായി എന്നെയാണ് നോക്കുന്നത്. തലേന്ന് ഞാൻ ഗ്രീഷയെ ചില മലയാളം വാക്കുകൾ പഠിപ്പിക്കുന്നത് പലരും കണ്ടതാണ്. അറിഞ്ഞതൊന്ന് പരീക്ഷിച്ച് 'മലയാളി' യായതാണ് ഗ്രീഷ. ഞങ്ങളുടെ ചിരി കണ്ട് അവൻ വല്ലാതായി. പിന്നെ ഒരിളിഭ്യച്ചിരി ചിരിക്കയും ചെയ്തു.

നാളെയാണ് 'നെപ്ട്യൂൺ ദിനം.' ഗംഭീരമായി ആഘോഷിക്കണം. ഇന്ന് അതിനുള്ള ഒരുക്കങ്ങളൊക്കെ ആകട്ടെ. തുണികളും കാർഡ് ബോർഡും വർണ്ണക്കടലാസ്സുകളും ചായത്തരങ്ങളും എല്ലാമെത്തി. രാജകീയ വേഷങ്ങൾ ഒരുക്കണം. വസ്ത്രങ്ങളും ആഭരണങ്ങളും ആയുധങ്ങളും എല്ലാം ഒരുക്കണം.

പിറ്റേന്ന് നേരം പുലർന്നു. നല്ല തെളിച്ചമുള്ള പ്രഭാതം. ഉടനെ കറന്ന പശുവിൻ പാലിന്റെ ചൂട് കടലിന്. തീരം മുഴുവൻ ബഹുവർണ്ണ കൊടികൾ കൊണ്ടലംകൃതമായിരിക്കുന്നു. കുട്ടികൾ മറ്റൊരു കടലായി മാറിയിരിക്കുന്നു. 'നെപ്ട്യൂൺ ഉത്സവത്തിന്റെ ആരംഭം കുറിക്കുന്നതും കാത്തിരിപ്പാണവരും.

രാജ്ഞിയും പരിചാരകന്മാരുമായി വേഷം കെട്ടിയ സംഘങ്ങളെ കാണാം. കാവൽക്കാർക്ക് ഭടന്മാരുടെ വേഷമാണ്. വാളും പരിചയും കുന്തവും തൊപ്പിയുമെല്ലാമുണ്ട്. ശരീരം ചായം പൂശി മനോഹരമാക്കിയിട്ടുണ്ട്. അതാ മെറീനാ മാഡം. അവരിപ്പോൾ രാജ്ഞിയാണ്. പരിചാരികമാരുടെ വേഷത്തിൽ ഓല്യയും നതാഷയും ജമീലയും നിഷിതയും ദേഹമാസകലം ചായം പൂശിയ ശേഷം പച്ചിലകളും മരച്ചില്ലകളും കൊണ്ട് അലങ്കാരങ്ങൾ നടത്തുന്നു. വലിയൊരു പരിചാരകവൃന്ദവുമുണ്ട്. അൽമാസ്, ജനീസ്, ആന്ദ്രേയ്, കോല്യ, സ്ലാവ ഇവരെല്ലാമുണ്ട്.

നോക്കെത്താദൂരത്തോളം ഇതു പോലുള്ള സംഘങ്ങളാണ്. താളവും മേളവും തുടങ്ങിയിരിക്കുന്നു. അതിനനുസരിച്ചുള്ള ചുവടു വെപ്പുകളും.

തിരമാലകൾ ഉമ്മ വെക്കുന്ന കരിങ്കൽത്തറ നല്ലൊരു ബോട്ടായി മാറ്റണം. അതാണ് ഞങ്ങളെ ഏൽപിച്ചിരിക്കുന്ന പണി. ത്രികോണാകൃതിയിലുള്ള ഒരു മുഖപ്പ് ഘടിപ്പിച്ചു. പിന്നെ പഴയൊരു സ്റ്റിയറിങ്ങ്. അത് പിടിച്ചുകൊണ്ട് ഗ്രീഷ നാടകത്തിന്റെ പോസിൽ നിന്നു.

കടലിൽ അതാ ഒരു റോക്കറ്റിന്റെ മിന്നലാട്ടം. അപരിചിതരായ യാത്രക്കാരുമായി തുഴഞ്ഞു നീങ്ങിയ ബോട്ടുകൾ ചിലതു തീരമണയുന്നു. ബോട്ടുകളിലൊന്നിലതാ സമുദ്രദേവനായ നെപ്ട്യൂൺ. ഒരു വലിയ ശൂലമുണ്ടദ്ദേഹത്തിന്റെ കൈയിൽ. സ്വർണ്ണപ്രഭ ചൊരിയുന്ന കിരീടം. മുട്ടോളമെത്തുന്ന വെള്ളത്താടി. കിങ്കരന്മാരുണ്ട് ഇരുവശവും. ദേവൻ അടുത്തെത്തുന്തോറുമാണ് ദേവനല്ലാതായിത്തീരുന്നത്. അതെ; ഞങ്ങളുടെ പയനിയർ ലീഡർ തന്നെയാണ് നെപ്ട്യൂൺ ദേവനെന്ന് ഞങ്ങൾ തിരിച്ചറിയുന്നു.

ദേവൻ ബോട്ടിൽനിന്നിറങ്ങി മണൽപ്പരപ്പിൽ വന്നു നിന്ന് ഉറക്കെ ചോദിക്കുകയാണ്. "ആരാണെന്നെ ഉണർത്തിയത്? ആരാണീ കരിങ്കടലിനെ ശല്യം ചെയ്യുന്നത്? രാത്രിയും പകലും മുടക്കദിവസങ്ങളിലും പ്രവൃത്തി ദിവസങ്ങളിലും ഒരു നിമിഷം പോലും സ്വസ്ഥത തരാതെ ഇവിടെ ശബ്ദമുണ്ടാക്കി ക്കൊണ്ടിരിക്കുന്നത് കുട്ടികളാണല്ലേ?"

എണ്ണമറ്റ സംഘങ്ങൾ. എല്ലാ സംഘത്തിലുമുണ്ട് നെപ്ട്യൂൺ ദേവൻ. കടലും തീരവും കുട്ടികളെക്കൊണ്ട് നിറഞ്ഞു. ഇത്ര

ഉത്സാഹത്തിമിർപ്പുള്ള ഒരാഘോഷം ഞാൻ അനുഭവിച്ചിട്ടേയില്ല. വർണ്ണവും ശബ്ദവും ചലനവും ഒന്നിച്ചിഴ ചേർന്നുകൊണ്ടുള്ള ആഘോഷം.

ആഘോഷത്തിന്റെ പരിസമാപ്തിയിൽ കഥാപാത്രങ്ങളുടെ വർണ്ണക്കൂട്ടുകൾ കഴുകിക്കളയുവാൻ ഞങ്ങളെത്ര പാടു പെട്ടുവെന്നോ, കരിങ്കടലിന് വന്നുവോ വർണ്ണഭേദം?

●

പതിനേഴ്

പെൺകുട്ടികളുടെ ദിനം

"പെൺകുട്ടികളേ, നിങ്ങൾക്കാശംസകൾ. ഇന്ന് നിങ്ങളുടെ ദിനമാണ്." വാതിലിൽ എഴുതി വെച്ചിരിക്കുന്നു. അന്നത്തെ അത്ഭുതം അതായിരുന്നു. സോവിയററ് കൂട്ടുകാരികൾ ആർത്തു വിളിച്ച് ആഹ്ലാദം പ്രകടിപ്പിച്ചു. ഞങ്ങൾ കുറച്ചു പേർ കാര്യം മനസ്സിലാകാതെ അന്തം വിട്ടു നിൽക്കുകയാണ്. ആൺകുട്ടികളുടെ മുറിയിൽ ചെന്നു നോക്കിയപ്പോൾ അവരില്ല. അവരൊന്നും അവിടെ ഉണ്ടാവുകയില്ലെന്ന് മാഡം നീന പറഞ്ഞു. അവർ എവിടേക്ക് പോയിരിക്കുന്നു? ഒരു വിവരവും തരാതെയാണല്ലോ അവർ പണി പറ്റിച്ചിരിക്കുന്നതെന്ന് എന്നായി ഞങ്ങളുടെ കുണ്ഠിതം.

ഇന്ന് ആർത്തെക്കിലെ എല്ലാ സുഖങ്ങളും പെൺകുട്ടികൾക്കായി വിട്ടു തന്നിട്ട് അവരെല്ലാം അണിയറയിലേക്ക് നീങ്ങിയിരിക്കയാണ്. ഒരു നാൾ ഇവിടമിനി പെണ്ണരശുനാടു തന്നെ.

കാന്റീനിൽ ചെന്നപ്പോൾ മഹതികളെല്ലാമിരുന്ന് സുഖമായി തിന്നുകയാണ്. വിളമ്പാനും കഴുകാനുമെല്ലാം അതാ ആൺകുട്ടികൾ. അവരുടെ ഉപചാരവും സേവനവും എല്ലാം വളരെ രസകരമായിരുന്നു.

"പസ്ദ്രവ്ല്യായെം ജേവുഷ്ക്കാ" പെൺകുട്ടികൾക്ക് അവരുടെ ആശംസകൾ. ജയ്ഹുൻ വലിയ വിളമ്പുകാരന്റെ ഗമയിൽ എനിക്ക് ഒന്നു രണ്ടു കട്ലറ്റുകൂടി തന്നു. അവനറിയാം എനിക്കതു പഥ്യമാണെന്ന്.

ഭക്ഷണം കഴിഞ്ഞ് ഞങ്ങൾ മുറിയിലെത്തി. പുറത്തോ വഴിയിലോ ഒന്നും ആൺകുട്ടികളുടെ പൊടിപോലുമില്ല. ഇരുട്ടു വീണപ്പോഴാണ് അവരെത്തിയത്. "എവിടെപ്പോയിരുന്നു നിങ്ങളിതു വരെ?"

"ഞങ്ങൾ പണിയെടുക്കുകയായിരുന്നു, വയലിൽ. പണിയെടുക്കുന്നതും വളരെ രസകരമാണ് കേട്ടോ."

മയങ്കും കൂട്ടുകാരും പറഞ്ഞു.

"എങ്കിലും നിങ്ങളൊരക്ഷരം പറയാതെ പോയില്ലേ; ഇവിടത്തെ വയൽ കാണാനും കൃഷിപ്പണിയിൽ പങ്കു ചേരാനും ഞങ്ങൾക്കുമില്ലേ മോഹം?"

"ബോയ്സ് ഡേ വരട്ടെ. പണിയെടുക്കാനുള്ള പൂതി അന്നു തീർക്കാം."

പകൽ മുഴുവൻ പെണ്ണുങ്ങളുടെ മത്സരമായിരുന്നു. സ്പോർട്ട്സ്, ഗെയിംസ്, കല, സാഹിത്യം അങ്ങനെ വിവിധ വിഷയങ്ങൾ. ചർച്ചാവേദികളും പ്രശ്നോത്തരികളുമുണ്ടായിരുന്നു. എല്ലാ കുട്ടികളും ഏതെങ്കിലും കുറേ ഇനങ്ങളിൽ പങ്കെടുക്കണമെന്നും ജയിക്കണമെന്നും നിർബന്ധമാണ്.

അന്നത്തെ ഉച്ച തിരിഞ്ഞുള്ള സമയം വലിയൊരു പ്രവൃത്തി പരിചയമേള പോലെയാണ് എനിക്കനുഭവപ്പെട്ടത്. അവിടെ ലഭ്യമായ വസ്തുക്കൾ ഉപയോഗിച്ച് എന്തും നിർമ്മിക്കാം. താത്പര്യമുള്ള കരകൗശലവേലകളിൽ ഓരോരുത്തരും മുഴുകി. നിർമ്മിത വസ്തുക്കൾ കാണാനും വിലയിരുത്താനും അതിന് അംഗീകാരം നല്കുവാനും പയനിയർ ലീഡർമാരുണ്ട്. പ്രോത്സാഹനാർത്ഥം അവർ പോയന്റുകൾ അടയാളപ്പെടുത്തിയ ടോക്കണുകൾ തരും. കൂടുതൽ പോയന്റുകൾ നേടാനുള്ള ജാഗ്രതയിലാണ് ഓരോരുത്തരും.

ഓരോ റിപ്പബ്ലിക്കുകളിലുമുള്ള ജനങ്ങളുടെ പരമ്പരാഗതമായ കൈത്തൊഴിൽ വൈദഗ്ധ്യങ്ങൾ അവിടെ പ്രത്യക്ഷപ്പെടാൻ തുടങ്ങി. തുണിയിലെ ചിത്രവേലകൾ, കളിമണ്ണു കൊണ്ടുള്ള ശില്പനിർമ്മാണം, വർണ്ണക്കടലാസ്സിലെ കലാവിസ്മയങ്ങൾ അങ്ങനെ തുടങ്ങി നിരവധി നിരവധി ഉല്പന്നങ്ങൾ. പല തരത്തിലുള്ള പാവക്കുട്ടികളെ ഉണ്ടാക്കാനായി ഞങ്ങളുടെ ശ്രമം. ഉസ്ബക്കിസ്ഥാനിലെ നാഷണൽ കോസ്റ്റ്യൂം ധരിച്ച ഒരു വലിയ പാവക്കുട്ടിയെ ഷാനാ ഉണ്ടാക്കി. വളരെ പ്രയാസപ്പെട്ടിട്ടാണെങ്കിലും കസവുമുണ്ടുടുത്ത ഒരു കേരളീയ സ്ത്രീയെ ഞാനുമുണ്ടാക്കി. രണ്ടു പാവക്കുട്ടികളും കൈകോർത്ത് നിന്നു. അത് മാഡം നീനക്ക് വളരെ ഇഷ്ടമായി. 'ഗേൾസ് ഡേ'യുടെ ഓർമ്മക്കായി ഞങ്ങളതവർക്ക് സമ്മാനിക്കുകയും ചെയ്തു. നീലക്കല്ലു വെച്ച ഒരു വലിയ കമ്മൽ പാവക്കുട്ടിയുടെ കാതിൽനിന്ന് അഴിച്ചെടുത്ത് മാഡത്തിന്റെ കാതിൽ ഇട്ടു കൊടുത്തു. ഇടക്കിടെ ചെറിയ കൈക്കണ്ണാടിയിൽ അവർ കമ്മലിന്റെ ഭംഗി നോക്കുന്നത് കാണാമായിരുന്നു. നീനയുടെ കണ്ണുകളിൽ ഇപ്പോഴും നീലക്കമ്മലുണ്ട്.

രാത്രി ഡിന്നർ കഴിഞ്ഞതോടെ ആൺകുട്ടികളുടെ അജ്ഞാത വാസം അവസാനിച്ചു. അവരെല്ലാവരുമൊരുമിച്ച് മീറ്റിങ്ങ് റൂമിൽ ഒത്തു കൂടി. മുന്നറിയിപ്പില്ലാതെ ആഘോഷിക്കപ്പെട്ട 'ഗേൾസ്

ഡേ'യുടെ രസങ്ങൾ പങ്കു വെക്കലായിരുന്നു ആദ്യത്തെ പരിപാടി. ആൺകുട്ടികൾക്കായി ഞങ്ങൾ ധാരാളം സമ്മാനങ്ങൾ കരുതി വെച്ചിരുന്നു. സമ്മാനങ്ങളും പ്രതിസമ്മാനങ്ങളും കൈമാറുന്നതിലൂടെ വിവിധ സംസ്ക്കാരങ്ങളുടെ വിനിമയമാണ് നടന്നിരുന്നത്.

ആന്ദ്രേയ് മയിൽപ്പീലിയുടെ ഭംഗിയിൽ ലയിച്ചിരിക്കയാണ്. താജിക്കിസ്ഥാനിലെ സ്ലാവയുടെ തലക്ക് അലങ്കാരമാകുന്നത് ഡൽഹിക്കാരിയുടെ ദുപ്പട്ട. വാജിമിന് നിർബന്ധമായും കുങ്കുമം വേണം. അത് മുഖത്ത് വാരിപ്പൂശി, ആവേശം കാണിച്ച ഇറയെ തോൽപ്പിക്കാനാണ്. കുങ്കുമം പൊതുവേ നെറ്റിയിൽ തിലകം ചാർത്താനാണ്, സ്ത്രീകൾക്ക് എന്ന് വിസ്തരിച്ചപ്പോൾ എങ്കിൽ ഞാനിത് അമ്മക്ക് കൊടുക്കും എന്നായിരുന്നു അവന്റെ മറുപടി.

വാജിം അസർബൈജാൻകാരനാണ്. ബാകു എന്ന നഗരത്തിലാണ് താമസം. ബാകുവിനെക്കുറിച്ചുള്ള ഒരു പുസ്തകവും കുറേ പിക്ച്ചർ കാർഡുകളും അവൻ എനിക്ക് സമ്മാനിച്ചു. 'ഗാദ്ജി ബെകോവ' സ്ട്രീറ്റിലെ ഫ്ളാറ്റുകളിലൊന്നിലാണ് അവൻ താമസിക്കുന്നത്. ആ തെരുവിന്റെയും ബാകുവിലെ പ്രസിദ്ധമായ ലെനിൻ മ്യൂസിയത്തിന്റെയും അവിടത്തെ സയൻസ് അക്കാദമിയുടെയും ചിത്രങ്ങൾ അവൻ കാണിച്ചു തന്നു. വാജിമിന്റെ അമ്മ ലിയന്ന ഒരു പോളി ടെക്നിക്ക് ഇൻസ്റ്റിട്യൂട്ടിലാണ് ജോലി ചെയ്യുന്നത്. പന്ത്രണ്ടാം ശതകത്തിലെ പ്രശസ്ത തത്ത്വചിന്തകനും കവിയുമായിരുന്ന നിസാമി ജിയാൻ ജെവിയുടെ സ്മാരകത്തിന്റെ ചിത്രവും അവൻ എനിക്കു തന്ന വിലപ്പെട്ട സമ്മാനമാണ്.

കുട്ടികളുടെ കൈവെള്ളയിൽ അത്ഭുതകരങ്ങളായ ചിത്രങ്ങൾ വരക്കാൻ കഴിയുന്ന മൈലാഞ്ചിപ്പൊടിയാണ് ലാറിസയിൽ നിന്ന് സമ്മാനമായി അൽമാസ് ആവശ്യപ്പെടുന്നത്. സമ്മാനം

ആവശ്യപ്പെട്ടു വാങ്ങുകയോ എന്ന് ചോദിക്കേണ്ടതില്ല. കുട്ടികൾ ഇഷ്ടപ്പെട്ടത് ചോദിച്ചു വാങ്ങും; സമ്മാനമായിട്ടാണെങ്കിലും അല്ലെങ്കിലും.

ജെനീസ് ഞാനിട്ടിരുന്ന മിന്നുന്ന മാല സമ്മാനമായി വാങ്ങി. അവന്റെ കൊച്ചനുജത്തിക്ക് കൊടുക്കാൻ. ഇന്ത്യൻ സൗഹൃദത്തിന്റെ അടയാളമായി സൂക്ഷിച്ചു വെക്കാൻ പകരം അവനെനിക്കു തന്നത് 'സ്യൂബിച്ചെക്ക' എന്ന തൊപ്പിയായിരുന്നു. കറുപ്പിൽ വെള്ള പുള്ളികളുള്ള ഒരു തൊപ്പി.

ആന്ദ്രേക്കാവശ്യം ഞാൻ വരച്ച അവന്റെ പോർട്രെയ്റ്റാണ്. എന്റെ കൈയിൽ ആർത്തെക്കിൽ വെച്ചു വരച്ചതായിട്ട് അതൊരെണ്ണമേ ബാക്കിയുള്ളൂ. അവന്റെ ആഗ്രഹത്തിന് എതിരു നിൽക്കാൻ എനിക്ക് കഴിഞ്ഞില്ല. അത് ഞാൻ എന്റെ കൈയൊപ്പോടുകൂടി അവനു കൊടുത്തു. ആന്ദ്രേയ് പുഞ്ചിരിച്ചു. ഓമനത്തമുള്ള നിഷ്കളങ്കമായ ചിരി. ഇറ അവനെ കെട്ടിപ്പിടിച്ചു. അനിയനാണവൻ.

മിർഗുലിനെ 'മുർഗി'യെന്ന് വിളിച്ച് കളിയാക്കുന്ന മയങ്ക് അവളെ ഒരു ദുപ്പട്ട അണിയിച്ചു. അതോടെ അവളുടെ പിണക്കം മാറി.

ഡോ. മെറീന വന്നതോടെ രംഗം ഒന്നു കൂടി സജീവമായി. ഞങ്ങൾ ചോക്കലേറ്റ് തിന്നുകയായിരുന്നു. ഒരെണ്ണം ഞാനവർക്ക് വച്ചു നീട്ടി. തരം കിട്ടുമ്പോഴൊക്കെ അവരുടെ ഫ്രിഡ്ജ് തുറന്ന് ചോക്കലേറ്റ് തിന്നുന്ന ഞാൻ തന്നെ അവർക്കൊരെണ്ണം സമ്മാനിച്ചപ്പോൾ ആനന്ദക്കണ്ണീരോടെ അവരെന്നെ കെട്ടിപ്പിടിച്ചു. ഖസാക്കിസ്ഥാനി വേഷമണിഞ്ഞ പാവക്കുട്ടിയെ അവരെന്റെ കൈയിൽ വച്ചു തന്നു. ഇന്നും ആ പാവക്കുട്ടി മെറീനയെക്കുറിച്ച് എന്നോടു സംസാരിക്കുന്നു.

സമയം പോയതറിഞ്ഞില്ല. പത്തുമണിയായിക്കാണണം. ഗ്രീഷാ സാറിന്റെ ശബ്ദം:

"പ്രിയപ്പെട്ട കുട്ടികളേ, ഐശ്വര്യസമ്പന്നമായ ഒരു ഏകലോക രാഷ്ട്രത്തിനായി നിങ്ങൾ ആൺ പെൺ ഭേദമില്ലാതെ പ്രവർത്തിക്കൂ. ലോകസമാധാനത്തിന്റെ വിജയഭേരി മുഴക്കൂ."

അത് ഉണർവ്വിന്റെ സന്ദേശമായിരുന്നു. എല്ലാവരും ഒരുമിച്ച് പാട്ടു പാടി. നൃത്തം വെച്ചു. രാവ് പകലായി.

ഇന്നിപ്പോൾ എന്റെ സോവിയറ്റ് സന്ദർശനത്തിനു ശേഷം കേവലം മുപ്പതോളം മാസങ്ങളേ കടന്നു പോയിട്ടുള്ളൂ. എങ്കിലും അവിടെ നടന്നതായിപ്പറയുന്ന രാഷ്ട്രീയ മാറ്റത്തിന്റെ കൊടുങ്കാറ്റിൽ എന്തെല്ലാമാണ് തകർന്നടിഞ്ഞു പോയിട്ടുണ്ടായിരിക്കുക എന്നോർക്കുമ്പോൾ അതിശയം തോന്നുന്നു. അത്രയേറെ ഉൽക്കടമായ സ്വാതന്ത്ര്യതൃഷ്ണ അന്നു ഞാൻ കണ്ട ആ ജനങ്ങളിൽ ഉണ്ടായിരുന്നുവെന്നോ?

സ്വാതന്ത്ര്യത്തിനു വേണ്ടിയുള്ള മുൻ പിൻ നോക്കാതെയുള്ള പ്രയാണത്തിൽ കട പുഴകി വീഴുന്നത് ഞങ്ങളുന്ന് അഭിമാനപൂർവ്വം നേരിട്ടറിഞ്ഞ വസ്തുതകളിൽ ഏതെല്ലാമായിരിക്കും? കൂടുതൽ നേടാനുള്ള പോരാട്ടത്തിൽ നേടിയതൊന്നും നഷ്ടപ്പെടാതിരിക്കട്ടെ.

ഞങ്ങൾ കുട്ടികൾ പങ്കുവെച്ച അറിവുകളിൽ ഇവയെല്ലാംപെടുന്നു.

സോവിയറ്റ് യൂണിയനിലെ ഏതു തരം വിദ്യാഭ്യാസവും എല്ലാവർക്കും സൗജന്യമാണ്. 1930ൽ പ്രൈമറി വിദ്യാഭ്യാസം നിർബന്ധിതമായി. അമ്പതുകളിൽ എട്ടു വർഷത്തെ വിദ്യാഭ്യാസവും നിർബന്ധിതമായിത്തീർന്നു. എഴുപതിലേക്കെത്തിയപ്പോൾ സെക്കണ്ടറി വിദ്യാഭ്യാസവും നിർബന്ധിതമെന്നു തന്നെ വന്നു. ലോകത്തിലെ ഏറ്റവും മികച്ച വിദ്യാഭ്യാസമാണ് സോവിയറ്റ് യൂണിയനിലെ ജനങ്ങൾക്കു ലഭിക്കുന്നത്. എൺപതുകളുടെ അവസാനത്തിൽ 164.3 ദശലക്ഷം സോവിയറ്റ് പൗരന്മാർ സെക്കണ്ടറിയോ അതിനു മുകളിലോ ഉള്ള വിദ്യാഭ്യാസം ലഭിച്ചവരാണ്. ഈ നേട്ടങ്ങളെല്ലാം റഷ്യൻ കുട്ടികളിൽ വലിയ അളവിലുള്ള ശുഭാപ്തിവിശ്വാസം ജനിപ്പിച്ചിട്ടുണ്ട്.

ഒരു സോഷ്യലിസ്റ്റ് സമൂഹത്തിന്റെ അത്യുജ്ജ്വലമായ നേട്ടങ്ങൾ വലിയ ആശ്ചര്യത്തോടെയാണ് ഞാൻ കേട്ടത്. നമ്മുടെ നാട്ടിലെ അഭ്യസ്തവിദ്യരിൽ പെരുകി വരുന്ന തൊഴിലില്ലായ്മയെക്കുറിച്ച് വേദനയോടെ ഓർത്തു. നാമിവിടെ പ്രകടിപ്പിക്കുന്ന അഭിപ്രായസ്വാതന്ത്ര്യം അവിടെ ആളുകൾ അനുഭവിക്കുന്നില്ല എന്നും മനസ്സിലായി.

'എല്ലാവർക്കും വീട്' എന്ന ആശയത്തെപ്പറ്റിയും ഞങ്ങൾ കുട്ടികൾ ചർച്ച ചെയ്തു. വേണ്ടത്ര ഭവനങ്ങളില്ലായ്മ, ചേരിപ്രദേശത്തെ കുടിലുകൾ, ഭീമമായ വാടക ഇവയെല്ലാമാണ് ഭവനത്തെ സംബന്ധിച്ച പ്രശ്നങ്ങൾ. സോവിയറ്റ് യൂണിയനിൽ ഭീമമായ വാടക നിയമം മൂലം നിരോധിക്കപ്പെട്ടിരിക്കുന്നു. മോശപ്പെട്ട കുടിലുകളിൽ പാർക്കുന്നവരവിടെയില്ല. തല ചാക്കാനിടമില്ലാത്തവരുമില്ല. കഴിഞ്ഞ മുപ്പതു വർഷങ്ങളിലായി എഴുപതു ദശലക്ഷം ഫ്ളാറ്റുകളും വീടുകളും പണി തീർത്തിരിക്കുന്നു. അവയെല്ലാം സൗജന്യമായി വിതരണം ചെയ്തിട്ടുണ്ട്. എങ്കിലും ഇനിയും വീടുകൾ അവർക്കാവശ്യമാണ്. സർക്കാരിലേക്കുള്ള നികുതിയിനം ആകെ കുടുംബ വരുമാനത്തിന്റെ മൂന്നോ നാലോ ശതമാനം മാത്രമാണ്. ഈ നൂറ്റാണ്ടിന്റെ അവസാനത്തോട എല്ലാ കുടുംബങ്ങൾക്കും സ്വന്തമായി വീടുകളും അപ്പാർട്ടുമെന്റുകളും ഉണ്ടാവുക, അതാണവരുടെ ലക്ഷ്യം. 'ഞങ്ങൾക്കത് സ്വപ്നം കാണാൻ പോലും കഴിയുന്ന കാര്യമല്ലെന്നായിരുന്നു.' ഞങ്ങളുടെ പ്രതികരണം.

സോവിയറ്റ് യൂണിയനിലെ ആതുരശുശ്രൂഷാരംഗത്തെപ്പറ്റിയും ധാരാളം കാര്യങ്ങൾ ഞങ്ങളറിഞ്ഞു. അവിടെ 1.2 മില്യൻ

ഡോക്ടർമാരുണ്ട്. ഏത് രാജ്യത്തിലേതിലേക്കാളും അധികമായിരുന്നു അത്. കുട്ടികളുടെ ആരോഗ്യപരിരക്ഷയിൽ അവർ എത്രമാത്രം ജാഗരൂകരാണെന്ന് അനുഭവങ്ങൾ ഞങ്ങളെ പഠിപ്പിച്ചു. റഷ്യക്കാർക്ക് മലേറിയ വലിയൊരു പേടിസ്വപ്നമാണ്. എന്തായാലും അവരതിനെ സമർത്ഥമായി ഉച്ചാടനം ചെയ്തിട്ടുണ്ട്. പുറത്തുനിന്ന് അവിടെ എത്തിപ്പെടാനുള്ള സാധ്യതയെ ചെറുക്കുകയും ചെയ്യുന്നു.

സോവിയറ്റ് സാംസ്കാരികലോകത്തിലേക്കുള്ള രണ്ട് വിസിറ്റിങ്ങ് കാർഡുകളാണ് രണ്ടേകാൽ നൂറ്റാണ്ടോളം പഴക്കമുള്ള ഹെർമിറ്റാജ് മ്യൂസിയവും, ബോൾഷോയ് തിയറ്ററും. മൂന്ന് ദശലക്ഷത്തിലധികം പ്രദർശനവസ്തുക്കൾകൊണ്ട് സമ്പന്നമായ ഹെർമ്മിത്താജ് ലെനിൻഗ്രാഡിലാണ്. ഈ സ്ഥാപനങ്ങളെക്കുറിച്ച് പറഞ്ഞുകേൾക്കാനേ ഞങ്ങൾക്ക് ഭാഗ്യമുണ്ടായുള്ളു. കാണാഞ്ഞത് ഒരു മഹാനഷ്ടമായി അവശേഷിക്കുന്നു. രണ്ടായിരത്തിലധികം മ്യൂസിയങ്ങളുള്ള ഒരു രാജ്യമാണ് സോവിയറ്റ് യൂണിയൻ. പ്രോഫഷണൽ തിയറ്ററുകളുടെ എണ്ണം ഏഴായിരത്തിലധികം വരും. അവിടെ ഒരു വർഷം രണ്ടായിരത്തഞ്ഞൂറ് ദശലക്ഷം പുസ്തകങ്ങൾ ഇറങ്ങുന്നു.

സോവിയറ്റ് യൂണിയനിലെ തെരഞ്ഞെടുപ്പു സമ്പ്രദായങ്ങളെക്കുറിച്ച് അറിയാൻ ഞങ്ങൾ ചെവി കൂർപ്പിച്ചിരുന്നു. എല്ലാ വിഭാഗം ജനങ്ങളും തെരഞ്ഞെടുപ്പിൽ പങ്കാളികളാകുന്നു. മതം, സംസ്കാരം, സാക്ഷരത, ഈ ഘടകങ്ങളൊന്നും തെരഞ്ഞെടുപ്പിനെ ബാധിക്കുന്നില്ല. പതിനെട്ടു വയസ്സായാൽ വോട്ടവകാശമായി. കമ്മ്യൂണിസ്റ്റ് പാർട്ടി ഓഫ് സോവിയറ്റ് യൂണിയൻ ആണ് ഏറ്റവും മുന്നിട്ടു നില്ക്കുന്ന പാർട്ടി. അതിലെ പകുതിയോളം അംഗങ്ങളും തൊഴിലാളികളോ

കൃഷിക്കാരോ ആണ്. അവിടുത്തെ ഏറ്റവും വലിയ പൊതുസംഘ ടനയും ട്രെയ്ഡ് യൂണിയനുകൾ തന്നെ. അവ പതിനാല് ദശലക്ഷ ത്തോളം ജനങ്ങളെ ഒരുമിപ്പിക്കുന്നു. ഓൾ യൂണിയൻ കമ്മ്യൂണിസ്റ്റ് ലീഗിന് നാല്പത് മില്യൻ മെമ്പർമാരുണ്ട്.

ചർച്ചകൾ സംഭാഷണങ്ങൾ, പ്രസംഗങ്ങൾ, കളികൾ എന്നി വയിലൂടെ ലഭിച്ച വിവരങ്ങളാണ് മേൽ പറഞ്ഞവ. നമ്മുടെ നാട്ടും സാഹചര്യങ്ങളുമായി താരതമ്യപ്പെടുത്തുമ്പോൾ എത്രയോ വലിയ നേട്ടങ്ങളാണ് മഹത്തായ ആ രാജ്യം കൈ വരിച്ചിരിക്കുന്നതെന്ന് ഞാൻ എന്റെ കൂട്ടുകാരോട് അസൂയയോടുകൂടിത്തന്നെ എടുത്തു ചോദിച്ചു. ഇതൊക്കെയാണെങ്കിലും ആർഭാടത്തിന്റെ കാര്യത്തിൽ ഞങ്ങളിൽ ചിലർ നിങ്ങളിൽ പലരേക്കാളും മുന്നിലാണ് എന്ന് അല്പം അഭിമാനത്തോടെയും പ്രതികരിക്കുകയുണ്ടായി.

സോവിയറ്റ് യൂണിയനിലെ എല്ലാ റിപ്പബ്ലിക്കുകളെയും കുറിച്ച് നടന്ന സാമാന്യ പഠനത്തിനു ശേഷം രസകരമായ ഒരു പ്രശ്നോ ത്തരി ഉണ്ടായിരുന്നു. ആർക്കും ആരോടും ചോദ്യം ചോദിക്കാവുന്ന പ്രശ്നോത്തരി. ചുമരിൽ തൂക്കിയിട്ടിരിക്കുന്ന വലിയ ഭൂപടത്തിൽ നിർദ്ദിഷ്ട റിപ്പബ്ലിക്കുകൾ തൊട്ടു കാണിക്കണം. നിരത്തി വെച്ചിരി ക്കുന്ന പതാകകളിൽ നിന്ന് നിർദ്ദിഷ്ടമായ റിപ്പബ്ലിക്കിന്റെ പതാക എടുത്തു കൊണ്ടു വരണം. തലസ്ഥാന നഗരികൾ തിരിച്ചറിയണം. ഓരോ റിപ്പബ്ലിക്കിന്റെയും തനിമ വെളിവാക്കുന്ന പാട്ടുകൾ തിരിച്ചറി യണം. വസ്ത്രധാരണത്തിന്റെ സവിശേഷതകൾ പാവക്കുട്ടികളിലൂടെ പ്രദർശിപ്പിക്കപ്പെട്ടിരുന്നു. നിർദ്ദേശാനുസരണം അവയെ ക്രമീകരി ക്കണം. രസച്ചരട് മുറിയാതെയുള്ള പ്രവർത്തനങ്ങളിലൂടെയാണ് ആ പ്രശ്നോത്തരി മുന്നേറിയത്. മാർക്കുകളും പോയിന്റുകളും കുറിച്ചു വെക്കപ്പെട്ടിരുന്നില്ല. അതുകൊണ്ടു തന്നെ ആരും ഒന്നാമനും രണ്ടാമനും മൂന്നാമനും ആയതുമില്ല. ചോദ്യങ്ങളും ഉത്തരങ്ങളും അവസാനിച്ചപ്പോൾ ദിവസവും അവസാനിച്ചു.

ജൂൺ പതിനേഴിന് നടന്ന ചിത്രപ്രദർശനം അവിസ്മരണീയമായി രുന്നു. സവ്യത് സ്കിയുടെയും കാൻഡിൻസ്ക്കിയുടെയും ചിത്രങ്ങളാ യിരുന്നു പ്രദർശിപ്പിക്കപ്പെട്ടവ. വിപ്ലവത്തിന്റെയും യുദ്ധത്തിന്റെയും ഭീകരരംഗങ്ങളെ തന്റേതായ ശൈലിയിൽ സവ്യത് സ്കി ആവി ഷ്ക്കരിക്കുന്നു. റഷ്യൻ വിപ്ലവം സംഭാവന ചെയ്ത വിപ്ലവകാരിയായ കലാകാരനായിരുന്നുവല്ലോ അദ്ദേഹം. സംഭവങ്ങളുടെ യഥാതഥമായ ആവിഷ്ക്കരണം എന്നതിലുപരി ആസ്വാദകന്റെ മനസ്സിലേക്ക് ചാട്ടുളി പോലെ പതിക്കുന്ന ആശയങ്ങളുടെ ശക്തിയും ആ ചിത്ര ങ്ങളെ കരുത്തുള്ളവയാക്കിയിരിക്കുന്നു. കാലത്തിന്റെ ഭാവം മുഴുവനും

ആ ചിത്രങ്ങളിലെ കഥാപാത്രങ്ങളുടെ മുഖത്തുണ്ട്. കാണുന്ന കാലം മറന്ന് കാണികൾ ചിത്രത്തിന്റെ കാലത്തേക്ക് വളരെ പെട്ടെന്ന് എത്തിച്ചേരും. സമകാലീന റഷ്യൻ ജനതയെ ഈ ചിത്രങ്ങൾ വല്ലാതെ സ്വാധീനിച്ചിട്ടുണ്ടെന്ന് സിര്യോഷ ഞങ്ങളോട് പറഞ്ഞു.

●

പതിനെട്ട്

നമസ്ക്കാരം ആർത്തെക്ക്

ദിവസങ്ങൾക്ക് ഇത്ര വേഗമോ? എല്ലാവരും ചോദിക്കുന്നത് ഇതേ ചോദ്യമാണ്. വേർ പിരിയലിന്റെ നിമിഷങ്ങൾ ഇതാ ഓടി ക്കിതച്ചെത്തുന്നു. ഉള്ളിൽ വല്ലാത്ത വിഷമം. ബീച്ചിൽ പോയിരുന്ന് ആകാശവും തിരമാലയും മലയും സൈപ്രസ്സ് മരങ്ങളും കുട്ടികളുടെ കുസൃതികളെക്കുറിച്ച് സ്വകാര്യം പറഞ്ഞ് രസിക്കുന്നത് അനുഭവി ക്കുക ഞങ്ങളുടെ പതിവാണ്. ഉരുണ്ട് മിനുസമേറിയ ചെറിയ കല്ലുകൾ അപ്പോൾ പറഞ്ഞു, "എടുത്തോളൂ, ഇനിയും വരുന്ന ആയിരങ്ങൾക്ക് കൊടുക്കുവാൻ ഞങ്ങൾ മിനുസപ്പെടുത്തിക്കൊണ്ടിരിക്കയല്ലേ കല്ലുകൾ നിരന്തരം." കാറ്റു പറഞ്ഞു, " ഈ കല്ലുകൾ ലോകമെമ്പാടു മെത്തട്ടെ, ഈ മനോഹര തീരത്തിന്റെ ഓർമ്മക്കായിട്ട്."

അതേ, കല്ലുകൾ പല കൂട്ടുകാർക്കുമായി ഞാനിപ്പോൾ കൊടുത്തു കഴിഞ്ഞു, അവ പറയുന്ന കഥകളോടു കൂടി.

'ഗല്യാവിന കസോക്' എന്ന യക്ഷിക്കഥാനഗരത്തിലെ കഥാപാ ത്രങ്ങൾ, വലിയ ഉണ്ടക്കണ്ണുകളും കിരീടവും താടിയും മീശയുമെല്ലാമു ള്ള മരത്തിൽ കൊത്തി വെച്ച രൂപങ്ങൾ, എന്നോടു ചോദിക്കയാണ്. "നീ ഞങ്ങളെക്കുറിച്ച് നിന്റെ കൂട്ടുകാരോട് പറഞ്ഞു കഴിഞ്ഞോ?"

പറഞ്ഞു കഴിയുന്നതെങ്ങനെ! പറഞ്ഞാലും കഴിയാത്തതാണ് അഥവാ പറഞ്ഞാൽ തീരാത്തതാണ് അവിടത്തെ കാഴ്ച്ചകൾ.

വലിയൊരു കാട്ടിലാണ് ശില്പവിദ്യയുടെ മായാജാലങ്ങൾ നിറഞ്ഞ യക്ഷിക്കഥാനഗരം. ഗോപുരം തന്നെ എത്ര മനോഹരം. ഒരു വലിയ തടിയിൽ തീർത്ത ശില്പസുന്ദരമായ മുറി. അകലെ നിന്നു നോക്കിയാൽ അത് കവാടത്തിന്റെ ഒരു ഭാഗം മാത്രം. നട്ടുച്ചക്കും ഇരുട്ട് തങ്ങി നിൽക്കുന്ന വനാന്തരത്തിലേക്കാണ് ഗെയിറ്റ് തുറക്കു ന്നത്. തടിയിൽ തീർത്ത ഗെയിറ്റ്. കാവൽ നിൽക്കുന്നത് തടിയിൽ തീർത്ത ഭീമരൂപികളായ ശില്പങ്ങൾ തന്നെ.

ടിക്കറ്റെടുത്തു വേണം അകത്ത് കടക്കാൻ. കടന്നതും ഞങ്ങൾ

പേടിച്ചു പോയി. 'ലിസ്നോയി മുസ് വികാന്തി'കളുടെ മുന്നിലാണ് ഞങ്ങളകപ്പെട്ടിരിക്കുന്നത്. അവരും കാവൽക്കാർ തന്നെ. മരത്തടിയിൽ കൊത്തി വെച്ച കാവൽക്കാർ. അവക്ക് ജീവനില്ലല്ലോ എന്നും മറ്റുമുള്ള യാഥാർത്ഥ്യം തൽക്കാലത്തേക്ക് ഞങ്ങൾക്ക് യാഥാർത്ഥ്യമായിരുന്നില്ല. എന്തിനാണവക്ക് ജീവൻ?

കുട്ടികൾ ചിതറി നടക്കുകയാണ്. ഓരോരുത്തരും പുതുതായി ഓരോന്നു കാണുന്നു. അവർ വായിച്ചിട്ടുള്ളതോ കേട്ടിട്ടുള്ളതോ ആയ കഥകളിലെ കഥാപാത്രങ്ങളെയാണ് അവരവിടെ നേരിട്ടു കാണുന്നതും തിരിച്ചറിയുന്നതും. വലിയ മരങ്ങളുടെ മുരട്ടുകളിൽ അവയുടെ സ്വാഭാവികമായ നിമ്നോന്നതങ്ങളും മുരണകളും എല്ലാം പ്രയോജനപ്പെടുത്തി ശില്പങ്ങൾ ചെയ്തിരിക്കയാണ്. മികച്ച ദീപാലങ്കാരവിദഗ്ധന്റെ റോളിലാണ് സൂര്യൻ.

കല്ലുകളിൽ തീർത്ത മഹാ ശില്പങ്ങളുമുണ്ട് ആ കൃത്രിമക്കാട്ടിൽ നിരവധി. ഒക്കെയും കഥകളിലെ കഥാപാത്രങ്ങൾ. അവരുമായി കുട്ടികൾ ദീർഘനേരം സല്ലപിച്ചുകൊണ്ട് കഴിച്ചു കൂട്ടി.

അപകടകാരികളായ വന്യജീവികൾ ഉള്ള ഈ കൊടുങ്കാട്ടിൽ കുട്ടികളിങ്ങനെ സ്വതന്ത്രരായി നടന്നാലോ എന്ന് ഞാൻ മാഡത്തോട് ചോദിച്ചു. അപ്പോഴാണറിഞ്ഞത്: അത് കൃത്രിമക്കാടാണ്. കുറഞ്ഞ വിസ്തൃതി മാത്രമേയുള്ളൂ. ദുഷ്ടമൃഗങ്ങളൊന്നുമില്ല.

സോവിയറ്റ് യൂണിയനിലെ കുട്ടികൾ ബാബുഷ്ക്കയുടെ മടിയിൽ കിടന്ന് കേട്ട കഥകൾ പലതും കഥാപാത്രങ്ങളെ നേരിട്ടു കണ്ടപ്പോഴുണ്ടായ ആഹ്ലാദത്തള്ളിച്ചയിൽ കുട്ടികൾ വിവരിച്ചു തന്നു. വളരെ ഗംഭീരമായ അനുഭവമായിരുന്നു അത്. നമ്മുടെ നാട്ടിലും ഇങ്ങനെയുള്ള ഒരു സംരംഭം ഉണ്ടെങ്കിലെത്ര നന്ന്.

ജൂൺ 28-ാം തീയതി ഉച്ച തിരിഞ്ഞ് ക്യാമ്പംഗങ്ങൾ മീറ്റിംഗ് മുറിയിൽ ഒത്തു കൂടി. ഗ്രീഷ, നീന, മെറീന.... എല്ലാവരുമുണ്ട്. മൂടിക്കെട്ടി നില്ക്കുന്ന അന്തരീക്ഷം, ഞങ്ങളുടെ മനസ്സുപോലെ.

നാളെ വൈകുന്നേരത്തോടെ നാമെല്ലാം പിരിയുകയാണ്. നിങ്ങളെല്ലാം ആർത്തെക്കിന്റെ ഭാഗമായിക്കഴിഞ്ഞു, എന്നെന്നേക്കുമായി. നിങ്ങളിലൂടെ വേണം ആർത്തെക്ക് നില നിൽക്കാൻ....

സമാധാനത്തിന്റെ, സൗഹൃദത്തിന്റെ, സർവ്വോപരി മനുഷ്യത്വത്തിന്റെ മഹനീയതകളെക്കുറിച്ച് ഇന്റർപ്രെറ്റർമാർ ഞങ്ങളോട് വളരെയേറെ സംസാരിച്ചു.

ഡിന്നറിന് കാന്റീനിലെത്തിയപ്പോഴാണ് 'മുസ്ക്കോയി'ലെ കുട്ടികളെ കണ്ടത്. പിറ്റേന്നുച്ചക്ക് അവരും സ്വന്തം നാട്ടിലേക്ക്

പോകുകയാണ്. ആശംസകൾക്കും അഭിവാദ്യങ്ങൾക്കും ശേഷം സ്വേത സമീയേവ എന്ന പെൺകുട്ടി എന്നോട് പറഞ്ഞു,"കൂടുതൽ ഇന്ത്യാക്കാരോട് എന്നെപ്പറ്റി പറയൂ. അവരും എന്റെ കൂട്ടുകാരാണ്."

സ്വേതയുടെ വാക്കുകൾ കേവലം ഔപചാരികതയുടേതായിരുന്നില്ല. അതുകൊണ്ടു തന്നെയാണ് അവൾക്കിപ്പോൾ എന്നിൽക്കൂടി ഏറെ തൂലികാമിത്രങ്ങൾ ഉണ്ടായിക്കഴിഞ്ഞിട്ടുള്ളത്.

ആർത്തെക്കിലെ അവസാന രാത്രി അവാച്യമായ അനുഭൂതികളുടേതായിരുന്നു. സൗഹൃദത്തിന്റെയും സ്നേഹത്തിന്റെയും ഊഷ്മളത ഏറ്റവുമധികം അനുഭവിച്ച അവിസ്മരണീയ മുഹൂർത്തങ്ങളുടേതായ രാത്രി.

ഫയർ സ്ക്വയർ ദീപങ്ങൾകൊണ്ട് അലംകൃതമായി. വീണ്ടുമവിടെ ആയിരങ്ങളുടെ സംഗമം. സ്വന്തം ദേശത്തിന്റെ തനിമ വഹിക്കുന്ന വസ്ത്രങ്ങളാണ് കുട്ടികൾ ധരിച്ചിരിക്കുന്നത്. അതുകൊണ്ടു തന്നെ വിവിധ രാഷ്ട്രങ്ങളുടെ മേളന രംഗമാണതെന്നു പറയാം. പൂർണ്ണമായി അടുക്കാനും ബന്ധം സ്ഥാപിക്കാനും നാല്പതു ദിവസങ്ങൾ പോരാതെ വന്നിരിക്കുന്നു. വിസിറ്റിങ്ങ് കാർഡുകളും അഡ്രസ്സുകളും കൈമാറിക്കൊണ്ടേയിരിക്കുകയാണ്. ഇപ്പോഴവിടെ കേൾക്കുന്ന വിഭിന്ന ഭാഷകളുടെ ശബ്ദങ്ങളോട് കൂടുതൽ അടുപ്പമുണ്ട്, പരിചയ ഭാവമുണ്ട്. വിശാലമായ മൈതാനത്തിൽ ഞങ്ങളിപ്പോൾ യഥേഷ്ടം

വിഹരിക്കുകയാണ്. കടലിന്റെ വിരിമാറിൽ ഹൃദയം തുറക്കുന്ന ആകാശത്തിൽ അമിട്ടുകൾ വർണ്ണപ്പൂക്കളങ്ങൾ രചിച്ചുകൊണ്ടിരിക്കുകയാണ്. സൗഹൃദഗാനത്തിന്റെ അലയടികൾ കരിങ്കടലിന്റെ തിരകളുമായി സല്ലപിക്കുന്നു. അപ്പോഴും പുതിയ കൂട്ടുകാരെത്തേടുന്ന ഇളംമനസ്സുകൾ, നർത്തകരായി മാറിക്കഴിഞ്ഞ ചെറുസംഘങ്ങൾ, മറ്റൊരു പാരാവാരം ചമക്കുകയാണ്.

ജയ്ഹൂൻ എന്റെയടുത്തേയ്ക്കോടി വന്നു. എന്റെ ഷാൾ അവന്റെ കയ്യിൽ ഒരു ചെറിയ പന്തായിത്തീർന്നു. കുറേ നേരം അതെറിഞ്ഞു കളിച്ച ശേഷം അത് തലയിലിട്ടുകൊണ്ടുള്ള നടത്തമായി. അതിനിടെ 'സമാർക്കന്ദ്' എന്ന നഗരത്തിലെ വിവിധ ദൃശ്യങ്ങൾ അടങ്ങിയ ചിത്രക്കാർഡുകൾ അവനെനിക്ക് സമ്മാനിച്ചു. ഓരോ ചിത്രവും പ്രത്യേകമെടുത്ത് തെരുവുകളുടെയും സ്ഥാപനങ്ങളുടെയും സ്മാരക മന്ദിരങ്ങളുടെയുമെല്ലാം പ്രത്യേകതകൾ വിവരിച്ചു തന്നു. അവന്റെ കൈവശമുള്ള ഫിലിം റോളുകൾ തീരുന്നതു വരെ ഫോട്ടോകളെടുത്തു. അവന്റെ നാട്ടുകാർക്ക് ആർത്തെക്കിലെത്തിയ ഇന്ത്യൻ കൂട്ടുകാരെ പരിചയപ്പെടുത്തിക്കൊടുക്കാനാണത്രെ.

കുട്ടികളുടെ ഒഴുക്കിൽപ്പെട്ട് എത്ര നേരമങ്ങനെ ഒഴുകി നടന്നുവെന്നറിഞ്ഞു കൂടാ. കുറേ നേരം കഴിഞ്ഞ് ഒഴുക്കിൽനിന്ന് ഒന്നു മാറി നിന്നപ്പോഴാണത്ഭുതം. ധരിച്ചിരിക്കുന്ന ഷർട്ടിന്റെ മുൻഭാഗം മുഴുവൻ ബ്രൂച്ചുകൾകൊണ്ട് നിറഞ്ഞിരിക്കുന്നു. ചെറിയ ചെറിയ ലോക്കറ്റുകൾ അഥവാ പതക്കങ്ങളോ മുദ്രകളോ ആണ് ബ്രൂച്ചുകൾ. എല്ലാം അഴിച്ചെടുത്ത് സൂക്ഷിക്കാൻ എത്ര പാടു പെട്ടെന്നോ! കൂട്ടുകാരുടെ സമ്മാനങ്ങളല്ലേ, അമൂല്യമായ സ്മരണകളുണർത്താൻ പര്യാപ്തമായ സമ്മാനങ്ങൾ!

രാത്രി ഏകദേശം പത്തുമണിയായിക്കാണണം. ഒരു യാത്രയയപ്പ് സമ്മേളനത്തിന്റെ അരങ്ങൊരുങ്ങിയിരിക്കയാണ്. നിഷിത ഇന്ത്യയുടെ പതാകയേന്തി മുന്നിൽ നടന്നു. ഞങ്ങൾ നാലു പേരും അവളെ അനുഗമിച്ചു. ബ്യൂഗിൾ വായിച്ചുകൊണ്ട് ഒരു സംഘം പയനിയർമാർ ഫയർസ്ക്വയറിൽ പ്രദക്ഷിണം പൂർത്തിയാക്കി. തുടർന്ന് ആർത്തെക്ക് ഡയറക്ടർ പ്രസംഗമാരംഭിച്ചു. വിട പറയുന്ന കുട്ടികൾക്കദ്ദേഹം അഭിവാദ്യങ്ങളർപ്പിച്ചു. 'ഇന്തോ-സോവിയറ്റ് സൗഹൃദത്തിനും ലോകസമാധാനത്തിനും വേണ്ടി ആർത്തെക്കിൽ ഞങ്ങൾ നടത്തിയ പരിശ്രമങ്ങൾ സഫലമാകുവാൻ ഇനിയും ഒത്തൊരുമിച്ച് പ്രവർത്തിക്കണം' എന്നദ്ദേഹം ആഹ്വാനം ചെയ്തു. ആർത്തെക്ക് ഇങ്ങനെയാണ്. വലിയൊരു തറവാടു പോലെ. പുതുതായി വന്നെത്തുന്നവർക്ക് സ്വാഗതം പറഞ്ഞു കൊണ്ടും പിരിഞ്ഞു പോകുന്നവർക്ക്

ശുഭയാത്രയരുളിക്കൊണ്ടും കുടുംബകാരണവരായി നിലകൊള്ളുന്ന ഡയറക്ടർ. അദ്ദേഹത്തിന്റെ പ്രസംഗം കഴിഞ്ഞു. ഇനി ഞങ്ങളിലൊരാൾ സംസാരിക്കണം. ആ സൗഭാഗ്യവും ലഭിച്ചത് എനിക്കാണ്. ഞാൻ പറഞ്ഞു:

.....കുട്ടികളുടെ ഈ സാമ്രാജ്യത്തിൽ രാജാവും പ്രജകളുമായി ഒരു മാസത്തിലധികമായി ഞങ്ങളിവിടെ താമസിക്കുന്നു. നിരവധി അനുഭവങ്ങൾ പങ്കിട്ടു. കാണാനും കേൾക്കാനും അറിയാനും കഴിയാതിരുന്നത് പലതും കണ്ടു, കേട്ടു, അറിഞ്ഞു. പ്രിയപ്പെട്ട എന്റെ റഷ്യൻ സുഹൃത്തുക്കളേ, സംസ്ക്കാരവൈവിധ്യങ്ങൾക്കും, മതം, വർഗ്ഗം, വർണ്ണം എന്നിവക്കും അതീതമായി മനുഷ്യനെക്കാണുന്ന ഒരു സ്വർഗ്ഗമാണ് ഞാനിവിടെ കണ്ടത്. നിങ്ങൾ ഇന്ത്യാക്കാരോട് കാണിച്ച സ്നേഹവായ്പിനും ആദരവിനും വാത്സല്യത്തിനും മറുപടി പറയാൻ വാക്കുകളില്ല. ഇന്ത്യയും സോവിയറ്റ് യൂണിയനും സുഹൃത്തുക്കളാണ്. ആ സൗഹൃദം ഊട്ടിയുറപ്പിക്കാൻ മുന്നേറ്റം നടത്താം. ആർത്തെക്കിന്റെ അഭിവൃദ്ധിക്കായി നമുക്ക് ജാഗരൂകരായിരിക്കാം. ഈ നാടിനും ഇവിടുത്തെ സംസ്ക്കാരസമ്പന്നരായ ജനതക്കും അഭിവാദ്യമരുളുന്നു.

അവിടത്തെ ഊഷ്മളമായ കാറ്റ് ആ അഭിവാദ്യങ്ങൾ ഏറ്റു വാങ്ങിക്കൊണ്ട് വീശി. റഷ്യൻ കൂട്ടുകാർ ആഹ്ലാദത്തിമിർപ്പോടെ 'സ്ദ്റാസ്ത്വൂയ്ത്വിർ' എന്ന് ഉച്ചത്തിൽ ആർത്തു വിളിച്ച് കയ്യടിച്ചു. കുറേ കുട്ടികൾ മുന്നോട്ടു വന്ന് ഹാരമണിയിച്ചു. ആകാശത്തിൽ ഒന്നിനു പിറകേ ഒന്നായി നിരവധി അമിട്ടുകൾ പൊട്ടി വിരിഞ്ഞു. ഞങ്ങളഞ്ചു പേരും ആവേശഭരിതരായി. 'ലോങ്ങ് ലിവ് വേൾഡ് പീസ്' കേരളത്തിന്റെയും തെലുങ്കാനയുടെയും ഗുജറാത്തിന്റെയും ഡൽഹിയുടെയും സ്വരം ഒരേ സമയം അവിടെ പ്രതിദ്ധ്വനിച്ചു.

ബ്യൂഗിളിന്റെയും ബാന്റിന്റെയും അഭിവാദനങ്ങളോടെ ത്രിവർണ്ണപതാകയും ചെങ്കൊടിയും താഴ്ന്നു താഴ്ന്നു വന്നു.

ഫയർസ്ക്വയറിന്റെ നടുവിൽ അഗ്നി ജ്വലിച്ചു നിൽക്കുകയാണ്. ക്യാമ്പ് ഫയർ. സമാധാനത്തിന്റെ പുതിയ പ്രകാശനാളങ്ങൾ. യാത്രയാകുന്നവരും യാത്രയാക്കുന്നവരും മൗനം കൊണ്ടാണിപ്പോൾ സംസാരിക്കുന്നത്. കാണുന്നവരുടെ കാണുന്നവരുടെ കൃഷ്ണമണികളിലെല്ലാം ക്യാമ്പ് ഫയറിലെ അമരുന്ന അഗ്നിനാളങ്ങളാണ് കാണുന്നത്.

"നമ്മൾ നാളെ ഉച്ച തിരിഞ്ഞ് സിംഫറോ പോളിലെത്തും. അവിടന്ന് അന്നു തന്നെ മോസ്ക്കോയിലേക്കും. നമ്മുടെ തന്നെ അപ്പാർട്ടുമെന്റിലുള്ള റഷ്യൻ കൂട്ടുകാർ നമുക്ക് മുമ്പേ തന്നെ യാത്ര പറയുകയാണ്." നീന മാഡം പറഞ്ഞു. കുട്ടികൾ കൂടി നില്ക്കുകയാണ്.

ആര് ആരെ പൊതിഞ്ഞിരിക്കുന്നെന്നറിഞ്ഞുകൂടാ. എല്ലാവരും എല്ലാവരെയും പൊതിഞ്ഞിരിക്കയാണ്. ഒരു തരം സ്തംഭനാവസ്ഥ.

ഇങ്ങനെ ഒരു വേർപിരിയലോ? ഞാൻ അമ്പരക്കുക തന്നെ ചെയ്തു. എല്ലാവരെയും ഒന്ന് കണ്ടു മുട്ടുക പോലും ചെയ്തിട്ടില്ല. കണ്ടുമുട്ടിയവരെത്തന്നെ മുഴുവൻ പരിചയപ്പെട്ടു കഴിഞ്ഞിട്ടില്ല. പരിചയപ്പെട്ടവരെ പലരെയും മതി വരെ മനസ്സിലാക്കാനും കഴിഞ്ഞിട്ടില്ല. അതിനെല്ലാം മുൻപ് ഒരു വേർപിരിയൽ.

ആർക്കും ആർത്തി തീർത്തു കൊടുക്കാത്ത ആർത്തെക്ക്. ആർത്തെക്കിനോട് നമസ്ക്കാരം പറയാൻ എന്റെ മനസ്സ് തീരെ വഴിപ്പെടുന്ന മട്ടില്ല.

നിമിഷങ്ങളേറെക്കഴിഞ്ഞിരിക്കണം, ഫയർ സ്ക്ക്വയറിലെ അഗ്നി അണഞ്ഞു കൊണ്ടിരിക്കുകയാണ്. കുറച്ചു കൂടി കഴിഞ്ഞാൽ കേവലം കരിക്കട്ടകളാണ് അവിടെ ശേഷിക്കുക. വിട പറയുന്നവർ ഓരോരുത്തരും ഓരോ കഷണം കരിക്കട്ട പെറുക്കിയെടുക്കും. അത് വീട്ടിലേക്ക് കൊണ്ടു പോകും. ആർത്തെക്കിൽ കാലാകാലങ്ങളായി നിലനിന്നുപോരുന്ന ആചാരം!

മത്സരങ്ങളിൽ എനിക്കു ലഭിച്ച സമ്മാനങ്ങൾക്കിടയിൽ ചില്ലുകൂട്ടിൽ ആ കരിക്കഷണം ഇപ്പോഴുമിരിക്കുന്നു. ഇതെഴുതുന്ന നാളുകളിൽ സ്മരണകളുടെ ഉഷ്ണമേറ്റ് അത് ജ്വലിക്കുന്നുണ്ട്. ആ പ്രകാശത്തിൽ ഞാനിപ്പോഴും പഴയ രംഗങ്ങൾ ഓർമ്മിക്കുന്നു, ഒരു സ്ക്രീനിൽ കാണുംപോലെ. കൂട്ടുകാരികൾ ഓരോരുത്തരായി പിരിഞ്ഞു പോവുകയാണ്. ലിസ്നോയ് ക്യാമ്പുകാർ അവസാനമാണ് നീങ്ങിയത്. ഗ്യാലറികളുടെ മുകളിൽ നിന്നുകൊണ്ട് ഞങ്ങൾ ഫയർസ്ക്വയറിനെ നോക്കി. ആളൊഴിഞ്ഞ അരങ്ങ്!വിഷാദം വീണുറങ്ങുന്ന പരിസരം. ആർ ആരെയാണ് സമാധാനിപ്പിക്കുക?

ക്യാമ്പിൽ തിരിച്ചെത്തിയ ശേഷവും കനപ്പെട്ട മൗനത്തിന്റെ കൂട്ടിൽത്തന്നെയായിരുന്നു ഓരോരുത്തരും. പരസ്പരം കെട്ടിപ്പിടിച്ചു കരയാനല്ലാതെ ആർക്കും ഒന്നിനും കഴിയുന്നില്ല.

വേർപിരിയലിന്റെ വേദന സഹിക്കാനാകാത്തവരാണ് റഷ്യൻ കുട്ടികൾ. കുടുംബത്തിലെ ഏതെങ്കിലുമൊരാൾക്ക് ജോലി സംബന്ധിച്ചോ പഠനം സംബന്ധിച്ചോ മറ്റോ അകലേക്ക് പോകേണ്ടി വന്നാൽ ഒരുമിച്ച് വീടു മാറുന്നതിനാണ് അവർ മുൻഗണന നല്കുക.

ഒരാൾ ഇടറുന്ന സ്വരത്തിൽ പറഞ്ഞു, ആർത്തെക്ക്, വിട.

എനിക്കതിനു കഴിയുന്നില്ല. ഉറക്കെ കരയാനാണ് തോന്നുന്നത്. ആ കരടിമല പറയുന്നത് എനിക്ക് വ്യക്തമായി കേൾക്കാം.

കുട്ടികളേ, നമുക്ക് പിരിയാനാകില്ല. നിങ്ങളിവിടെത്തന്നെ കളിച്ചു രസിച്ചു കൂടുവിൻ. ഈ വെള്ളം മുഴുവൻ ഞാൻ കുടിച്ചു വറ്റിക്കുന്നതു വരെയെങ്കിലും, എന്റെ കളിക്കൂട്ടുകാരിയെ തിരിച്ചു ലഭിക്കുന്നതു വരെയെങ്കിലും.

"ഞാൻ ഇന്ത്യയിലേക്ക് ഇത്ര പെട്ടെന്ന് തിരിച്ച് പോകാൻ ഇഷ്ടപ്പെടുന്നില്ല. കുറച്ചു ദിവസം കൂടി കഴിയട്ടെ." ലാറിസയുടെ അഭിപ്രായം കേട്ട് നീനാമേഡത്തിന്റെ മുഖത്ത് പരന്ന ചിരിയുടെ അർത്ഥം എന്താണ്? സൈപ്രസ്സ് മരങ്ങളുടെ ഇലച്ചാർത്തുകളിൽക്കൂടി ഓടിപ്പിടഞ്ഞെത്തിയ കാറ്റിൻ കുഞ്ഞുങ്ങൾ ലാറിസയുടെ ചെവിയിൽ ഉറക്കെ സ്വകാര്യം പറഞ്ഞത് ഞങ്ങൾ കേട്ടു. "നിങ്ങൾ ഈ മനോഹര തീരം വിട്ട് പോകേണ്ട. ഇവിടെയെത്തി മിനിട്ടുകൾക്കകം നാടിനെയും വീടിനെയും വീട്ടുകാരെയുമെല്ലാം മറക്കാനുള്ള വിദ്യ നിങ്ങൾക്ക് ഞങ്ങൾ പറഞ്ഞു തന്നില്ലേ? ഇവിടം മറക്കാൻ നിങ്ങൾക്കാകില്ല കുട്ടികളേ. ഇവിടന്നു പോകാനും നിങ്ങൾക്കാകില്ല.

"എന്തു പറ്റി കവിത് സ്ക്കാ? അസുഖം വല്ലതുമുണ്ടോ?"

ശബ്ദം കേട്ടപ്പോഴാണ് ഞാൻ മെറീനാ ഡോക്ടറുടെ അടുത്താണ് നിൽക്കുന്നതെന്ന് മനസ്സിലായത്. അസുഖമൊന്നുമില്ലെന്നു കാണിക്കാൻ ഞാൻ വെറുതെയൊന്നു ചിരിച്ചു. തലയൊന്നാട്ടുകയും ചെയ്തു. തലയാട്ടിയതും ചുമച്ചതും ഒരുമിച്ചായിരുന്നു. അവരെനിക്ക് ചുമക്കുള്ള മരുന്നെടുത്ത് തന്നു. മധുരമുള്ള ആ മരുന്ന് എനിക്ക് വളരെ

ഇഷ്ടമായിരുന്നു. മനസ്സ് ചുമക്ക് നന്ദി പറഞ്ഞു.

സമയമേറെക്കഴിഞ്ഞിട്ടും അവിടന്ന് പോകാനാകാതെ വെറുതേ നൽക്കുന്നതു കണ്ടിട്ടാകണം മെറീന കുറേ ചോക്കലേറ്റുകൾ തന്നു കൊണ്ടു പറഞ്ഞു."നിനക്കു വേണ്ടതിതാണല്ലോ."

അവരെന്റെ കാൽമുട്ടിലേക്ക് സൂക്ഷിച്ചു നോക്കി. പഴയ മുറിവ് ഉണങ്ങിയിട്ടില്ലേ എന്ന അന്വേഷണമായിരുന്നു ആ നോട്ടം. നാലഞ്ചു ദിവസം മുമ്പ് നൃത്തവും പാട്ടുമെല്ലാം കഴിഞ്ഞ് ഫയർസ്ക്വയറിൽനിന്ന് അപ്പാർട്ട്മെന്റിലേക്ക് ഓടുകയായിരുന്നു. കൂട്ടുകാരികൾ തമാശയായി ഒരുന്തു തന്നു. അത് ഓർക്കാപ്പുറത്തായതിനാൽ വീണു. കാൽമുട്ടു മുറിഞ്ഞു. തുടർന്നുണ്ടായ പരിചരണത്തിന്റെ, ശുശ്രൂഷയുടെ സ്വാദ്, അതൊന്നു വേറെത്തന്നെയായിരുന്നു.

ഒരു നിലക്ക് അനുഭവങ്ങളെല്ലാം മുറിവുകൾ തന്നെയാണ്. ചിലത് അതിവേഗം ഉണങ്ങുന്നവ. വേറെ ചിലത് സാവധാനം ഉണങ്ങുന്നവ. ഇനിയും ചിലത് പാടുകളവശേഷിപ്പിക്കുന്നവ. ശരീരത്തിലേറ്റ പാടുകളേക്കാൾ എത്രയോ ഏറെയുണ്ട് മനസ്സിന്റെ തലങ്ങളിൽ. ജീവിതം മുഴുവനും ഓർത്ത് രസിക്കാനുള്ളവയാണവ.

ആരും ഉറങ്ങാത്ത രാത്രിയായിരുന്നു അന്ന്. ആർത്തെക്കിലെ

അവസാന രാത്രി. രാവിലെ എഴുന്നേറ്റപ്പോൾ ഉറക്കച്ചടവേറ്റ മുഖങ്ങൾ. മുറികളും പരിസരവും നല്ല പോലെ വൃത്തിയാക്കുന്ന പ്രവർത്തനമായിരുന്നു ആദ്യം. ഇനിയും വരാനിരിക്കുന്നവർക്കു വേണ്ടിയുള്ള ശുദ്ധീകരണം.

പ്രഭാതഭക്ഷണം കഴിഞ്ഞ് ഞങ്ങൾ മീറ്റിങ്ങ് റൂമിലെത്തി. അസർബൈജാനിൽനിന്നെത്തിയ കുട്ടികൾ ഉച്ചക്കു മുമ്പേ പോവുകയാണ്. വാജിമും തമീലയും അവിടെയുണ്ട്. വാക്കുകൾകൊണ്ടല്ല, കണ്ണുകൾ കൊണ്ടാണ് സംസാരിച്ചത്. നിറഞ്ഞകണ്ണുകൾകൊണ്ട് പരസ്പരം മംഗളം നേർന്നു.

ആൺകുട്ടികളുടെ മുറിയിൽ കോല്യയും മയങ്കും ആന്ദ്രേയും മാത്ര മേയുള്ളു. ബാക്കിയുള്ളവർ താഴെ ശുചീകരണയജ്ഞത്തിലാണ്.

നമുക്കീ ചില്ലുചുമരുകൾ വൃത്തിയാക്കാം. ഞങ്ങൾ വരച്ച ചിത്രങ്ങളും മറ്റും മായ്ച്ചുകളയാൻ തുടങ്ങി. റോസാപ്പൂക്കളും പല നാട്ടുകളിലെ പക്ഷികളും മൃഗങ്ങളും മായ്ച്ച മായ്ച്ച് വള്ളംകളി വരെയെത്തി.

"അരുത് കൂട്ടുകാരേ അരുത്!"

ഞങ്ങളുടെ കയ്യിലെ തുണി പിടിച്ചു വാങ്ങിക്കൊണ്ട് വാല്യത്തയും കോല്യയും പറഞ്ഞു."ഇത് നമ്മുടെ സൗഹൃദത്തിന്റെ അടയാളമായി നില്ക്കട്ടെ, കേരളത്തിന്റെ ഈ സംഭാവന ഇനി വരുന്ന കൂട്ടുകാർക്കും ഉത്തേജകമാകട്ടെ." തപ്പിപ്പിടിച്ച് ഇംഗ്ലീഷിൽ കോല്യ പറഞ്ഞു. സ്നേഹത്തിനു തുല്യം സ്നേഹം മാത്രമേയുള്ളു എന്ന് ബോദ്ധ്യമാകുന്ന നിമിഷങ്ങൾ. വീണ്ടും കണ്ടുമുട്ടുമെന്ന് ഒട്ടും പ്രതീക്ഷിക്കാനാകാത്ത അവസ്ഥയിൽ ഒരു വേർ പിരിയൽ. അതിന്റെ ദുഃഖം എങ്ങനെയാണ് വാക്കുകളിലാക്കുക?

ലഗേജു മുറിയിൽ പോയി പെട്ടിയും ബാഗുകളുമെല്ലാം എടുത്തുകൊണ്ടുവന്നു. എല്ലാ സാധനങ്ങളും ഒരുക്കി വെക്കണം. ഈ പെട്ടികളെല്ലാം ആർത്തെക്കിൽ ആദ്യമായി തുറന്നപ്പോൾ ഉണ്ടായ അനുഭവങ്ങൾ ഓർത്തപ്പോൾ ദേഹമാകെ കോരിത്തരിച്ചു. ഓരോരുത്തരും ഓരോ പുതിയ ലോകങ്ങളാണ് തുറന്നത്. അവയെല്ലാം ലയിച്ച് ഒന്നായി. ഇപ്പോൾ മുക്കുവൻ ഭൂതത്തെ വീണ്ടും കുടുക്കയിലേക്ക് കയറ്റിയ പോലെ! എല്ലാം പെട്ടിയിലേക്ക് ഒതുക്കുകയാണ്. പെട്ടിയിലിപ്പോൾ ലോകം മുഴുവനുമുണ്ട്. കൂട്ടുകാരുടെ അനർഘമായ സമ്മാനങ്ങളും.

എല്ലാം മറന്ന് ഇറ എന്നെ ചുറ്റിപ്പിടിച്ച് കരയാൻ തുടങ്ങി. ആ സന്ദർഭത്തിൽ നിഷിതക്കും ലാറിസക്കും എല്ലാം പിടി വിട്ടുപോയി. അവിടം ഒരു കൂട്ടക്കരച്ചിലിന്റെ വേദിയായി മാറുകയായിരുന്നു.

കൂട്ടുകാർക്കായി ഞാൻ കരുതിയിരുന്ന സമ്മാനങ്ങളിൽ അവശേഷിച്ച മൂന്നു ഡപ്പി കുങ്കുമവും ഞാൻ ഇറയുടെ കൈയിൽ വെച്ചുകൊടുത്തു. നാളുകൾക്കു മുമ്പ് കുങ്കുമം കവിളിൽ തേച്ച് സുന്ദരിയാകാൻ ശ്രമിച്ച് തുള്ളിച്ചാടിയ ഇറയെയാണ് ഞാനപ്പോൾ ഓർത്തത്.

മയങ്ക് മറീനമാഡത്തെ കെട്ടിപ്പിടിച്ച് കരഞ്ഞു. അവർക്കും ദുഃഖം താങ്ങാനാകാനായില്ല. മലേറിയ പിടി പെട്ട് ചികിത്സയിലിരുന്നപ്പോൾ ഓരോ തവണയും കുത്തിവെയ്പ്പ് നടത്തിയപ്പോഴും കപടദേഷ്യം നടിച്ച് പിണങ്ങുകയും പതുക്കെ പിച്ചുകയും ചെയ്യാറുള്ള ഗൗരവക്കാരനായ വിദ്വാന്റെ മറ്റൊരു മുഖം കാണുകയായിരുന്നു അവർ.

ആർത്തെക്കിലെ ആ 'മാമ'യുടെ ചിരിക്കാത്ത മുഖം ഞങ്ങളപ്പോൾ ആദ്യമായി കാണുകയായിരുന്നു.

അന്നത്തെ പന്ത്രണ്ടു മണി ഞാനിന്നുമോർക്കുന്നു. ഞങ്ങൾ ഭക്ഷണത്തിനിരിക്കയാണ്. ആർക്കും ഒന്നും ഇറങ്ങുന്നില്ല. അര മണിക്കൂർ കൂടി കഴിഞ്ഞാൽ പല റിപ്പബ്ലിക്കുകാരും അവിടെ ഉണ്ടാകില്ല. ഓർത്തോർത്തു നഷ്ടബോധം കൊണ്ട് ദുഃഖിക്കാനുള്ള സ്മരണകളും തന്നിട്ടാണല്ലോ അവർ പിരിഞ്ഞുകലുന്നത്.

ഒരു സെക്കന്റ് നേരം കൊണ്ട് ഒരു മണിക്കൂർ ഓടിപ്പോയി. ഇനി ഞങ്ങളുടെ ഊഴമാണ്. ഇന്ത്യക്കാരുടെ. അവശേഷിച്ച റഷ്യൻ സുഹൃത്തുക്കൾ ചുറ്റും കൂടിയിരിക്കയാണ്. ജമീലയുടെ വിതുമ്പുന്ന മുഖം എനിക്കപ്പോൾ കാണാം. ചില്ലച്ചുമരിലെ ഉത്സവവും വള്ളംകളിയും എന്നോടു പറയുന്നു, 'നിനക്ക് ഇവിടെനിന്ന് പോകാനാകില്ല. ഞങ്ങളിൽ നീയുണ്ട്.'

അല്പസമയത്തിനകം ഡയറക്ടർ വാസ് ല്യേവ് ഞങ്ങളെ യാത്രയാക്കാനെത്തി. ഓരോരുത്തരോടും പ്രത്യേകം പ്രത്യേകമായി അദ്ദേഹം കുശലം പറഞ്ഞു. സർവ്വ വിധ ആശംസയും അനുഗ്രഹവും നൽകി. ഒപ്പം സിര്യോഷയുമുണ്ടായിരുന്നു.ഞങ്ങൾക്കായി പ്രത്യേകം എത്തിയ ശുവെള്ളക്കാറിൽ എങ്ങനെയൊക്കെയോ കയറിയിരുന്നു. കൈകൾ പുറത്തേക്കിട്ട് ഉയർത്തി വീശി. അനേകം കൈകൾ ഞങ്ങളെ പ്രത്യഭിവാദ്യം ചെയ്തു. ആർത്തെക്കിന്റെ പച്ചപ്പുൽമേടുകളും മരങ്ങളും കാറ്റും മലയും കടലുമെല്ലാം അതിൽ പങ്കു ചേർന്നു.

സൗഹൃദത്തിന്റെ നൂറു നൂറായിരം ഓർമ്മകളും അനുഭവങ്ങളും മനസ്സിൽ സൂക്ഷിച്ചുകൊണ്ട്, ഞങ്ങൾ അങ്ങനെ ആ കുട്ടികളുടെ സാമ്രാജ്യത്തോട്, സ്വർഗ്ഗഭൂമിയോട് വിട പറഞ്ഞു.

'ആർത്തെക്ക്, ദസ് വിദാനിയ'!

● ●

www.ingramcontent.com/pod-product-compliance
Lightning Source LLC
LaVergne TN
LVHW090408051026
849518LV00006B/2286
* 9 7 8 8 1 9 3 5 6 0 7 9 2 *